# மேற்கத்திய பயங்கரவாதம் குறித்து

ஹிரோஷிமாவிலிருந்து ஆளில்லா விமானத் தாக்குதல் வரை

நோம் சாம்ஸ்கி & ஆண்ட்ரே வில்செக்

தமிழில்:
### சா.தேவதாஸ்

பதிப்பாசிரியர்:
### ந.முத்துமோகன்

இணை பதிப்பாசிரியர்:
### ப.கு.ராஜன்

### நியூ செஞ்சுரி புக் ஹவுஸ் (பி) லிட்.,
41-பி, சிட்கோ இண்டஸ்டிரியல் எஸ்டேட்,
அம்பத்தூர், சென்னை - 600 050.
☎ : 044 - 26251968, 26258410, 48601884

Language: Tamil
# Merkathiya Payangaravaatham Kurithu
## Hiroshimavilirunthu Aalilla Vimanath Thakkuthal Varai

Author: **Noam Chomsky & Andre Vltchek**
Translated into Tamil by: **Sa. Devadass**
Editor: **N. Muthumohan**
Joint Editor: **P.K. Rajan**
First Edition: January, 2024
Copyright: Publisher
No.of Pages: 184
Publisher:
**New Century Book House Pvt. Ltd.,**
41-B, SIDCO Industrial Estate,
Ambattur, Chennai - 600 050.
Tamilnadu State, India.
Email: info@ncbh.in
Online: www.ncbhpublisher.in

> Originally Published as
> **'On Western Terrorism'** From Hiroshima to Drone Warfare
> by **PlutoPress (2017)**

ISBN: 978 - 81 - 9449 - 214 - 6
Code No. A4933

**₹300/-**
**Branches**

**Ambattur** 044 - 26359906 **Spenzer Plaza (Chennai)** 044-28490027
**Trichy** 0431-2700885 **Pudukkottai** 04322- 227773 **Thanjavur** 04362-231371
**Tirunelveli** 0462-4210990, 2323990 **Madurai** 0452 2344106, 4374106
**Dindigul** 0451-2432172 **Coimbatore** 0422-2380554 **Erode** 0424-2256667
**Salem** 0427-2450817 **Hosur** 04344-245726 **Krishnagiri** 04343-234387
**Ooty** 0423 2441743 **Vellore** 0416-2234495 **Villupuram** 04146-227800
**Pondicherry** 0413-2280101 **Nagercoil** 04652-234990

## மேற்கத்திய பயங்கரவாதம் குறித்து
### ஹிரோஷிமாவிலிருந்து ஆளில்லா விமானத் தாக்குதல் வரை

ஆசிரியர்: **நோம் சாம்ஸ்கி & ஆண்ட்ரே வில்செக்**
தமிழில்: **சா.தேவதாஸ்**
பதிப்பாசிரியர்: **ந.முத்துமோகன்**
இணை பதிப்பாசிரியர்: **ப.கு.ராஜன்**
முதல் பதிப்பு: ஜனவரி, 2024

அச்சிட்டோர்: **பாவை பிரிண்டர்ஸ் (பி) லிட்.,**
16 (142), ஜானி ஜான் கான் சாலை, இராயப்பேட்டை, சென்னை - 14
☎: 044-28482441

All rights reserved. No part of this book may be reprinted or reproduced or utilised in any form or by any electronic, mechanical, or other means, now known or hereafter invented, including photocopying and recording, or in any information storage or retrieval system, without permission in writing from the publishers.

## பதிப்புரை

உலக அளவில் நடத்தப்படும் கொடூரமான போர்களைக் காலவரிசைப்படுத்தி அடுக்குவதெனில், நவீன யுகத்தின் துவக்கத்திலிருந்து இரண்டாம் உலகப்போர் வரையிலானது முதல் கட்டம் என்றும், ஹிரோஷிமா நாகசாகி குண்டு வீச்சிலிருந்து உலகமயமாக்கம்-பயங்கரவாதம் குறித்தது வரை இரண்டாவது கட்டம் என்றும் வரிசைப்படுத்தலாம். மேற்கத்திய அறிவுத்துறையினர் நவீன யுகத்தை அறிவொளிக்காலம் என்றோ எந்திரயுகம் என்றோ அழைப்பார்கள். மார்க்ஸ் அதனை முதலாளிய யுகம் என்று அழைத்தார். அதில் காலனியத்தின் கை ஓங்கிய காலத்தை லெனின் ஏகாதிபத்தியம் என்று அழைத்தார்.

முதல் காலக்கட்டத்தின் அடையாளமாவது முதல் உலகப்போர். இரண்டாவது காலக்கட்டத்தின் அடையாளம் இரண்டாம் உலகப் போர். அதன் எல்லைகள் விரிந்து ஆளில்லாத விமானத் தாக்குதல் வரை நீடிக்கிறது, போரின் கொடூரமும் பலமடங்கு அதிகரிக்கிறது. மேற்கத்திய ஏகாதிபத்தியத்தின் தாக்கத்தால், இரண்டாம் உலகப்போர் முடிந்த பிறகு நேரிடையாக, 5.5 கோடி பேர் கொல்லப்பட்டனர் என்று இந்நூலின் முன்னுரை தெரிவிக்கிறது. சோசலிசமும் ஏகாதிபத்தியமும் நேரிடையாக மோதிக் கொள்ளும் அரசியல் சூழல் தீவிர பகை முரண் கொண்டது.

கடந்த 100-200 ஆண்டுகளில் உலக நாடுகளெங்கும் மிக கொடுமைகளைக் கொண்ட போர்கள் நடந்து வந்திருக்கின்றன. ஒரு முழு இனத்தையும் அழித்தொழிக்கக் கூடிய போர்கள் பெருகி வருகின்றன. ஐக்கிய நாடுகள் சபையிலும் பிற சர்வதேச அரங்கங்களிலும் இன அழிப்புகள் கண்டிக்கப்படுகின்றன. ஆயுதங்களை ஏந்தாத மக்கள் பகுதியினரும் அடியோடு அழித்தொழிக்கப்படுகின்றனர். இரவு நேரங்களிலும் மக்கள் அமைதியாகத் தூங்கும் வேளைகளிலும் வான் வழியாகக் குண்டு வீச்சுகள் மூலமும் ஆயுதம் ஏந்தாத மக்கள் குண்டு வீசிக் கொல்லப்படுகின்றனர். ஹிரோஷிமா நாகசாகி தொடங்கி ஆளில்லா விமானத் தாக்குதல் வரை என்று இந்த நூல் மிகச் சரியாகத் தலைப்பிடப்பட்டுள்ளது.

இந்நூலின் ஆசிரியர்கள் புலமை கொண்ட இரண்டு பேராசிரியர்கள், சிந்தனையாளர்கள், எழுத்தாளர்கள். 20 ஆம் நூற்றாண்டில்

போர்கள், போர்களை அடிப்படைகளாகக் கொண்ட ஆக்கிரமிப்புகள், படையெடுப்புகள், தாக்குதல்கள், ஊடுருவல்கள், போர் ஆதரவு நடவடிக்கைகள் ஆகியன போர்களுக்கு முன்னும் பின்னும் இடையூடாக மேற்கொள்ளப்படுவது இந்நூல் முழுவதும் நூலாசிரியர்கள் இருவரின் உரையாடல்களாக வழங்கப்பட்டுள்ளது.

நூலின் முதலாசிரியர், நோம் சோம்ஸ்கி, புலம் பெயர்ந்த யூதக் குடும்பம் ஒன்றில் பிறந்து உலகம் முழுவதும் அலைந்து திரிந்து போர்களுக்கு எதிரான அமைதிச் செயல்பாடுகளில் தன்னை அர்ப்பணித்துக் கொண்ட பேராசிரியர். மொழியியல், மெய்யியல், அரசியல் விஞ்ஞானம் ஆகிய மூன்று துறைகளில் முதுகலை முனைவர் பட்டம் பெற்ற அறிஞர். முனைவர் பட்டங்கள் ஃபிலடெல்ஃபியா மாநில பெனிசில்வேனியா பல்கலைக் கழகத்தில் ஈட்டியவை. தொடர்ந்து அரிசோனா பல்கலைக் கழகத்திலும் மசாசுசெட்ஸ் தொழில்நுட்ப நிறுவனத்திலும் மதிப்புறு பேராசிரியர் பட்டமும் வருகைதரு பேராசிரியர் பட்டமும் பெற்றவர்.

நோம் சோம்ஸ்கி, இளமையிலிருந்தே இடதுசாரி யூதக் குடும்பத்தின் அரசியல் மரபைத் (Centre-Left) தன்னில் வரித்துக் கொண்டவர். கூடுதலாக, அரசிலி (அராஜக - Anarchist)த் தத்துவ நிலைப் பாட்டையும் தன்னில் கொண்டவர். அமெரிக்க ஐக்கிய நாடுகளின் வெளிநாட்டு அரசியலைத் தனித்த அக்கறையுடனும் விமர்சன அணுகு முறையுடனும் பயின்றவர். வியட்நாம் யுத்தம், இஸ்ரேல்-பாலஸ்தீன மோதல், ஈராக்கின் மீது அமெரிக்க படையெடுப்பு போன்ற போர்முனைகளை முழுதும் பயின்றவர். போருக்கு எதிரான அமைதிப் படையெடுப்புகளில் முன் நின்றவர். உலகின் ஐந்து கண்டங்களிலும் ஆக்கிரமிப்புகளும் போர்களும் வெடிக்கும் சந்தர்ப்பங்களில் ஆங்காங்கே பயணம் செய்து அமைதிக்கான அணிவகுப்புகளை நிகழ்த்திக் காட்டி வருபவர்.

உடன் நின்று இந்நூலை எழுதியவர் நோம் சோம்ஸ்கியின் அரிய நண்பர் ஆண்ட்ரே வில்செக் என்பார். அற்புதமான திரைப்படக் கலைஞர், ஒளிப் பதிவாளர். சோம்ஸ்கி ஒலியாக, சிந்தனைகளாக உருவாக்குபவற்றைப் படங்களாக, சித்தரிப்புகளாக எழுதித் தருபவர் வில்செக். அபாயம் நிறைந்த நாடுகளில், நகரங்களில் நிகழும் கொடூரமான சம்பவங்களை ஆவணமாக்கும் ஆண்ட்ரே வில்செக் பலமுறை உயிரைப் பணயமாக்கியவர். இந்நூல் இரண்டு சமூகநீதிக் கலைஞர்களின் கலந்துரையாடலை வழங்குகின்றது.

நூல் 10 இயல்களாகப் பிரிக்கப்பட்டுள்ளது. முதல் இயல், "காலனியத்தின் கொலை பாதக மரபு" எனத் தலைப்பிடப்பட்டுள்ளது. மொத்த நூலும் காலனியக் காலத்திலிருந்து தொடங்குகிறது. இரண்டு, மூன்றாவது இயல்கள் காலனிய, பின்னைக் காலனிய காலத்திய வரலாறுகளை எடுத்துரைக்கின்றன. ஏராளமான பொய்களின் மீது காலனிய ஆட்சி கட்டப்பட்டிருந்தது என்பதை அவ்வியல் எடுத்துக் காட்டுகிறது. ஊடகங்களின் பரப்புரைகள் எத்தனை வஞ்சகமானவை என்பது சொல்லப்படுகின்றது.

நான்கிலிருந்து ஏழாவது இயல்வரையில் முறையே, சோவியத் முகாம், இந்தியாவும் சீனாவும், லத்தீன் அமெரிக்கா, மத்தியக் கிழக்கும் அரபு வசந்தமும் என்ற தலைப்புகளின் கீழ், உலகின் வெவ்வேறு பிரதேசங்களின் வாழ்க்கையும் போராட்டங்களின் வரலாறும் சித்தரிக்கப்படுகின்றன. எட்டாவது இயலான "பூமியில் மிகவும் நாசமாக்கப்பட்ட பகுதிகளில் நம்பிக்கை" என்ற பகுதி அடிமையாக்கப் பட்ட வாழ்க்கைகளில் துளிர்க்கும் நம்பிக்கைகள் பிறந்த குழந்தையின் அழுகைச் சத்தமாக உருவெடுப்பது ஒலிக்கிறது. எங்கிருந்து தொடங்குவது? செய்ய வேண்டியது என்ன? என்ற கேள்விகளும் எழுகின்றன. ஒன்பதாவது இயல், "அமெரிக்க அதிகாரத்தின் வீழ்ச்சி" என்ற வடிவம் பெறுகிறது. இரண்டு விடுதலை விரும்பிகளின் வாழ்க்கை, நூல் முழுவதும் உயிருடன் உருவம் பெறுகிறது.

நோம் சோம்ஸ்கி, ஆண்ட்ரே வில்செக் ஆகிய இரண்டு சிந்தனை யாளர்களோடு, அருமையான மொழிபெயர்ப்பை வழங்கிய சா.தேவதாஸ் அவர்களும் நமது நன்றிக்குரியவர்கள்.

என்.சி.பி.எச் நிறுவனத்தின் மேலாண்மை இயக்குநர் தோழர் க.சந்தானம் அவர்களுக்கு நன்றியை தெரிவித்துக்கொள்கிறோம்.

நியூ செஞ்சுரி புத்தக நிறுவனத்தின் பதிப்புத்துறை பொது மேலாளர் தோழர் சண்முகம் சரவணன் நூல்களின் தேர்வு முதற்கொண்டு அதன் ஒவ்வொரு நிலையிலும் சிறப்பு கவனத்துடன் இதனை வெற்றிகரமாக்க பெரும் உந்துதலை அளித்துள்ளார்.

நிறுவனத்தின் விற்பனை மேலாளர் தோழர் தி.இரெத்தினசபாபதி, பதிப்பு மேலாளர் திருமதி ப.ரேவதி, பாவை பிரிண்டர்ஸ் பொது மேலாளர் ஆ.சிவக்குமார், இணைப் பதிப்பாசிரியர் ப.கு.ராஜன், மொழிபெயர்ப்பாளர் மா.சிவக்குமார் மற்றும் ஏனைய என்.சி.பி.எச் ஊழியர்கள் எனப் பெரிய அணி ஒன்றின் அக்கறை கொண்ட பணி இந்த நூல் வரிசையையும் இந்த நூலையும் உங்களிடம் கொண்டு வந்து சேர்த்துள்ளது.

நூலை நேர்த்தியாகவும் அழகாகவும் வடிவமைத்துத் தந்துள்ள வடிவமைப்பாளர் அ.குணசுந்தரிக்கும் அட்டையை வடிவமைத்த தோழர் கா.குணசேகரனுக்கும் எமது இனிய நன்றிகளைத் தெரிவித்துக் கொள்வோம்.

சமகாலச் சமூகத்தைப் புரிந்து கொள்வது, அதன் அடிப்படையில் மேம்பட்ட செயல்பாட்டிற்கு செல்வது என்பதற்கு உதவும் இந்த நூல் வரிசையையும் இந்த நூலையும் தமிழ்கூறும் நல்லுலகின் வாசகர்கள், அறிஞர் பெருமக்கள், செயல்பாட்டாளர்கள் வரவேற்று ஆதரவு அளிப்பார்கள் என்று நாங்கள் உறுதியாக நம்புகின்றோம்.

ந.முத்துமோகன்
பதிப்பாசிரியர்

# மூல நூல் இரண்டாம் பதிப்பின் முகவுரை

## நோம் சாம்ஸ்கி

லிபியா மீதான பிரெஞ்சு பிரித்தானிய அமெரிக்கத் தாக்குதலுக்குச் சற்றுப் பின்னர், மேற்கத்திய பயங்கரவாதம் குறித்த எங்கள் உரையாடல்கள் அச்சகம் சென்றது; இம்மூன்று ஏகாதிபத்தியங்களால் ஐ.நா. பாதுகாப்புக் குழுவில் கொண்டுவரப்பட்ட தீர்மானத்தை மீறியும், இப்பேரழிவைத் தவிர்த்திருக்கக் கூடிய ஜனநாயகப் பாதைகளைப் பின்பற்றி வந்த ஆப்பிரிக்க ஒன்றியத்தின் தொடர் முயற்சிகளைப் புறந்தள்ளியும் இத்தாக்குதல் நடந்தது.

அப்போது மேற்கத்திய தலைவர்கள் இத்தாக்குதலை நேட்டோ உதவியுடன் லிபிய மக்களுக்கு கிட்டிய வரலாற்று வெற்றி, எனப் பாராட்ட, மண்ணில் ஒரு ஜோடி ஷூக்களைப் பதிக்காமலேயே அமெரிக்கா தன் நோக்கங்களைச் சாதித்தது என அதிபர் ஒபாமா பெருமிதப்பட்டார்.

ஆனால் யதார்த்தத்தில், ஆவன் குபர்மானின் பகுப்பாய்வின்படி, “நேட்டோவின் தலையீடு, மோசமான இறப்பெண்ணிக்கையை பத்து மடங்குக்கும் கூடுதலாக அதிகரித்திருப்பதாகத் தோன்றுகிறது.” அத்துடன் நாட்டினை நாசப்படுத்தி, சண்டையிட்டுக் கொள்ளும் இராணுவக் கும்பல்களிடம் விட்டுச் சென்றிருக்கிறது. இத்தாக்குதல் லிபிய ஏற்றுமதிகளை கச்சா எண்ணெயிலிருந்து பெருமளவிலான ஆயுதங்களுக்கும் ஜிகாதிகளுக்கும் நகருமாறும் செய்திருக்கிறது, ஐ.நா. புள்ளி விவரப்படி. இப்போது தீவிர இஸ்லாமியப் பயங்கரத்தின் பெரிய மையமாகவுள்ள மேற்கு ஆப்பிரிக்காவுக்கு இந்த ஏற்றுமதி நடக்கிறது. கூடவே ஆப்பிரிக்காவில் புதிதாக கால்பதிக்க ISIS க்கு வாய்ப்பளிக்கிறது.

செப்டம்பர் 2001 இல் அதிபர் ஜார்ஜ் டபிள்யூ புஷ்ஷால் அறிவிக்கப் பட்ட இன்னும் துல்லியமாகக் குறிப்பிடுவதானால், மறு அறிவிப்பு செய்யப்பட்ட பயங்கரத்தின் மீதான உலகப் போர் என்பதன் வகைமாதிரியைச் சேர்ந்தது, இவ்வெற்றி. 20 ஆண்டுகளுக்கு முன்னர் அதிபர் ரீகன் சர்வதேச பயங்கரத்தின் மீது ஒரு போரை அறிவித்திருந்தார் - நவீன யுகத்தின் கொள்ளை நோயாக, சீக்கிரமே கொலைபாதக பயங்கரவாத போராக மாறிய போராக, மத்திய அமெரிக்காவின் மக்கள்

திரள் எழுச்சிகளை பிரதானமாக இலக்காக்கியிருந்தது; இவ்வெழுச்சிகள், அமெரிக்க ஆதரவு பெற்ற மிருகத்தனமான சர்வாதிகாரத்திலிருந்து தம்மை விடுதலை செய்ய மேற்கொள்ளப்பட்டவை. பெரும்பாலும் அமெரிக்காவில் ஆயுதமளிக்கப்பட்டு பயிற்சி பெறப்பட்ட படையினரால் ஆயிரக்கணக்கில் கொல்லப்பட்டனர். இதற்கிடையே தென்னாப்பிரிக் காவின் இன ஒதுக்கல் அரசுடன் சேர்ந்து கொண்ட தென்னாப்பிரிக்க பயங்கரவாதிகளின் கடைசி ஆதரவாளராயும் ரீகன் விளங்கினார். எல்லாம் நன்றாக மறக்கப்பட்டுவிட்டன.

புஷ் போரை மறுபிரகடனம் செய்தபோது, தீவிர இஸ்லாமியப் பயங்கரம், ஆஃப்கன் - பாகிஸ்தான் எல்லைப் பகுதியிலுள்ள சிறு பழங்குடி மண்டலங்களில் மட்டுப்பட்டிருந்தது. இப்போதோ உலகெங்கிலும் பரவியுள்ளது. சுத்தியலின் ஒவ்வோரடியும் கொள்ளை நோயைப் பரப்புகிறது. எதிர்பார்க்கப்பட்டது போலவே பிரச்சினையின் வேர்கள் தொடப்படாமல், உடனடி வன்முறையில் இறங்குவது, இருக்கின்ற சமாதான வழிமுறைகளை அகற்றி விடுகிறது.

இதற்கிடையே அதிபர் ஒபாமா, இலேசான சான்றுகளின் அடிப் படையில், அமெரிக்காவுக்கு தீங்கிழைப்பவர்களாக சந்தேகிக்கப் பட்டவர்களை இலக்காக்கி, தனது உலகப்படுகொலை படையெடுப்பு சார்ந்த பயங்கரவாதத்தின் புதிய அத்தியாயங்களைத் திறந்து விட்டார்.

தாக்குதல் மண்டலத்திலுள்ள இராணுவ வயதான ஆண்களை யெல்லாம் போராளிகளாக அரசாங்கம் கருதியது என்றது நியூயார்க் டைம்ஸ். பிற்பாடு அப்பட்டமான உளவு விபரப்படி, அவர்கள் அப்பாவிகளாக நிரூபிக்கப்படுவர், தம் “இறப்புக்குப் பின்னே.” பாகிஸ்தானுக்கான அமெரிக்கத் தூதர் கேமரோன் முன்டெர், நியாயமான இலக்கின் வரையறை ‘20-40 வயதுக்குட்பட்ட ஆண்’ என்ற போது மிகைப்படுத்தவில்லை.

2016 இல் ஒபாமா தன் பயங்கரவாதப் படையெடுப்பினைப் பல நாடுகளுக்கு விரிவுபடுத்தினார். ஆண்டின் ஆரம்ப மாதங்களில் தாக்குதல்கள் ஏமன், சிரியா, வடக்கு ஈராக், ஆஃப்கானிஸ்தான், சோமாலியாவில் மக்களைக் கொன்றன - சோமாலியாவில் பயங்கரவாதி களுக்கான பயிற்சி முகாம் எனப்பட்டதில் சந்தேகிக்கப்பட்ட 150 போராளிகள் கொல்லப்பட்டனர். எண்ணிக்கை தெரியாத அளவில் பக்க விளைவாக பலியாகினர். அவர்தம் கொலை பெரிதும் எதிர்பார்க்கப் படுகிறது. 2009 ஜூலை நடுத்தரத் தகுதியிலான தாலிபான் தளபதி ஒருவரின் இறுதி ஊர்வலத்தில் 5000 பேர் கலந்திருக்க, சிஐஏ தாக்குதல்

நடத்தி, 83 பேரைக் கொன்றது - இவர்களில் குழந்தைகள் உட்பட அப்பாவி மக்கள் 45 பேர்.

இப்பயங்கரம், படுகொலையினைத் தாண்டிச் செல்கிறது. ஸ்டான் ஃபோர்ட் - நியூயார்க் பல்கலைகழக சட்ட பள்ளிகள் மேற்கொண்ட, ஆளில்லா விமானப் போர் குறித்த ஆய்வு கூறுகிறது:

'அவற்றின் இருப்பு ஆண்கள், பெண்கள், குழந்தைகளை பீதிக்குள்ளாக்குகிறது, குடிமக்களிடையே பதற்றத்தையும் உளவியல் அதிர்ச்சியையும் ஏற்படுத்துகிறது. எக்கணத்திலும் ஆளில்லா விமான தாக்குதல் நிகழக்கூடும்; தம்மைக் காப்பாற்றிக் கொள்ளும் ஆற்றல் இல்லாதவர்கள் அவர்கள். இப்பயங்கள் நடத்தையைப் பாதிக்கின்றன. ஒரு பகுதியை பலமுறை தாக்குவது, நிவாரண ஊழியர்களைக் கொல்வது என்னும் அமெரிக்க நடைமுறை, சமுதாயத்தினரையும் மனிதாபிமான ஊழியர்களையும் அச்சங்கொள்ள வைக்கிறது அல்லது காயமுற்றோருக்கு உதவ விருப்பில்லாதவர்களாக்குகிறது. தாம் ஆளில்லா விமான தாக்குதல்காரார் கவனத்தில் பட்டுவிடக் கூடாது என்னும் பயத்தில், சில சமுதாயத்தினர் குழுக்களாகச் சேர்வதிலிருந்து ஒதுங்கிக் கொள்கின்றனர்.'

இந்நூலின் முதல் பதிப்பு வெளியானதிலிருந்து மத்திய கிழக்கு மண்டலத்தினர் பலவிதங்களில் மாறியுள்ளனர். ஈராக் படையெடுப்பின் இன்னொரு அரக்கத்தனமான விளைவான ISIS இன்னும் தோன்றியிருக்க வில்லை. அரபு வசந்தம் இன்னும் எகிப்திய சர்வாதிகாரத்தின் கொடுங் கனவாக, இன்னும் மோசமாக, சிரியாவின் நாசமாக மாறியிருக்க வில்லை. அகதிகள் நெருக்கடி - துல்லியமாகச் சொல்வதனால் மேற்கின் தார்மீக நெருக்கடி அதன் அதிர வைக்கும் அளவினையும் தன்மையையும் எட்டியிருக்க வில்லை. உலகின் பிறபகுதிகளில் சிக்கலான நிலவரங்கள் உள்ளன, அவற்றை மதிப்பிட இங்கு இடமில்லை, ஆனால் இப்புத்தகத்தின் விவாதங்களிலுள்ள பொதுவான மையக் கருத்தினை அவை கொண்டுள்ளன.

**நோம் சாம்ஸ்கி**

அக்டோபர் 3, 2016

# அறிமுகம்

## ஆண்ட்ரே வில்செக்

(Andre Vltchek)

நம் உலக நிலை குறித்து நான் விவாதித்த மனிதரை "இருபதாம் நூற்றாண்டின் மாபெரும் அறிவாளர்" அல்லது "நம் காலத்தின் அதிகம் மேற்கோள் காட்டப்பட்டவர்" அல்லது "உலகெங்கிலுமுள்ள நிராதரவான ஆடவர், பெண்டிர், குழந்தைகள் என இலட்சக்கணக் கானோர் மீதான அநீதிக்கு எதிரான தீரமிக்க போர்வீரர்" என்று விவரிக்கலாமா? விவரிக்கலாம், ஆனால் மிகப்பெரும் வார்த்தை களையும் பாராட்டு கோஷங்களையும் அவர் மதிப்பதில்லை.

என்னைப் பொறுத்தவரை நோம் சாம்ஸ்கி, ரோஜாக்களை நேசித்திடும், நல்லதொரு குவளை ஒயினை அனுபவித்திடும், கடந்த காலம்பற்றி கதகதப்புடனும் மென்மையுடனும் பேசக் கூடிய, நமது புவிக்கோளத்தின் பல்வேறிடங்களில் தான் சந்தித்தவர்களைப் பற்றிப் பேசக்கூடிய ஒருவர்; எப்படிக் கேள்விகள் கேட்க வேண்டு மென்றறிந்துள்ள, அப்புறம் பதில்களை உன்னிப்பாகக் கேட்கின்ற ஒருவர்; ஓர் அன்பான, அக்கறையுள்ள மனித உயிர் மற்றும் பிரியமிக்க நண்பர்.

MIT யிலுள்ள அவரது அலுவலகச் சுவர் ஒன்றில் பெர்ட்ரண்ட் ரஸ்ஸலின் புகைப்படமும் ஒரு மேற்கோளும் ஒட்டப்பட்டிருக்கிறது; "எளிமையானதும் ஆனால் மிகவும் வலுவானதுமான மூன்று வேட்கைகள் என் வாழ்வை வழிநடத்தியுள்ளன: நேசத்திற்கான ஏக்கம், அறிவுக்கான தேடல், மனித சமூகத் துயரத்தின் மீது சகிக்க முடியாத இரக்கம்."

இவ்வார்த்தைகளை நான் நினைத்துப் பார்க்கும் போதெல்லாம், ஏதோவொரு காரணத்தால், நோம் சாம்ஸ்கி அவற்றை உச்சரித்தார் என்று உணர வைக்கிறது. அவை தன் வாழ்க்கைத் தத்துவத்தை பிரதிநிதித்துவம் செய்வதாக அவர் செயல்படுவதால் இருக்கலாம்.

***

பல ஆண்டுகளுக்கு முன்னர் முதல் முறையாக நாங்கள் நியூயார்க் நகரில் நேருக்கு நேராகச் சந்தித்தபோது, "ஒரு நடை போய்வரலாம், என்னை ஒரு காபி வாங்கித் தர விடுங்கள் நானொரு பணக்கார அமெரிக்கன், தெரியுமா..." என்று கிண்டல் செய்தார்.

நாங்கள் இரு காபிகளை எடுத்துக் கொண்டு நியூயார்க் பல்கலைக் கழகம் அருகில் உள்ள பூங்காவின் பெஞ்சில் அமர்ந்து மணிக்கணக்கில் பேசினோம், குறிப்புகளை பரிமாறிக் கொண்டோம், உலகினை விவாதித்தோம். நானும் அமெரிக்கக் குடியுரிமை பெற்றிருந்தேன், ஆனால், நோம் சாம்ஸ்கி உண்மையிலேயே, எங்களது இந்த சின்ன விளையாட்டில் 'பணக்கார அமெரிக்கராயிருந்தார்'; நோம் சாம்ஸ்கியை 'பணக்கார அமெரிக்கன்' பட்டத்தில் அடைப்பது நகை முரண்தான்

நான் அவருடன் கழித்த முதல் தருணங்களிலிருந்து அன்பையும் தோழமையையும் உணர்ந்தேன், வயது வித்தியாசம் இல்லாததுபோல, நான் சந்திப்பது மாபெரும் நிகழ்கால சிந்தனையாளர்களில் ஒருவரில்லை மாறாக பழைய நண்பரை என இயல்பாக உணர்ந்தேன்.

ஆனால் எங்கள் வரலாறு இருந்தது; பல ஆண்டுகளாகத் தொடர்பு கொண்டிருந்தோம் - அரசியல் பற்றியும் மேற்கினால் இழைக்கப்பட்ட குற்றங்கள் பற்றியும் மட்டுமின்றி, அறிவுக்கான எங்கள் வேட்கை மற்றும் அது உண்மையிலேயே எங்கே தொடங்கியது என்பது போன்ற எளிய விஷயங்கள் பற்றியும் கூட பேசினோம். அவரைப் பொறுத்த வரை இதில் கிரியா ஊக்கிகளில் ஒன்றாக இருந்தது, பிராட்வே 72 ஆம் தெருவில் சுரங்கப்பாதை நிறுத்தத்தின் மேலிருந்த புகழ்பெற்ற செய்தித்தாள் கடை, அது நோமின் உறவினர்களில் ஒருவருடையது. என் விஷயத்தில், நான் நான்கு வயதுகூட அடைந்திராத போது, எண்ணற்ற புத்தகங்களை எனக்கு வாசித்துக் காட்டத் தொடங்கியது என் ரஷ்யப் பாட்டி தான்.

தன் குடும்பம் பற்றி, அமெரிக்காவில் அது எப்படி வளர்ந்து வந்தது என்று, அப்போது நிகரகுவாவில் வசித்த தன் மகள் பற்றி, அவரது அபிமானத்திற்குரிய மனைவி கரோல் பற்றியெல்லாம் நோம் எனக்கு நிறைய எழுதினார் - கரோலும் என்னிடம் அன்பு கொண்டு, எனது ஆரம்பகட்ட அரசியல் எழுத்துகளை வாசித்து, தனது இருதய பூர்வமான, கதகதப்பான ஆதரவையும் ஊக்கத்தையும் வழங்கியவர். ஒரு பெரிய மொழியியலாளராக, பேராசிரியையாக மாறுவது தவிர்த்து அவருக்கு வேறு வழியில்லை. யாரேனும் ஒருவர் குடும்பத்திற்கு உறுதுணையாக இருக்க வேண்டியிருந்தது, "நான் சதா சிறையி லிருந்தேன்" என தன் வியட்னாம் போர் சகாப்தத்தை நினைவு கூர்ந்து ஒரு மின்னஞ்சலில் நோம் விளக்கினார்.

என் குழந்தைப் பருவம் பற்றி அவருக்கு எழுதினேன், கலப்பினக் குடும்பத்தில் வளர்ந்ததால் அது சிக்கலானதாக, நிம்மதியற்றதாக இருந்தது; ஆசிய-ரஷ்யத் தாயும் ஐரோப்பிய தந்தையும் எனக்கு. நாங்கள் பகிர்ந்து கொண்ட விஷயங்களில் எங்கள் பணி மட்டும்

அடங்கியிருக்கவில்லை; எனக்கு அவர் நெருங்கிய உறவினராக, என் வாழ்வில் இல்லாதிருந்த தந்தையின் உருவமாக இருந்துள்ளார்; அத்துடன், துணிச்சல், அறிவுக் கூர்மை, நாணயத்திற்கு எடுத்துக் காட்டாயும் இருந்தார்.

***

நோம் சதா பயணித்துக் கொண்டு, தன் ஆதரவும் கவனிப்பும் தேவைப்படும் இடங்களுக்கு மக்களைப் பார்க்க போய்வருவதுமாகவும் இருந்தார்; ஒரு கட்டத்தில் போர்க் களங்களிலான என் வேலைக்குத் திரும்பவும், தசாப்தங்களாக, நூற்றாண்டுகளாக இலட்சக்கணக் கானோரை அழித்தொழித்தல் நடந்து வரும் மோதல் பகுதிகளுக்குத் திரும்பவும் தீர்மானித்தேன்.

மக்கள் மடிந்து கொண்டிருந்தனர்; சுதந்திரம், ஜனநாயகம் மற்றும் பிற உன்னத முழக்கங்களின் பெயரால் அவர்கள் படுகொலை செய்யப்பட்டுக் கொண்டிருந்தனர். நான் சாட்சியமாக இருந்தேன் - எழுதிக் கொண்டும் ஆவணப் படமெடுத்துக் கொண்டும் புகைப்பட மெடுத்துக் கொண்டுமிருந்தேன். மிகச் சிரமமானதும் விவரிக்க வேதனையானதுமான சம்பவங்கள், ஏராளமான திகில்கள், நொறுங்கிப் போன வாழ்வுகள், ஆனால், அறிந்து கொள்ளவும் புரிந்து கொள்ளவும் "விளிம்பு நிலை இடங்களிலிருந்து" சாட்சியங்கள் அளிக்கவும் அதனை நான் மேற்கொள்ள வேண்டும் என உணர்ந்தேன். இக்காலத்தில் இவ்வேளையில் அவ்வளவு அரிதானவை அப்பதிவுகள்.

உலகமெங்கிலுமுள்ள எண்ணற்ற மனிதர்களுக்கு துயரத்தை ஏற்படுத்துவதாக உள்ள சம்பவங்களின் பெரும்பான்மையும் பேராசையுடன், ஆள வேண்டும் - கட்டுப்படுத்த வேண்டும் என்னும் ஆசையுடன் தொடர்புடையவை; பழைய கண்டம் மற்றும் சக்தி வாய்ந்ததும் அட்லான்டிக்கின் மறுகரையிலுள்ள ஈவிரக்கமற்றதுமான சந்ததியிடமிருந்து வருபவை. இதற்கான காரணம் பல்வேறு பெயர்களை உடையது காலனியம் அல்லது நவ காலனியம், ஏகாதிபத்தியம் அல்லது கூட்டு நிறுவனப் பேராசை - ஆனால் பெயரால் பிரச்சனையில்லை துயரமே பிரச்சனை.

நான் நோமின் பணியில் பெரும் மரியாதையும் பாராட்டும் மிக்கவன், ஆனால் அவரைப் பின்பற்ற விரும்பியதில்லை. அவரது நடவடிக்கைகளை இட்டு நிரப்ப விரும்பினேன். அவர் அறிவார்ந்த செயல்பாட்டு முனைகளில் ஈடுபட்டிருக்க, போர்க்களங்களிலிருந்து, குற்ற நிகழ்விடங்களிலிருந்து வார்த்தை - காட்சி சார்ந்த சாட்சியங் களைத் திரட்டத் தொடங்கினேன்.

அவர் செய்து கொண்டுவருவதை இன்னும் சிறப்பாகச் செய்திட இயலாது; இன்னும் திறம்படச் செய்திட இயலாது. ஏற்கனவே அவர் அற்புதமாக செய்து கொண்டிருப்பதை நகலெடுப்பதிலும் உறுதிப் படுத்துவதிலும் அர்த்தமில்லை.

ஆகவே காங்கோ ஜனநாயகக் குடியரசு, ருவாண்டா, உகாண்டா, எகிப்து, இஸ்ரேல், பாலஸ்தீனம், இந்தோனேசியா, திமோர் லெஸ்டி, ஒஸனியா போன்ற பல்வேறு இடங்களுக்குப் போனேன், இவை கொள்ளை, அவமானம், படுகொலைக்கு பலியானவை மேற்கத்திய அரசுகளால் இவை நிகழ்ந்திருக்கும் அல்லது திட்டமிடப்பட்டிருக்கும். அவர் பேசிக் கொண்டிருப்பதை விவரித்துக் கொண்டிருப்பதை சுதந்திரமாக எடுத்துக் காட்ட முயன்றேன்.

பல ஆண்டுகளாக நோமும் நானும் குறிப்புகளை பரிமாறிக் கொண்டும் ஒப்பிட்டுக் கொண்டும் வருகிறோம். சில நேரங்களில் அடிக்கடியும், சில நேரங்களில் நீண்ட இடை வெளிகளுடனும். ஆனால் திறம்படச் செய்து வந்தோம். ஒரே இலட்சியத்திற்காக நாங்கள் போராடிக் கொண்டிருந்தோம், உலகெங்கிலுமுள்ள மக்களுக்கு சுயநிர்ணய உரிமை - உண்மையான சுதந்திரம் கிடைக்கும் பொருட்டு ஈடுபட்டிருந்தோம். எந்த வடிவில் வந்தாலும் காலனியம் மற்றும் ஃபாசிசத்திற்கு எதிராக போராடிக் கொண்டிருந்தோம்.

இவ்வார்த்தைகளை நாங்கள் உச்சரித்ததே இல்லை, எங்கள் நடவடிக்கைகளுக்கு எந்த வரையறையினையும் நாடியதில்லை. நோமைப் பொறுத்தவரை, அநீதியுடன் போராடுவது சுவாசித்தல் போல, அவ்வளவு இயற்கையானது, எனக்கு, அவருடன் பணியாற்றுவதும் அவரது முடிவுகளின் உத்வேகத்தால் படிமங்களையும் அறிக்கை களையும் ஆக்குவதும் பெரிய கௌரவமும் சாகசமுமாகும்.

***

எல்லாக் கண்டங்களிலும் எண்ணற்ற அடாவடி மோதல்கள், படையெடுப்புகள், போர்களைப் பார்த்து பரிசீலித்த பிறகு, அவை யெல்லாம் மேற்கத்திய புவியரசியல் - பொருளாதார நலன்களுக்காக திட்டமிடப்பட்டவை அல்லது தூண்டி விடப்பட்டவை என்பது எனக்கு உறுதிப்பட்டது. மற்றும் இக்கொலைபாதகச் சம்பவங்கள், சிறிதும் கவலையின்றி காலனியப் பேரரசுகள் அழித்தொழித்தும் பலி கொடுத்தும் வருகின்ற மனித சமூக விதி பற்றிய தகவல் மிகவும் வரம்புக்குட்பட்டதாக உருத்திரிக்கப்பட்டதாக உள்ளது.

ஐரோப்பா, அமெரிக்கா, தெரிவுசெய்யப்பட்ட சில ஆசிய நாடுகளுக்கு வெளியில் உள்ள மக்களை ஜார்ஜ் ஆர்வெல் "மக்களல்லாதவர்கள்"

என்றார் - இது நோம் சாம்ஸ்கியாலும் பயன்படுத்தப்படும், பரிகாசத்துடன்.கோடிக்கணக்கிலான“மக்களல்லாதவர்கள்” உண்மையில் மனித இனத்தின் பெரும்பான்மையினர் என்பது பரிசீலனையில் தெளிவாகும்.

மேற்கத்திய ஊடகத்தில் நான் வாசித்ததும் உலகெங்கிலும் நான் கண்ணுற்றதும் பொருந்திப் போகவில்லை. தோற்றுப்போன நிலப்பிரபுத்துவ அரசுகள் “எழுச்சிமிக்க ஜனநாயகங்களாக” வரவேற்கப் பட்டன, ஒடுக்குமுறையிலான மத அரசுகள் “சகிப்புத்தன்மையும் மிதவாதமும்” உள்ள நாடுகளாக விவரிக்கப்பட்டன, தேசியவாத சோசலிச சார்புள்ள அரசுகள் விடாமல் பழிக்கப்பட்டன, அவற்றின் பூர்விகமானதும் - மாற்று நிலையிலானதுமான வளர்ச்சி மற்றும் சமூக முன்மாதிரிகள் இழித்துரைக்கப்பட்டதுடன், இருள் வண்ணங்களில் சித்தரிக்கப்பட்டன.

“சஞ்சலப்படுத்தும் உண்மை”களிலிருந்து உலகெங்கிலுமுள்ள மக்களைப் பாதுகாப்பதை, லண்டனிலும் வாஷிங்டனிலுமிருந்த கூர்மையான பரப்புரையாளர்கள் உறுதிப்படுத்தினார்கள். பொதுக் கருத்து, சித்தாந்தம், பார்வை நிலைகள் தயாரிக்கப்பட்டன. திரளாக உற்பத்தி செய்யப்படும் கார்கள் கைபேசிகளைப் போல, அவை விளம்பரம், பரப்புரை வாயிலாக சந்தைப்படுத்தப்பட்டன.

நமது உலகம் எப்படி நிர்வகிக்கப்படுகிறது, கட்டுப்படுத்தப்படுகிறது என்பதைப் புரிந்து கொள்ள அவசியமான, பெருந்திரள் ஊடகத்தின் பரப்புரைப் பாத்திரம் பற்றி நோம் நிறைய நூல்கள் எழுதியுள்ளார். மேற்கத்திய அரசுகள் மற்றும் அவற்றின் நிறுவனங்களால் மேற் கொள்ளப்படும் சித்தாந்த திருகல் மறுகல்களுக்கு எடுத்துக்காட்டுகள் தந்து, நானும் எண்ணற்ற அறிக்கைகள் எழுதியுள்ளேன்.

கியூபா, வெனிசுலா, எரீத்ரியா, சீனா, ஈரான், ஜிம்பாப்வே, ரஷ்யா போன்ற, மேற்கத்திய கட்டளைகளுக்கு பணிய மறுக்கும் நாடுகளை இலக்காக்குகிறது, மேற்கத்திய தவறான தகவல்; ருவாண்டா, உகாண்டா, கென்யா, இந்தோனேசியா, சவூதி அரேபியா, இஸ்ரேல், பிலிப்பைன்ஸ் போன்று தம் அண்டை நாடுகளை மேற்கத்திய நலன்கள் சார்பில் அச்சுறுத்துவது அல்லது கொள்ளையடிப்பது.

உலகெங்கிலும் அச்சமும் இன்மைவாதமும் பெருகியுள்ளன. சர்வ வல்லமை மிக்கதாகத் தோன்றிடும் உலகின் மேற்கத்திய எஜமானர் களால் இலக்காக்கப்படும் பயம், தண்டிக்கப்படும் பயமே அது. முத்திரை குத்தப்படல், ஓரங்கட்டப்பட்டு அல்லது அடையாளமிடப் படல் பற்றிய பயம் அது.

மேற்கத்திய ஊடகங்களிலும் கல்வி நிறுவனங்களிலும் வலுப் படுத்தப்பட்ட பரப்புரையாளராலும் இன்மைவாதம் பரப்பப்படுகிறது. உலகின் அனைத்து மூலைகளிலிருந்தும் வெவ்வேறு நிறங்களிலும் வரும், முற்போக்கானதும் சுதந்திரமானதுமான கருத்துக்கள் இலட்சியங்களையெல்லாம் இலக்காக்கிட அமர்த்தப்பட்ட பரப்புரை உளவாளிகள் மூலம் பரப்பப்பட்டிருக்கிறது. உலகின் மேம்பட்ட நிலைமைக்கான தன்னம்பிக்கை, உணர்வெழுச்சி, கனவுகள் எல்லாம் தாக்கப்பட்டுள்ளன, நஞ்சூட்டப்பட்டுள்ளன, நம்பிக்கை இழக்குமாறு செய்யப்பட்டுள்ளன அல்லது குறைந்தபட்சம் பரிகசிக்கப்பட்டுள்ளன.

***

நான் அடிக்கடி பதட்டத்திற்கு ஆளாகியுள்ளேன், ஆனால் ஒரு போதும் போராட்டத்தைக் கைவிடத் துணிந்ததில்லை. அபாயத்தில் இருப்பது நிறைய, தனிப்பட்ட ஓய்ந்துபோதல் பொருத்தமற்றதாய் தோன்றிற்று.

இரவு பகலாக என் திரைப்படங்களிலும் புத்தகங்களிலும் ஈடுபடும் போது, உலகை வலம் வரும் போது, அடிக்கடி நோமை எண்ணிப் பார்த்திருக்கிறேன். நான் அறிந்தவர்களில் மிகவும் திடமான அறிவார்த் தமாயும் தார்மீகமாயும் நம்பத்தக்க மானுடர் அவர். பேரரசின் பீரங்கிகளை எதிர்கொண்டு நிற்பதில் பெருமையும் பெருமிதமும் கொள்ளும் அவரது தீரமும் அர்ப்பணிப்பும் ஊக்கமளிப்பவை உத்வேகமூட்டுபவை. ஒரு கட்டத்தில் அவருடன் சேர்ந்து, நிலைகுலை கின்ற நமது உலகம் பற்றி நான் அறிந்ததை, உரையாடல் மூலம் தொகுத்துத் தரும் வேட்கை ஏற்பட்டது.

திரைப்படக் கேமராக்கள் முன்னே நம் உலகம் பற்றி விவாதிப்பதில் குறைந்தது இருதினங்கள் கழிக்க வருமாறு அவரிடம் கேட்டேன். பெருந்தன்மையுடன் ஒத்துக் கொண்டார். அவரது அற்புதமான ஆனால் பாதுகாப்பரணான உதவியாளர் பேவ், தனது ஆசீர்வாதத்தை அளித்தார். அது நிகழ்ந்து கொண்டிருந்தது! எனது ஜப்பானிய திரைத் தொகுப்பாளர் ஹடா டகேஷியும் நானும் சீக்கிரமே, எங்கள் உரையாடலின் திரை வடிவத்தை இணைந்து தயாரிக்க ஒப்புக் கொண்டோம். லண்டனில் உள்ள வெளியீட்டாளர் புளூட்டோ பிரஸ், எங்கள் உரையாடலை புத்தக வடிவில் கொண்டு வரத் தீர்மானித்தது. எல்லாம் மின்னல் வேகத்தில் நகர்ந்தன.

பணம் ஏதும் திரட்டப்படவில்லை. ஹடா-ஸன், போஸ்டனுக்கு சிறிய ஆனால் பெரிதும் தொழில் முறையிலான ஜப்பானிய திரைப்பட கர்த்தாக்களின் அணியைக் கொண்டு வந்தார்; அந்த அணி இத்திட்டத்தின் முக்கியத்துவத்தை உணர்ந்து, முன்பணம் கோராமல்,

எதிர்காலத்தில் தொகை கிட்டும் என்ற பொத்தாம் பொதுவான வாக்குறுதியில் இயங்கிற்று.

ஆப்பிரிக்காவிலிருந்து ஐரோப்பாவுக்கும் அங்கிருந்து சாந்தியாகோ தெ சிலிக்கும் பறந்தேன், டெமுகோவிலிருந்து போஸ்டனுக்கு நீண்ட பயணம் மேற்கொண்டேன் - அங்கே நோமுடனான என் சந்திப்பு நிகழ இருந்தது. பல ஆண்டுகளாக என் தாயகமாயிருந்த லத்தீன் அமெரிக்க நாடுகளினுடே பயணித்துச் செல்கையில் திரைப் பதிவுகளை சேகரித்துக் கொண்டேன், முன்னர் ஏகாதிபத்தியத்தால் சிதைக்கப்பட்டு இப்போது விடுதலை பெற்று, சட்டென்று தன்னம்பிக்கையும் வண்ணங்களும் நிரம்பி, வெளிப்படையாகவே சோசலிஸ்டாயும் சுதந்திரமாயும் இருந்தன.

தன் ஆதரவையும் உதவியையும் தரும் பொருட்டு யயோய், கென்யாவிலிருந்து போஸ்டனுக்கு பறந்தார். எங்களது போஸ்டன் நண்பர். ஃபோட்டினி, தங்குமிடத்திற்கும் போக்குவரத்திற்கும் ஏற்பாடு செய்தார். சந்திப்புக்கு இரு தினங்கள் முன் திரைப்படக்குழு வந்து சேர்ந்தது. எல்லாம் இயங்கிக் கொண்டிருந்தது.

***

MIT யில் இரு தினங்களில் பல மணி நேரங்களாக மேற்கத்திய நாடுகள் உலகெங்கிலும் நிகழ்த்தியுள்ள எண்ணற்ற தாக்குதல்கள், நூற்றாண்டு காலங்களில் பரப்பியுள்ள பீதிக்கு அவையே பொறுப்பு என்பதை விவாதித்தோம்.

1. நோம் சாம்ஸ்கியும் ஆண்ட்ரே வில்செக்கும் MIT யில் உள்ள சாம்ஸ்கியின் அலுவலகத்தில் ஜுன் 14,2012 (காப்புரிமை: யாயோய் சேகி Yayoi Segi)

வலிமிக்கதாயும் தீவிரமிக்கதாயும் இவ்விஷயம் இருந்தபோதும் உரையாடல் எளிதாக நீரோட்டமானதாகச் சென்றது.

ஒவ்வொரு புள்ளியிலும் நாங்கள் ஒத்துப் போனோம் என்பதில்லை. அரபு வசந்தம் மற்றும் துருக்கி நிலவரம் குறித்து என்னை விடவும் நோம் நன்னம்பிக்கை மிக்கவராகத் தோன்றினார். என்னைப் போலின்றி, உலகின் எஞ்சியுள்ள பகுதி மீதான படிமானத்தை மேற்கு, கடைசியாக இழந்து கொண்டிருந்தது என்பதில் உறுதி கொண்டிருந்தார். ஆனால் சாராம்சமான விழுமியங்களிலெல்லாம் இசைந்து போனோம். ஒரே இலட்சியத்திற்கான போராட்டத்தில் இரு நெருங்கிய சகாக்கள் இணைந்து கொள்வதாக இருந்தது, இவ்விவாதம்.

இப்புத்தகத் தலைப்பு உணர்துவது போல, எங்கள் உரையாடலின் விஷயங்கள், ஹிரோஷிமாவிலிருந்து ஆளில்லா விமானப்போர் வரையிலும், காலனியத்தின் ஆரம்ப தினங்களிலிருந்து மேற்கத்திய பரப்புரை சாதனங்களால் பயன்படுத்தப்படும் நவீன முறைகள் வரையிலும் விரிவு கொண்டிருந்தன. இப்பரிமாற்றம், நியூயார்க் நகரின் பிராட்வேயிலுள்ள 72 ஆம் தெரு செய்தித்தாள் கடைக்கும் எங்களைக் கொண்டு சென்றது. நிகரகுவா, கியூபா, சீனா, சிலி, இஸ்தான்புல் என எங்களுக்குப் பிரியமான இடங்களுக்கு இட்டுச் சென்றது.

எனது கணக்கீட்டின்படி, மேற்கத்திய ஏகாதிபத்தியத்தின் தாக்கத்தால், இரண்டாம் உலகப்போர் முடிந்த பிறகு நேரிடையாக, 5.5 கோடிபேர் கொல்லப்பட்டனர் என்ற பிரகடனத்துடன் எங்கள் விவாதத்தை ஆரம்பித்தேன். மறைமுகமாகப் படுகொலை செய்யப் பட்டவர்கள் கோடிக் கணக்கில். நிலவரம் குறித்து ஏதேனும் செய்யலாம் அல்லது எதுவும் செய்யாதிருக்கலாம் என்னும் தேர்வு ஒருவருக்கு எப்போதும் உள்ளது என நோம் அறிவித்ததோடு எங்கள் விவாதத்தை முடித்துக் கொண்டோம்.

***

உரையாடல் முடிந்து பல மாதங்கள் திரைப்படப் பதிவுகளையும் புத்தகத்திற்கான படங்களையும் சேகரித்தபடி உலகைச் சுற்றி வந்தேன். நாங்கள் சொல்லிக் கொண்டிருந்ததை எடுத்துக்காட்டி விளக்கவும், எங்கள் வார்த்தைகள் வாயிலாக மட்டுமின்றி காட்சிகள் வாயிலாகவும் எங்கள் பார்வையாளரையும் வாசகரையும் ஈடுபடுத்திடவும் விரும்பினேன். வாரக்கணக்கில் கெய்ரோவிலும், போர்ட் செய்ட்டிலும் எகிப்தியப் புரட்சியாளர்களுடன் நம்பிக்கைகளையும் கனவுகளையும் பகிர்ந்து கொண்டிருந்தேன். இஸ்ரேலால் ஆக்கிரமிக்கப்பட்டிருந்த சிரிய கோலன் ஹைட்சில் வசிப்பவர்களான கண்ணியமான ட்ரூஸ் மக்களுடன் விரக்தியை பகிர்ந்து கொண்டிருந்தேன்; ஆப்பிரிக்காவிலும்

# அறிமுகம்

ஓஸனியாவிலும் ஆசியாவிலும் புகைப்படங்கள் திரைப்பதிவுகள் எடுத்துக் கொண்டிருந்தேன்.

கைவிட்டுவிட்டு எதுவும் செய்ய இயலாது என அறிவிப்பது எளிது என்ற நோமின் வாசகம் சரியானது. போராட்டம் வீழ்ந்து விட்டது என ஒரு தொலைக் காட்சிப் பெட்டிமுன் கூச்சலிடுவது எளிது. ஆனால் அப்போது எதுவும் மாறாது. மனிதகுலம் உயிர் தப்பவும் செழித் தோங்கவும், மாற்றப்பட விஷயங்கள் நிறைய இருந்தன. இதற்கான மாற்று கணிசமான மாற்றங்களின் பொருட்டு இரவு பகலாக உழைப்பது அம்மாற்றங்களுக்காகப் போராடுவது, இது மிகச் சிரமமானது, ஆனால் மிகுந்த வெகுமதியளிப்பது.

வேலையும் போராட்டமும் சேர்ந்த பயணம் மூச்சுவிட முடியாத தாக இருந்தது. நாங்கள் செய்து கொண்டிருந்தது தியாகமல்ல; அது ஆனந்தமும் உரிமையும் நிறைந்தது. எங்கள் உரையாடல் நிகழ்ந்த போது, 15 ஆண்டுகளுக்கு மேலாக நோமை அறிந்தவனாயிருந்தேன். அவருடன் பரிச்சயம் கொள்வதும் பணியாற்றுவதும் நேரடியாக அவரிடமிருந்து கற்றுக் கொள்வதும் பெரிய கௌரவம்.

நாங்கள் பிரிந்ததும், வாழ்க்கை என்னை போர்க்களங்களுக்கு மோதல் பிரதேசங்களுக்கு மீண்டும் மீண்டும் துரத்தியது. நோம் பற்றியும் சொல்லப்பட்டவை எல்லாம் பற்றியும் அடிக்கடி சிந்தித்தேன். என் மனதில் எப்போதும் அவருடன் ஆலோசித்துக் கொண்டிருக் கிறேன். நிலவரங்கள் கடுமையாகும் போதெல்லாம், நோமின் அலுவலகத்தில் தொங்கும் குறிக்கோளை நினைத்துப் பார்த்திடும் வழக்கத்தை வளர்த்துக் கொண்டேன்: "எளிமையானதும் ஆனால் மிகவும் வலுவானதுமான மூன்று வேட்கைகள் என் வாழ்வை வழி நடத்தியுள்ளன. நேசத்திற்கான ஏக்கம், அறிவுக்கான தேடல், மனித சமூகத் துயரத்தின் மீது சகிக்க முடியாத இரக்கம்."

கோடா கினாபலு
மலேசியா
மார்ச் 26, 2013
http://andrevltchek.weebly.com

## பொருளடக்கம்

1. காலனியத்தின் கொலைபாதக மரபு — 23
2. மேற்கின் குற்றங்களை மறைத்தல் — 43
3. பரப்புரையும் ஊடகமும் — 50
4. சோவியத் முகாம் — 73
5. இந்தியாவும் சீனாவும் — 91
6. லத்தீன் அமெரிக்கா — 101
7. மத்திய கிழக்கும் அரபு வசந்தமும் — 119
8. பூமியில் மிகவும் நாசமாக்கப்பட்ட பகுதிகளில் நம்பிக்கை — 139
9. அமெரிக்க அதிகாரத்தின் வீழ்ச்சி — 152
10. கால வரிசை — 175

## 1. காலனியத்தின் கொலைபாதக மரபு

### ஆண்ட்ரே வில்செக்

இரண்டாம் உலகப் போர் முடிந்ததிலிருந்து மேற்கத்திய காலனியம் நவகாலனியத்தின் தாக்கத்தால் உலகெங்கிலும் 5 லிருந்து 5.5 கோடிபேர் இறந்துள்ளனர். ஒப்பீட்டளவில் இக்குறுகிய காலம் மானுட வரலாற்றில் அதிக எண்ணிக்கையிலான படுகொலைகளைக் கண்டுள்ளது என்று வாதிட முடியும். இதில் பெரும்பாலானவை சுதந்திரம், ஜனநாயகம் என்னும் உயரிய முழக்கங்களின் பெயரில் நடத்தப்பட்டவை. கையளவேயான ஐரோப்பிய நாடுகளும் ஐரோப்பிய வம்சாவளி குடிமக்களால் நிர்வகிக்கப்படுவதுமான நாடுகளும் மேற்கத்திய நலன்களை, "பொருட்படுத்த வேண்டிய" மக்களின் நலன்களை, மானுடத்தின் பெரும்பான்மையோருக்கு எதிராக முன்னெடுத்துச் செல்கின்றன. இலட்சக்கணக்கானோரின் படுகொலை தவிர்க்க முடியாததாயும், நியாயப்படுத்தக் கூடியதாயும் ஏற்கப் பட்டுள்ளது, பார்க்கப்பட்டுள்ளது. மேற்கத்திய பெரும்பான்மை மக்கள் அச்சமூட்டும் வகையில் தவறான தகவல் தெரிவிக்கப் பட்டுள்ளதாகத் தெரிகிறது.

மேற்கினால் முன்னெடுக்கப்பட்ட போர்களின் நேரடி விளைவாக சுமார் 5.5 கோடி போர் கொல்லப்பட்டிருக்க மேற்கத்திய ஆதரவுடைய இராணுவ திடீர் புரட்சிகள், பிற மோதல்களால் மறைமுகமாக அப்பட்டமான வறுமையில் ஓசையின்றி இலட்சக்கணக்கானோர் இறந்துள்ளனர். இத்தகு உலக நிலவரங்கள் மேற்கில் சவாலுக்குள்ளாவது அரிது, வெற்றி கொள்ளப்பட்ட நாடுகளிலும் எந்த எதிர்ப்புமின்றி இது பெரிதும் ஏற்கப்படுகிறது. உலகத்திற்கு பித்துப் பிடித்துள்ளதா?

### நோம் சாம்ஸ்கி

கெடுவாய்ப்பாக மேற்கு இழைத்துள்ளதில் மிகப்பெரிய குற்றம் எது என்பதில் கடும் போட்டி நிலவுகிறது. புவிக்கோளத்தின் மேற்கத்திய பாதியில் கொலம்பஸ் வந்திறங்கியபோது, வர்த்தகம், நகரங்கள், என முன்னேறிய நாகரிகங்களுடன் 8 லிருந்து 10 கோடி பேர் இருந்திருக்கக் கூடும். சீக்கிரமே இவர்களில் 95% மறைந்து போயினர். இப்போது அமெரிக்க பிரதேசமாயுள்ளதில் சுமார் 1 கோடி பூர்விக அமெரிக்கர் இருந்திருக்கலாம், ஆனால் 1900 இல் மக்கள் தொகை கணக்கெடுப்பின்படி 2 லட்சம் பேர் இருந்தனர். ஆனால் இதெல்லாம் மறுக்கப்படுகிறது. ஆங்கிலேய அமெரிக்க உலகின் அறிவார்ந்த, இடது தாராளவாத

ஆய்விதழ்களில் இது அப்படியே மறுதலிக்கப்படுகிறது... விமர்சனம் ஏதுமின்றி இயல்பாக.

எந்தச் செலவுமின்றி அளிக்கக்கூடிய ஆதார மருத்துவ நடைமுறைகளில்லாததால், ஆண்டுதோறும் 60 இலட்சம் குழந்தைகள் மடிகின்றன என்கிறது தி லான்ஸெட் மருத்துவ இதழ். இந்த எண்ணிக்கை மிகவும் பரிச்சயமானது. தெற்கு ஆப்பிரிக்காவில் மட்டும் அன்றாடம் ஊட்டச்சத்துக் குறைபாடும் எளிதில் குணப்படுத்தக் கூடிய நோய்களும் 8000 குழந்தைகளைக் கொல்கின்றன. ருவாண்டாவின் அளவில்... எளிதில் சரி செய்ய முடிவது.

உண்மையில் அறுதி இனப் படுகொலையாயிருக்கும் சுற்றுச் சூழல் அழிவினை நோக்கிச் சென்று கொண்டிருக்கிறோம். இது எதிர் கொள்ளப்படுவதே இல்லை; உண்மையில் அமெரிக்கா இதில் பின்னோக்கிச் செல்கிறது. படிம எரிபொருளை துரப்பணம் செய்திடும் நவீன உத்திகளால், ஆற்றலினை நூற்றாண்டு காலத்திற்குப் பெற்றிடும் சாத்தியம் ஏற்பட்டுள்ளது, இது இன்னொரு நூற்றாண்டிற்கு அமெரிக்க மேலாதிக்கத்தைப் பாதுகாக்கும் நாம் உலகின் சவூதி அரேபியா ஆவோம் என்பது போன்றவற்றால் அமெரிக்காவில் இப்போது கொண்டாட்ட மனநிலை நிலவுகிறது.

2012 ஆம் ஆண்டு நாட்டுக்கு நிகழ்த்திய உரையில் அதிபர் ஒபாமா இது பற்றி உற்சாகமாகப் பேசினார். தேசிய ஊடகம், வர்த்தக ஊடகம் போன்றவற்றில் இது பற்றிய பரபரப்பான கட்டுரைகள் வாசிக்கக் கிடைத்தன. அது தண்ணீர் வரத்தை நாசப்படுத்துகிறது, சுற்றுச் சூழலை அழித்தொழிக்கிறது என்பது போன்ற, உள்ளூர் சுற்றுச் சூழல் விளைவுகள் குறித்து சிறிது விமர்சனம் எழுந்தது. ஆனால் இதை நாம் மேற்கொண்டால் நூறாண்டுகளில் உலகம் என்னவாகும் என்பது குறித்து ஒரு பேச்சும் இல்லை. அது விவாதிக்கப்படுவதில்லை. இவை மிகவும் அடிப்படைப் பிரச்சனைகள். புற நிலை விளைவுகள் என நாம் கூறுவதைப் பரிசீலிக்காத, சந்தை சார்ந்த சமூகங்களில் இவை உள்ளார்ந்ததாக உள்ளன. அவை எந்தவொரு பேரத்திலும் நுழையாதவை, மற்றவர்களைப் பாதிப்பவை: அது பரிசீலிக்கப்படுவதில்லை.

## ஆண்ட்ரே வில்செக்

ஓஸனியாவில் (தெற்கு பசிபிக்) பல நாடுகள் மறைந்து கொண்டிருப்பதை பார்த்துக் கொண்டிருக்கிறேன். பல ஆண்டுகள் சமோவாவில் வசித்துக் கொண்டு, இம்மண்டலத்தில் விரிவாக பயணித்திருக்கிறேன். டுவாலு, கிரிபாடி, மார்ஷல் தீவுகள் போன்ற பல நாடுகள் தம் குடிமக்களைப் பெருமளவில் வெளியேற்றுவது பற்றி ஏற்கனவே

சிந்திக்கத் தொடங்கியுள்ளன. ஓஸனியாவில் வசிக்க முடியாதவையாகப் பல தீவுகளும் பவளத் திட்டுகளும் மாறிவருகின்றன; மாலத் தீவுகளிலும் பிற இடங்களிலும் கூட இது நடக்கின்றது. முதலில் மறைந்து போகும் நாடாக கிரிபாடி இருக்கலாம். இந்நாடுகள் மூழ்கிக் கொண்டிருப்பதாகத் தெரிவிக்கின்றது பெருந்திரள் ஊடகம். உண்மையில் இவை மூழ்கவில்லை, மாறாக பவளத்திட்டுகளில் மோதும் பேரலைகள் தாவரங்களையெல்லாம் அழித்து, நீர்வரத்துகளை மாசுபடுத்தி வருகின்றன. இது இத்தீவுகளை வசிக்க முடியாதவையாக ஆக்குகின்றது அல்லது தண்ணீரிலிருந்து உணவு வரையில் அனைத்திற்கும் இறக்குமதி சார்ந்து இருக்குமாறு நிர்ப்பந்தப்படுத்துகின்றது.

2. ஈபை தீவு (Ebeye Island), மார்ஷல் தீவு அருகில் குவாஜாலினில் (Kwajalein) உள்ள அமெரிக்க இராணுவ தளத்திலிருந்து வரும் மாசுபடுத்தலைக் காட்டுகிறது.
(காப்புரிமை: ஆண்ட்ரே வில்செக்)

வியப்பூட்டும் விதத்தில் டுவாலுவில் நான் பணிபுரிந்தபோது, வெளிநாட்டு ஊடகங்கள் எதுவுமே இல்லை, ஃபுனாஃபுடி பவளத் திட்டில் ஏதோ தொலைக்காட்சி நாடகத்துக்காக ஒரேயொரு ஜப்பானிய திரைப்படக்குழு மட்டும் இருந்தது. மோசமாக பாதிக்கப்பட்ட நாடுகளில் ஒன்று இது, கடல் மட்டம் உயருகையில் பூமியின் முகத்திலிருந்து சீக்கிரமே மறைந்து போகக் கூடியது, அது பற்றி ஊடகச் செய்தி ஏதுமில்லையே என்று என்னை எண்ண வைத்தது!

## நோம் சாம்ஸ்கி

ஜார்ஜ் ஆர்வெல்லிடம் இதற்கொரு சொற்றொடர் இருக்கிறது: "மக்களல்லாதவர்." உலகம் நம்மைப் போன்றவர்களாலும் மக்களல்லாத

வர்களாலும் - பொருட்படுத்த வேண்டாத ஒவ்வொருவராலும் ஆனது. ஆர்வெல் எதிர்கால எதேச்சதிகார சமூகம் பற்றி பேசிக் கொண்டிருந்தார், ஆனால், அது இப்போது நமக்குப் பொருந்துகிறது. பிரித்தானியப் பேரரசின் இரண்டாம் உலகப் போருக்குப் பிந்தைய கொள்ளைகள் பற்றிய தன் ஆய்வில் இளம் பிரித்தானிய ராஜ தந்திர வரலாற்றாளர் மார்க் குர்டிஸ் மக்களல்லாதவர் என்ற தொடரைப் பயன்படுத்துகிறார். அவர்களுக்கு என்ன நேர்கின்றது என்ற அக்கறை நமக்கு இல்லை.

ஆங்கில உலகம் எனப்படும் இங்கிலாந்திலிருந்து கிளைத்த அமெரிக்கா, கனடா, ஆஸ்திரேலியாவின் பூர்வகுடி மக்களை நடத்து வதில் இணையம்சங்கள் உள்ளன. இவை பூர்வ குடிகள் மீது வெறுமனே ஆட்சி புரியாமல், அவர்களை அழித்தொழித்த வழக்கத்திற்கு மாறான ஏகாதிபத்திய சமூகங்களாகும். அவர்தம் நிலங்களையும் குடியிருப்பு களையும் கைக் கொண்டு அநேகமாக முழுமையாக அவர்களை அழித்தவை. அவர்களைப் பற்றி நாம் சிந்திப்பதில்லை. கடந்த காலத்தில் அவர்களுக்கு என்ன நேர்ந்தது என்று நாம் கேட்பதில்லை. உண்மையில் இதனை மறுதலிக்கிறோம்.

## ஆண்ட்ரே வில்செக்

வரலாற்றுரீதியில் ஐரோப்பிய காலனியப் பேரரசுகளால் கட்டுப்படுத்தப்பட்ட உலகின் அனைத்துப் பகுதிகளிலும், அநேகமாக அனைத்து ஐரோப்பியக் காலனிகளிலும் இதுதான் நிலை. முதலாவது சித்திரவதை முகாம்கள் நிறுவப்பட்டது நாஜி ஜெர்மனியால் அல்ல, மாறாக தென்னப்பிரிக்காவிலும் கென்யாவிலும் பிரித்தானிய ஏகாதி பத்தியத்தால் நிறுவப்பட்டது. நிச்சயமாக, ஐரோப்பிய யூதர்கள் மீதும் - நாடோடிகள் மீதும் ஜெர்மானியரால் நிகழ்த்தப்பட்ட இனப்பேரழிவு முதலாவது ஜெர்மானிய இனப்பேரழிவு இல்லை; தென்னமெரிக்காவின் தென்கோடியிலும் உண்மையில் உலகெங்கிலும் அவர்கள் பயங்கர இனப் படுகொலைகளில் ஈடுபட்டிருந்தனர். நமீபியாவின் ஹெரெரோ பழங்குடியின் பெரும்பான்மையினரை ஜெர்மனி ஏற்கனவே அழித்தொழித்திருந்தது. இது ஜெர்மனியிலோ எஞ்சியுள்ள ஐரோப்பாவிலோ எங்கும் விவாதிக்கப்படுவதில்லை. படுகொலைக்கு எந்தக் காரணமும் எந்தத் தர்க்கமும் இருக்கவில்லை. ஒரே விளக்கம், உள்ளூர் மக்கள் மீது ஜெர்மானியருக்கு இருந்த கடும் வெறுப்புதான்.

பகுத்தறிவு ரீதியிலான தத்துவார்த்த ரீதியிலான, சாராம்சத்தில் சமாதானமிக்க ஜெர்மனி எப்படி சட்டென்று கட்டவிழ்ந்து ஓடியது என்பதற்கு, முதலாம் உலகப் போருக்குப் பின் அது பொருளாதார ரீதியில் அவமானப்படுத்தப்பட்டது என இரண்டாம் உலகப் போருக்குப்

பின் ஐரோப்பியர் முன்வைத்த புலம்பல்களைக் கேளுங்கள்! இத்தகு நேர்த்தியான மக்களிடமிருந்து இவ்வளவு வன்முறை வெடிப்பினை எப்படி யாரும் எதிர்பார்க்கவில்லை. ஹெரெரோ மக்களையோ சமோவான்களையோ, மபூச்சி இந்தியர்களையோ மானுடராகக் கருதாதிருந்தால், ஆப்பிரிக்காவிள் எஞ்சிய ஜெர்மனியின் காலனிய வரலாற்றை ஒருவரால் மறக்க முடிந்திருந்தால், எதிர்பார்க்க முடியாதுதான்.

## நோம் சாம்ஸ்கி

இனப்பேரழிவிலும் கூட, யூதர்களைப் போலவே நாடோடிகளும் நடத்தப்பட்டனர். ஆனால், அது குறிப்பிடப்படுவதில்லை. இன்று நாடோடிகளின் சித்திரவதை ஏற்கப்படுவதுமில்லை. எடுத்துக்காட்டாக, 2010 இல் பிரெஞ்சு அரசாங்கம் பிரான்ஸிலுள்ள நாடோடிகளை வெளியேற்றி, ரோமெனியாவில் துயரிலும் பீதியிலும் ஆழ்த்துவதற்கு, முடிவெடுத்தது. இனப்பேரழிவில் தப்பிப் பிழைத்த யூதர்களை, இன்னும் சித்திரவதை செய்கின்ற, திகிலுக்குள்ளாக்குகின்ற ஓரிடத்திற்கு பிரெஞ்சு அரசு வெளியேற்றுவதை உங்களால் கற்பிதம் செய்து பார்க்க இயலுமா? நாடு ஆவேசத்தில் வெடித்து விடும். இதுவோ விமர்சனமின்றி கடந்து போனது.

## ஆண்ட்ரே வில்செக்

நவீன செக் குடியரசில் நாடோடிகளைப் பிரித்து வைக்க சுவர்கள் எழுப்பப்பட்டன. இரு தசாப்தங்களுக்குச் சற்று குறைந்த காலத்துக்கு முன், ஒப்பீட்டளவில் சமீபத்தில், நகரங்களின் மத்தியில் அவர்கள் சேரிகளைக் கட்டிக் கொண்டிருந்தனர். 1930 களிலும் 40 களிலும் செக் நாட்டினர்நாஜிகளுடன் கூட்டு சேர்ந்து, நாடோடிகளைச் சுற்றி வளைக்க துணை நின்றதன் ஜில்லிட வைக்கும் நினைவூட்டலே இது. 1990 களில் செக் நாட்டினர் மேற்கின் சகாக்களாகிவிட்டதால், மேற்குலகின் மக்கள் திரள் ஊடகத்தின் பார்வையில், தொடக்கூடாத தேசமாகினர். ஜிம்பாப்வேயின் வெள்ளை விவசாயிகளுக்கு எதிராக முகாபேயால் இழைக்கப்பட்ட எதனை விடவும், மிருகத்தனமானது, செக் குடியரசில் நாடோடிகள் நடத்தப்பட்ட முறை.

ஐரோப்பிய காலனியத்தைப் பொறுத்த வரை, இரண்டாம் உலகப் போரின் முடிவுடனோ 1950 களிலோ 1960 களிலோ, காலனியம் மறைந்து விடவில்லை என்று தோன்றுகிறது. உலகின் விளிம்பு நிலைப்பகுதிகளில் எந்த அளவுக்குப் பயணிக்கின்றேனோ, அந்த அளவுக்கு சிறப்பான பரப்புரையாலும் உள்நாட்டு மக்களை கையாள் வதற்கான தகவல் சேகரிப்பாலும் காலனியம் திடப்பட்டுள்ளது என்று தோன்றுகிறது. கடந்த காலத்தில் எப்போதும் ஓர் எதிரி, புலப்படும் ஒரு வில்லன் இருந்தான், எனவே இன்றைய நிலைமை மிகவும் கலவரப்

படுத்துகிறது. காலனிய இராணுவத்திலோ காலனிய நிர்வாகத்தின் போதோ ஓர் எதிரியை வரையறுப்பது எளிது. காலனியம் தொடர்கிறது ஆனால் என்ன நடக்கிறது, எதிரிகள் யார் என்று சுட்டிக்காட்டுவது உள்ளூர் மக்களுக்கு சிரமமிக்கதாகத் தோன்றியது.

## நோம் சாம்ஸ்கி

உலகின் மிக மோசமான அதிக்கிரமங்களில் சில கடந்த சில ஆண்டுகளில் கிழக்கு காங்கோவில் நிகழ்ந்துள்ளன. 30 லிருந்து 50 இலட்சம் வரையிலான மக்கள் கொல்லப்பட்டிருக்கலாம். யாரை குற்றம் சாட்டுவீர்கள்? அவர்கள் இராணுவக் கும்பல்களால் கொல்லப்பட்டுள்ளனர், அக்கும்பல்களின் பின்னிருந்தவை பன்னாட்டு கூட்டு நிறுவனங்களும் அரசாங்கங்களும், அவை புலப்படாதவை.

## ஆண்ட்ரே வில்செக்

இப்போது Rwanda Gambit என்ற நீண்ட ஆவணப் படத்தை நிறைவு செய்து கொண்டிருக்கிறேன். இதனை எடுத்து முடிக்க மூன்றாண்டாண்டுகளுக்கு மேலாகியிருக்கிறது. இப்போது நாம் பேசிக் கொண்டிருக்கும் எண்கள், நீங்கள் குறிப்பிட்டதை விடவும் அதிகம்: அறுபது இலட்சத்திலிருந்து ஒரு கோடி பேர்வரை காங்கோ ஜனநாயகக் குடியரசில் கொல்லப்பட்டனர்; இருபதாம் நூற்றாண்டின்

3. காங்கோ ஜனநாயக் குடியரசின் கோமாவில் (GOMA) தெருக் காட்சி
(காப்புரிமை: ஆண்ட்ரே வில்செக்)

ஆரம்பத்தில் பெல்ஜிய மன்னன் இரண்டாம் லியோபோல்டால் கொல்லப்பட்டவர்களின் அளவில் இருப்பார்கள். நீங்கள் சொல்வது சரி: பெரும்பாலும் ருவாண்டா, உகாண்டா மற்றும் அவற்றின் பதிலிகளும்தான் இலட்சக்கணக்கில் அப்பாவிகளைக் கொல்கின்றனர், என்றாலும், இதன் பின்னே மேற்கத்திய புவியரசியல் - பொருளாதார நலன்கள் உள்ளன.

## நோம் சாம்ஸ்கி

மேற்குலகினர் தம் கைபேசிகளில் பயன்படுத்தும் கோல்டான் மற்றும் பிற மதிப்பு மிக்க தாதுப் பொருட்கள் கிடைக்க வழிவகை செய்யும் விதத்தில், மக்களைக் கொன்று குவிக்க இராணுவ கும்பல்களைப் பயன்படுத்தும் பன்னாட்டு கூட்டு நிறுவனங்களை யாரும் பார்க்க முடிவதில்லை. அது மறைமுகமானது. அத்தன்மையிலான அதிக்கிரமங்களும் குற்றங்களும் ஏராளம்.... ஆனால் நேரடியானவை சில உள்ளன... வியட்னாமை எடுத்துக் கொள்வோம். அங்கேதான் இரண்டாம் உலகப் போருக்குப் பின் மிகக் கொடிய குற்றம் நிகழ்ந்தது. கென்னடி அப்போரைத் தொடங்கிய 50 ஆம் ஆண்டு நிறைவை 2011 அடையாளப்படுத்திற்று. அதிக்கிரமங்கள் அடங்கியிருந்தால், வழக்கமாக 50 ஆம் ஆண்டு தினங்கள் நன்றாகவே கொண்டாடப் படுகின்றன. ஆனால் இதில் ஒரு முனகல் கூட இல்லை. நவம்பர் 1961 இல் கென்னடி தெற்கு வியட்னாம் மீது குண்டு வீச்சைத் தொடங்குமாறு அமெரிக்க விமானப்படையை அனுப்பினார். பயிர்களை அழிக்க அவர் நாபாம் குண்டுகளைப் பயன்படுத்தவும் வேதியியல் போர் முறைக்கும் அனுமதி கொடுத்தார்; இலட்சக் கணக்கான மக்களை நடைமுறையில் சித்திரவதை முகங்களாக இருந்த "போர் தந்திர குக்கிராமங்களுக்கு" அல்லது, நகர்ப்புற சேரிகளுக்கு துரத்தியடிக்க போர் முறைகளை தொடங்கினார்.

வேதியியல் போரின் தாக்கங்கள் இன்னும் உணரப்படுகின்றன. சைகோன் மருத்துவமனைகளில் உருச்சிதைந்த கருக்களை இன்னும் பார்க்கலாம் - இவ் வேதிப்பொருள் நச்சுக்களின் விளைவாக, அனைத்து விதங்களிலான கோரக்குறைபாடுகள் - அதீதங்களுடன் அங்கு குழந்தைகள் பிறந்தன. ஆனால் இப்போது, பல தலைமுறைகள் கடந்ததும், எந்தக் கவனமும் இல்லை.

இது லாவோசிலும் கம்போடியாவிலும் கூட நடந்தது. கம்போடியாவின் குரூரமான போல்போட் அரசு பற்றிய பேச்சு நிறைய உண்டு, ஆனால் அதற்கு இட்டுச் சென்றது எது என்பது பற்றி அநேகமாக பேச்சே கிடையாது. 1970 களின் ஆரம்பத்தில் அமெரிக்க விமானப் படை கிராமப்புற கம்போடியாவில், இரண்டாம் உலகப் போரில்

பசிஃபிக்கில் நடந்த நேசநாடுகளின் கூட்டு விமானப் படையினரின் தாக்குதலின் அளவுக்கு, குண்டு வீசியது. கம்போடியா மீதான பெருமளவான குண்டு வீச்சில், ஹென்றி கிஸ்ஸிங்கரின் அறிவுரை களைப் பின்பற்றினர்: "நகரும் எதற்கும் எதிராக பறக்கும் எதுவும்" நீங்கள் முன்னதாக உணர்த்திய இனப் படுகொலைக்கான அழைப்பு அது என்கிறேன். ஆவணப் பதிவுகளில் இது போன்றதை பார்ப்பது கடினம். இது நியூயார்க் டைம்ஸில் ஒருவரியில் குறிப்பிடப்பட்டது. அப்புறம் நின்றுவிட்டது. ஆய்வு இதழ்களில் அல்லது விளிம்பில் தவிர இக்குண்டு வீச்சின் பரிமாணம் குறிப்பிடப்படவே இல்லை. ஆனால் இது இலட்சக்கணக்கானோரை கொன்ற விஷயம், மீண்டெழவே முடியாதபடி நான்கு நாடுகளை அழித்த விஷயம். அந்த நாடுகளின் மக்களுக்கு அது தெரியும், ஆனால் என்ன செய்வது என்று தெரியாது.

## ஆண்ட்ரே வில்செக்

வியட்னாமின் ஹனோயில் பல ஆண்டுகள் வசித்த நான், லாவேசில் அமெரிக்க விமானப்படையும் அதன் சகாக்களும் நடத்திய Plain of Jars Carpet - Bombing இன் விளைவுகளை செய்தியாக்கினேன்; அது இரகசிய போர் எனப்பட்டது, கம்போடியா பற்றியும் நிறையவே எழுதினேன். நான் வந்தடைந்த முடிவுகள் அதிர்ச்சியூட்டுவதாய் இருந்தன; மேற்கினால் நிலை குலையச் செய்து - நாசப்படுத்தப்பட்ட வேறுபல இடங்களைப் போல, மேற்கத்திய பெருந்திரள் ஊடகங்களால் மேற்கொள்ளப்பட்ட, தீர்மானகரமான பொய் பிரச்சாரம் இருந்துள்ளது. போல்பாட் ஆட்சியின் போது, கம்யூனிசத்தால் இழைக்கப்பட்டுள்ள குரூரமான குற்றங்களின் பீதிகொள்ள வைக்கும் எடுத்துக்காட்டுகளில் ஒன்றாக, கம்போடியா சித்தரிக்கப்பட்டது. தென்கிழக்கு ஆசிய மக்களுக்கு எதிராக மேற்குலகால் இழைக்கப்பட்ட இனப்படுகொலை என்ற உண்மைக் கதை ஊமையாக்கப்பட்டிருந்தது அல்லது முற்றிலும் ஒதுக்கப் பட்டிருந்தது.

வியட்னாமின் விடுதலைப் போராட்டத்தில் லாவோசும் கம்போடியாவும் சேர்வதைத் தடுக்கும் பொருட்டு, லாவோஸ்-கம்போடிய கிராமப்புறங்களில் B52 க்களைப் பயன்படுத்தி அமெரிக்கா குண்டு வீசியது. இலட்சக்கணக்கானோர் ஈவிரக்கமின்றி கொல்லப் பட்டனர். இன்னும் அங்கே சிதறிக் கிடக்கும் குண்டுகளை அவை கடிக்க நேர்வதால். இன்றைக்கும் பசுக்களின் தலைகள் தகர்க்கப் படுகின்றன. ஆண்கள், பெண்கள், குழந்தைகள் என அங்கு மக்களுக்கு இன்னும் நேர்ந்து கொண்டிருப்பதை கற்பிதம் செய்து கொள்ளலாம்.

ஐந்தாறாண்டுகளுக்கு முன் Mines Advisory Group (MAG) - டன் நெருங்கிப் பணியாற்றினேன்; அதுவொரு பிரித்தானிய கண்ணி வெடி

நீக்க நிறுவனம்; இந்தோசீனா போருக்கான அபாயகரமான சாதனங்களைத் தயாரித்து விநியோகித்த பல நிறுவனங்கள் (அவற்றிலொன்று இப்போது அமெரிக்காவில் உள்நாட்டுக்கான நுகர்பொருட்களைத் தயாரிக்கிறது) இவ்வாயுதங்கள் குறித்த தொழில்நுட்ப விவரங்களைப் பகிர்ந்து கொள்ள மறுக்கின்றன; அது MAG யின் பணியைச் சிரமமாக்குகிறது - ஏனெனில் அப்பொறியமைவை எப்படி கலைத்துப் போடுவது, எவ்வளவு காலம் அவை செயல் துடிப்புடன் விளங்கும் என்றெல்லாம் தெரியவில்லை. இந்தக் கருணையின்மை ஒத்துழைப்பினை இல்லாமலாக்கி, பெரிதும் பெண்களும் குழந்தைகளுமான உள்ளூர் மக்களை ஆயிரக்கணக்கில் தொடர்ந்து கொல்கின்றது.

கம்போடியாவின் ப்னாம் பென் தலைநகரில் அமெரிக்கா நியாய மற்றதும் ஊழல்படிந்ததுமான அரசாங்கத்தை திணித்ததில் தொடங்கி இதெல்லாம் ஆரம்பித்தன. கம்யூனிசம் எனப்படும் கேமர் ரூஜின் அதிக்கிரமங்கள் பற்றிப் பேசும் போது, அதனை ஆட்சேபிக்கத் தக்கதாக, அருவருப்பானதாகக் காண்கிறேன். படிப்பறிவின்றி, எஞ்சியுள்ள உலகிலிருந்து துண்டிக்கப்பட்டிருந்த பெரும்பாலான கம்போடியாவுக்கு கம்யூனிச சித்தாந்தம் குறித்து எதுவும் தெரியாது; பிரான்ஸின் கஃபேக்களில் தீவிரவாதப் பரிச்சயம் கொண்டு கம்போடியா திரும்பினார், போல்போட். கேமர் ரூஜ் சகாப்தத்தின் போது, ப்னாம் பென்னின் மேட்டுக் குடியினரைப் பழிவாங்கும் பொருட்டு, கிராமப்புற மக்கள் நடத்திய அதிக்கிரமங்கள்தான் பெரும்பகுதி என நான் அறிகிறேன்.

குண்டு வீச்சின் போது ப்னாம் பென் அமெரிக்காவுடன் முழுதாக ஒத்துழைத்தது; கிராமப்புற மக்கள் நகரவாசிகள் மீது கடும் வெறுப்பை வளர்த்திருந்தனர். நகரவாசிகளை உடந்தையாளர்களாகவும் துயரத்தின் மூல காரணமாகவும் பார்த்தனர். அதற்கும் கம்யூனிச சித்தாந்தத்திற்கும் துளியும் தொடர்பில்லை. கேமர்ரூஜ் நடவடிக்கைகளை விடவும் கம்போடிய கிராமப்புறங்களில் அமெரிக்க குண்டுவீச்சுகளின் போது அதிகமானோர் கொல்லப்பட்டனர் என்பதில் சந்தேகமே இல்லை.

எல்லாம் முடிந்து, வியட்னாம் கம்போடியாவை விடுவித்து, கேமர் ரூஜை பதவியிலிருந்து இறக்கியபோது, ஐ.நா.வுக்கான அமெரிக்கத் தூதர் "நியாயமான அரசாங்கம் திரும்ப வேண்டும்" என்று கோரினார். அவர் குறிப்பிட்டது கேமர் ரூஜை. சோவியத்தின் சகாவான வியட்னாமை எதிர்த்துதான் அமெரிக்கா போரிட்டுக் கொண்டிருந்ததேயொழிய, சுயமாக பிரகடனம் செய்து கொண்ட, அரைகுறை மாவோயிச அரசை எதிர்த்தல்ல.

ஆனால் மேற்கின் பொய்ப்பிரச்சாரம் தெளிவானது: கம்யூனிச சித்தாந்தத்தை குற்றஞ்சாட்டி, அதனை போல்பாட்டின் அதிக்கிரமங் களுடன் இணைத்து விடுவது. கம்போடியாவிலிருந்து நான் அனுப்பிய அறிக்கை ஒன்றில், போல்பாட்டும் அவரது கும்பலும் கிராமத்தினரை ஊக்குவிக்க, தென்னமெரிக்க கால்பந்தாட்டக் குழு அல்லது ஓடுவதற்கான ஷூக்கள் கம்பெனியின் பெயரில் நகரவாசிகளை கொல்லத் துணிந்திருந்தால், விளைவு அதேதான் என்று வாதிட்டிருந்தேன்.

## நோம் சாம்ஸ்கி

கம்போடியாவின் ஒட்டுமொத்த வரலாற்றில் மிகவும் விரிவாக புலனாய்வு செய்யப்பட்டிருப்பது, கேமர் ரூஜ் ஆட்சியின் மூன்றாண்டு காலமே என்று அறிஞர்கள் சுட்டிக்காட்டியுள்ளனர். நாட்டின் எஞ்சிய முழுவரலாற்றையும் விட, அக்காலகட்ட கம்போடியா பற்றி அதிகமாகவே அறியப்பட்டுள்ளது. அதற்கு முந்தைய சில ஆண்டுகள் பற்றி எதுவும் தெரியாது. நமக்குத் தெரிந்ததெல்லாம், கேமர்ரூஜ் 1970 இல் மிக அற்பமான விளிம்புநிலை குழு, ஆனால் ஆத்திரங் கொண்டிருந்த குடியானவர்களின் பெரும்படையைத் திரட்டியது, அவர்கள் தாம் குற்றவாளிகளாக பார்த்த நகர்ப்புற மேல் தட்டினரை தாக்கினர்.

நகர்ப்புற மேட்டுக் குடியினரின் பின்னே வாஷிங்டனின் கையிருந்ததை அவர்கள் பார்க்கவில்லை. அது சிறிது கிழக்கு காங்கோவும் கோல்டானையும் போன்றது. யார் உங்களைக் கொல்கின்றார்கள் என்பது உங்களுக்குத் தெரியாது. அது மேற்கிலும் பளிச்சென்று தெரிகிறது. ஒரேயொரு உதாரணம், அளவில் தொலைதூரத்ததாயினும் தீவிரமானது: விஸ்கான்சினில் குடியரசுக் கட்சி ஆளுனர், தொழிற் சங்கங்களின் கூட்டு பேரத்தை அகற்றினார். பெரும் எதிர்ப்புகள் எழுந்தன, ஆளுனருக்குப் புது தேர்தல், அவரை விலக்கிக் கொள்ள வாக்கெடுப்பு கோரப்பட்டது. ஆனால் வாக்கெடுப்பில் குடியரசுக் கட்சியே வென்றது. ஏன் என்று பரிசீலிப்பது சுவையானது. துயரத்திற்கான மூலகாரணம் அவர்களது அண்டை வீட்டாரே என்று வலியுறுத்தும் சாமர்த்தியமான பரப்புரை மேற்கொள்ளப்பட்டது. பொருளாதாரத்தை அழித்த வங்கிகளல்ல குற்றவாளிகள், அவர்கள் மிகவும் தொலைவில் இருப்பவர்கள். உங்களால் பார்க்க முடிவது, உங்களை விடச் சற்று நன்றாயிருக்கின்ற அண்டை வீட்டார்களையே. உங்களது அண்டை வீட்டார் தீயணைப்புப் பணியிலிருந்து ஓய்வு பெற்றுள்ளவராயிருக்கலாம், உங்களுக்கு ஓய்வூதியம் இல்லை, எனவே உங்கள் கோபத்தை அவரிடம் திருப்புகிறீர்கள். பொருளாதாரத்தை நசுக்கியவர்களுக்கு எதிராக இல்லை, ஏனெனில் அவர்கள் எங்கேயோ

உள்ளனர்; பெரிதும் நியூயார்க்கின் அடுக்குமாடிக் கட்டிடங்களில் இருக்கின்றனர். பெரும் பணம் செலவழித்து தீவிர பரப்புரை இயக்கம் நடந்தது. யூதர்கள் விஷயத்தில் நாஜிகள் செய்தது அதனையே: "உங்களது பட்டினிக்கும் மனச் சிதைவுக்கும் அவர்களே பொறுப்பு."

## ஆண்ட்ரே வில்செக்

ஆம், தென்கிழக்கு ஆசியாவில் நடந்ததற்கும் ருவாண்டா, உகாண்டா, காங்கோ ஜனநாயகக் குடியரசிலும் நடந்து கொண்டிருப்பவற்றிற்கும் இடையே ஆற்றல்மிக்க இணையம்சங்கள் இருக்கக் கூடும். இராணுவ கும்பல்கள் கொல்கின்றன, இலட்சக் கணக்கானோர் மடிகின்றனர். உள்ளூர் மக்கள் காட்டுமிராண்டிகளாக, அனேகமாக மிருகங்களாகச் சித்தரிக்கப்படுகிறார்கள். மேற்கத்திய அரசாங்கங்களும் கூட்டு நிறுவனங்களும் தொலை தூரத்தில் உள்ளன, அவை பொறுப்பாக்கப் படுவதில்லை.

இந்நிகழ்வுகள் குறித்து ஐய்ரோப்பாவிலும் அமெரிக்காவிலுமுள்ள தகவலறிவு சொற்பமே. கல்வி கற்று தகவலறிவுமிக்கதாகப் பெருமைப் பட்டுக்கொள்ளும் கண்டம் ஐரோப்பா. பெரும்பாலான ஆப்பிரிக்கர்கள் அறிவார்கள், ஆனால் இதில் ஈடுபட்ட கம்பெனிகளின் ஐரோப்பியருக்கு எதுவும் தெரியாது. அல்லது எதுவும் தெரிந்து கொள்ளாது இருப்பதை அவர்கள் தேர்ந்தெடுக்கின்றனர்.

ஒவ்வொன்றும் பரஸ்பரத் தொடர்பிலிருக்கின்றது. ருவாண்டா படையினரால் காங்கோ ஜனநாயக் குடியரசை கவிழ்க்கும் இரண்டாம் முயற்சியை தடுப்பதில் ராபர்ட் முகாபே பங்கேற்றதால், மேற்கில் அவர் "தீய சக்தி" யானார். உகாண்டா அதிபர் யோவெரி முஸவேனியின் நற்பணிக்காக, மேற்கின் சார்பில் தெற்கு சூடான் வெகுமதியாகத் தரப்பட்டது என்னும் பரிகாசம் கிழக்கு ஆப்பிரிக்காவில் நிலவுகிறது.

காங்கோவில் கற்பிதம் செய்ய முடியாத துயரம், அதீத இனப் பேரழிவு பற்றிப் பேசிக் கொண்டிருக்கிறோம் - ஒரு நூற்றாண்டுக்கு முன்னர் இரண்டாம் லியோபால்டால் காங்கோவுக்கு இழைக்கப் பட்டதுடன் எளிதில் போட்டியிடக் கூடிய ஒன்று அது.

எண்ணிக்கை அஞ்சத்தக்கதாயும் கற்பிதம் செய்ய முடியாததாயும் இருப்பதால், திருப்பிக் கூற வேண்டியவனாக இருக்கிறேன். சென்ற வருடம் வாஷிங்டனில் நான் ஆவணப்படம் எடுத்துக் கொண்டிருந்த போது, காங்கோ ஜனநாயகக் குடியரசு அதிபர் வேட்பாளர்களில் ஒருவரான பென் கலாலா, "60 லிருந்து 80 இலட்சம் பேர் வரை மக்களைப் பற்றி நாம் பேசிக் கொண்டிருக்கிறோம்" என்றார். "ருவாண்டாவில் எட்டு இலட்சம் பேர் இறந்தனர். அவர்கள்

மனிதர்கள் என்பதால் அனுதாபப்படுகிறேன், ஆனால் ஒட்டுமொத்த உலகமும் 1994 ருவாண்டா இனப்பேரழிவு பற்றிப் பேசிக் கொண்டிருக்கிறது. காங்கோவில் 60 லிருந்து 80 லட்சம் பேர் வரை கொல்லப்பட்டுள்ளனர்" என்றார்.

இது கடந்த சில ஆண்டுகளில் மட்டும், அதுவும் இரண்டாம் லியோபோல்டின் ஆட்சியை ஒத்திருக்கிறது, அப்போது ஒரு கோடிப் பேர் மடிந்தனர். இரப்பர் தோட்டங்களில் சரியாக வேலை செய்யாவிடில் கைகள் துண்டிக்கப்படும், மக்கள் தம் குடிசைகளில் எரிக்கப்பட்டனர். மேற்கத்திய அரசமைப்பு சட்ட முடியாட்சிகளாலும் பலகட்சி ஜனநாயகங்களாலும் என்ன செய்யப்பட முடியும் என்பதை உலகிற்கு உணர்த்தும் பெரும் எச்சரிக்கை அது. நிச்சயமாக இது ஆண்ட்வெர்ப் பிலோ ப்ருகசிலோ நிகழவில்லை, ஆனால் "இருளின் மையத்தில்", துருவியாராயும் விழிகளுக்குத் தொலைதூரத்தில் நடந்தது. ஆக, பெல்ஜியர்கள் தம் நாட்டு மக்கள் தொகையை விட அதிகமானோரை ஆப்பிரிக்காவில் கொன்றனர்.

## நோம் சாம்ஸ்கி

ஒருமுறை ஆர்வத்தில் பிரித்தானிகா கலைக் களஞ்சியத்தின் புகழ்பெற்ற பதிப்பை புரட்டிக் கொண்டிருந்தேன். அது 1910 அல்லது அதனையொட்டிய ஆண்டு, இரண்டாம் லியோபோல்டைத் தேடினேன். அவர் செய்த அற்புதமான செயல்கள், தன் நாட்டை எப்படி கட்டியெழுப்பினார் என்பது போன்ற பதிவுகள் இருந்தன. கடைசியில் "அவர் சில நேரம் தன் மக்களைக் கடுமையாக நடத்தினார்" என்றிருந்தது. ஆம் ஒரு கோடிப் பேரைக் கொன்றது போன்ற நேரங்களில்!

## ஆண்ட்ரே வில்செக்

2011 இல் ப்ரசல்சில் இருந்தபோது இரண்டாம் லியோபோல்டின் ஏராளமான சிலைகளை பார்த்தேன். தடுக்கி விழுந்தால் அவர் சிலைதான். இன்னும் அவர் பெல்ஜியத்தில் அதிக அளவில் கௌரவிக்கப் படுகிறார். காங்கோ மக்களுக்கு அவர் இழைத்திருந்தது, ஐரோப்பிய காலனியவாத அளவீடுகளின் படியே இனப்படுகொலையாக இருந்த போதும், இன்னும் அவர் பெல்ஜியத்தின் தேசிய நாயகர்களில் ஒருவராகக் கருதப்படுகிறார்.

ஒரு கட்டத்தில் பெல்ஜிய அரசு அவரது தனிப்பட்ட காலனிகளை கைப்பற்றி "நாட்டுடைமை" ஆக்கியது. இது ஏதோ நகைச்சுவை போலத் தோன்றும் அக்காலனிகளை விடுவிப்பதற்குப் பதிலாக, ஒரு கோடி மக்கள் கொல்லப்பட்டிருந்தது தெரிந்தும், பெல்ஜிய அரசு

காலனியத்தின் கொலைபாதக மரபு

35

அவற்றை நெறி பிறழ்ந்த மன்னனிடமிருந்து கைப்பற்றி தனதாக்கிக் கொண்டது. காலனியாக்கப்பட்டதில் தவறேதுமில்லை என காங்கோ மக்களில் பலரை நம்பவைத்தனர், கல்வி புகட்டினர் என்பது நிச்சயம்.

## நோம் சாம்ஸ்கி

காலனியமாக்கப்பட்டவர்கள் தம் மீதான ஒடுக்குமுறையினையே ஏற்றுக் கொள்வதும் கௌரவித்துக் கொள்வதும் சுவையான விபரமாகும். கல்கத்தாவில் ஒருமுறை விக்டோரியா நினைவு அருங் காட்சியகம் சென்றபோது, அங்கே சர் இராபர்ட் கிளைவ் சிலையைப் பார்த்தேன் இந்தியாவை நாசப்படுத்தியவர்களுள் ஒருவர் அவர். வழிகாட்டிகளால் ஒவ்வொரு கூடமாக சுற்றிப் பார்த்த எனக்கு கிடைத்தவை, பிரித்தானியர் இந்தியரை அடித்து உதைத்ததும் அவமானப்படுத்தியதுமான சித்திரங்கள் போன்றவையே. அப்புறம் விக்டோரியா அரசியின் தேநீர் அறைக்குப் போனேன் - புதுப்பிக்கப் பட்டிருந்த அது, தேசிய ஆலயம் போன்றிருந்தது. இதெல்லாம் இந்தியா அழிக்கப்பட்டதன் அடையாளம், எவ்வளவு பேர் கொல்லப் பட்டனர் என்பதை யார் அறிவார்.

4. இந்தியாவில் கொல்கத்தாவில் உள்ள விக்டோரியா நினைவு அருங்காட்சியகத்தில் பிரிட்டிஷ் ஏகாதிபத்தியவாதி இராபர்ட் கிளைவின் சிலை
(காப்புரிமை: ஆண்ட்ரே வில்செக்)

## ஆண்ட்ரே வில்செக்

பல சந்தர்ப்பங்களில் அங்கு போயிருக்கிறேன். அது அருவருப்பானதும் அறிவூட்டுவதும். இந்தியாவில் விக்டோரியா நினைவு அருங்காட்சியகம் போல பராமரிக்கப்படும் இன்னொன்றை நான் பார்த்ததேயில்லை. ஒவ்வொரு நாளும் ஆயிரக்கணக்கில் மக்கள் வருகின்றனர். அழகாக பராமரிக்கப்படுகிறது. பிரித்தானியப் பேரரசு இலட்சக்கணக்கிலான தன் கீழ்ப்படுத்தப்பட்ட மக்களை சித்தாந்தச் சலவை செய்திருக்கிறது. எடுத்துக்காட்டாக, மலேசியாவிலுள்ள மேட்டுக் குடியினர் இங்கிலாந்து மக்களை விடவும் இன்னும் பிரித்தானியத் தன்மை மிக்கவர்களாக தோன்றிட, செய்யவேண்டியதையெல்லாம் செய்கின்றனர். பேரரசு காலத்திலிருந்து உள்ள நினைவுச் சின்னங்களெல்லாம் சிரமத்துடன் பாதுகாக்கப்படுகின்றன. போர்னியேவின் சபாவில் கூட, ஆங்கிலேயரின் தேநீர் அறைகளை வைத்துள்ளனர், காலனியவாதிகளுக்கு உரிய மாளிகைகளை அருங்காட்சியகங்களாக மாற்றியுள்ளனர். கல்விகற்கும் இளம் மலேசியரின் அறுதி நோக்கம், இங்கிலாந்தின் பெருமிதமிக்க பல்கலை கழகம் ஒன்றில் பயில்வது; அடிப்படையில் தம் மலாய்த் தன்மையை உதறிவிட்டு முடிந்தவரை தமது முந்தைய காலனியவாதிகளைப் போல ஆவது. இதே போக்கினை கென்யாவில் பார்க்கலாம்; அங்கே நவகாலனிய நாயகர் சார்பாக, தம் நாட்டையே கொள்ளையடித்துக் கொண்டிருக்கும் உள்ளூர் மேட்டுக் குடியினர், சில தசாப்தங்களுக்கு முன்னர் ஆங்கிலேய கனவான்கள் இருந்தது போல உடுத்துகின்றனர். கென்ய நீதியரசர்கள், பிரித்தானிய நீதியரசர்களைப் போல விக் வைத்துக் கொள்கின்றனர், இன்னும் உயர்நிலையில் இருப்போர் ஆங்கிலேய உச்சரிப்பை போலி செய்கின்றனர்.

தென்கிழக்கு ஆசியாவில் பலர், காலனிய ஆட்சியாளர்கள் தம்மை நியாயமாக நிர்வகித்ததாக நம்புகின்றனர். எடுத்துக்காட்டாக, மலேசியா ஏன் இந்தோனேசியாவை விட முன்னேறியிருக்கிறது என்னும் பரிதாபமான விவாதம் இந்தோனேசியா, மலேசியா, சிங்கப்பூரில் நடந்து கொண்டிருக்கிறது. அது மலேசியாவில் பிரித்தானியப் பேரரசின் அற்புத ஆட்சி இருந்ததால்தான் என்று பலர் எண்ணுகின்றனர்; டச்சுக் காலனியவாதிகள் பிரித்தானியர்கள் அளவுக்கு நல்ல காலனிய ஆட்சியாளர்கள் இல்லை எனப் பல இந்தோனேசியர் குறைப்பட்டுக் கொள்கின்றனர்!

பெருவிலும் இதனைப் பார்க்க முடியும். லிமா, ஸ்பெயின் வைஸ்ராயின் தலைநகரமாயும் மேற்கினால் மானுடத்திற்கு எதிராக இழைக்கப்பட்ட குற்றமையங்களில் ஒன்றாயும் இருந்து வந்தது.

அதிபரின் அரண்மனை முன்னுள்ள பிளாஸா தெல் அர்மாசில் ஃபிரான்சிஸ்கோ பிஸ்ஸார்ரோவின் பிரும்மாண்ட சிலை இருந்தது. சில ஆண்டுகளுக்கு முன்வரை அது அங்கிருந்தது. இப்போது புதிய அரசாங்கம் வரவும், சிலையை பூங்காவுக்கு அகற்றிவிட்டனர். ஒப்பீட்டளவில் சோசலிச இடது சார்பிலான அமைப்பின் கீழும் அதனை நொறுக்க மாட்டார்கள். லத்தீன் அமெரிக்கா எங்கிலும் வெற்றிச் சின்னங்கள். சமூகத்தின் ஒரு பிரிவு, காலனிய சவுக்குக்கு ஏங்குவது போல இருக்கிறது.

### நோம் சாம்ஸ்கி

இப்போது சற்று எதிர்வினை இருக்கிறது. எடுத்துக் காட்டாக, 1992 இல் டொமினிக்கன் குடியரசில், கொலம்பஸ் வருகையைப் பெருமளவில் கொண்டாடும் விழா நடக்க இருந்தது. பெரும் நினைவுச் சின்னங்கள் எழுப்பப்பட்டன. ஆனால் அவை மக்கள் படையினரால் அழிக்கப்பட்டதாக எண்ணுகிறேன்.

அரசியல் பொருளாதார காலனியமயமாக்கல் போல், அறிவார்ந்த - தார்மிக காலனியமயமாக்கலும் இருக்க இயலும். அதற்கு ஆழமான வேர்களுண்டு, அதற்கு வேறு பல எடுத்துக்காட்டுகள் உண்டு. பெண்களின் நிலையைப் பார்க்கலாம். ஆயிரக்கணக்கான ஆண்டுகளாக தமது இயற்கை நிலை, தம் தந்தையரின், கணவரின் சொத்தாக இருப்பது என்பதை பெண்கள் ஒத்துக் கொண்டனர்; அமெரிக்காவில் கடந்த பல தசாப்தங்களில்தான் அது தீவிரமாக எதிர்க்கப்பட்டது. 1975 வரையிலும் கூட்டாட்சி வழக்கு விசாரணைகளில் ஜுரிகளாக பணியாற்ற பெண்களுக்கு உரிமை இல்லாதிருந்தது ஒடுக்கப்பட்டிருந்தாளா என என் பாட்டியிடம் கேட்டிருந்தால் அவ்வார்த்தையை அவள் புரிந்து கொண்டிருக்க மாட்டாள்! பிறருக்குச் சேவை செய்வது பெண்களின் பாத்திரமாக இருந்தது. அது தன்வயமாக்கப்பட்டிருந்தது. படிவரன்முறை ஒடுக்கு முறையின் பிரதான சாதனை, அது இயற்கையானது என மக்களல் லாதவரை ஏற்குமாறு செய்ததே.

ஐரோப்பியரிடையே காலனிய வரலாற்றுப் பிரக்ஞை ஏதேனும் உண்டா?

### ஆண்ட்ரே வில்செக்

இல்லை, அருவருப்பான வகையில், சிறிதும் அப்பிரக்ஞை யில்லை. என் ஸ்பானிய நண்பர்களிடமும் அதனைக் காண்கிறேன், ஐ.நா. மற்றும் பிற பெருமிதமிக்க சர்வதேச நிறுவனங்களில் பணியாற்று வோரைக் குறிப்பிடுகிறேன் - மிகவும் கல்வி கற்ற கூட்டத்தினரை. தம்

வரலாறு குறித்து வெகுளித்தனமான அறியாமையே அவர்களிடம் உள்ளது. பிரெஞ்சு காலனியம் குறித்து ஊடகம் மற்றும் பதிப்பகம் சார்ந்த முற்போக்கு நண்பர்களுடன் கூட நான் சண்டையிட வேண்டியுள்ளது.

மத்திய - இடது சாரிகள் மத்தியில் கூட தளபதி டி கால் மீது விடாப் படியான பாராட்டுதல், மற்றவற்றைப் போல பிரான்ஸ் மோசமான காலனியவாதியாக இருந்ததில்லை என்னும் நம்பிக்கை உள்ளது. ஆப்பிரிக்காவோ இந்தோசீனாவோ கரீபியன் தீவுகளோ இருந்திராதது போல. கிரெனடா தீவு போல, சில இடங்களில் ஒட்டுமொத்த பூர்வ குடியினரையும் பிரெஞ்சு நாட்டினர் படுகொலை செய்தனர். அவர்களிடம் சிக்காதவர்கள், அப்பயங்கரத்திலிருந்து தப்பியோடி, மலைமுகப்புகளிலிருந்து குதித்தனர். இப்போது பாலினீசியாவிலுள்ள சிலியின் பிரதேசமான ஈஸ்டர் தீவு மீது, 100% "வெற்றி விகிதத்தை" நெருங்கினர்.

இந்தோனேசியாவில் காலனியம் குறித்த டச்சுப் பார்வை நிலை அப்பட்டமாக புராதனமானது, திகைக்க வைப்பது, மோசமானது. ப்னாம் பென் மதுவிடுதி ஒன்றில் ஜாகர்தாவுக்குப் போய்வந்த ஒருவர் தலையை பிடித்தவாறு போதையில் கூறியதைக் கேட்டேன்: "நாங்கள் போயிருக்கவே கூடாது." நான் குறிப்பிடும் நபர் ஐரோப்பிய ஒன்றிய அலுவலர்!

ஆப்பிரிக்காவில் ஜெர்மானியரின் காலனியம் தொடர்பாக அவர்களது பார்வை நிலை ஏதுமில்லை. அதியற்புத மணல் திட்டுகளுடன் உள்ள இனிய விடுமுறை நாள் மையம் என்பதைத் தவிர நமீபியா பற்றி யாரும் ஸ்டுட்கார்ட் அல்லது மியூனிச்சில் விவாதித்ததாக நான் கேள்விப்பட்டதே இல்லை.

சிலியில் வலது சாரியினர், பினோசே சில நல்ல விஷயங்களையும் சில கெட்ட விஷயங்களையும் செய்ததாகக் கூறுகின்றனர். காலனியம் குறித்து பிரிட்டனில் நீங்கள் கேட்பது அதையேதான். பாகிஸ்தான் - இந்தியப் பிரிவினையின்போது என்ன நிகழ்ந்திருந்தது என்பது குறித்து ஆழ்ந்த வருத்தமோ துயரமோ குற்றவுணர்வோ ஒருபோதும் இருக்காது. இது பெருமளவுக்கு பிரித்தானியப் பேரரசால் உருவாக்கப் பட்டது; நவீன வரலாற்றில் மோசமான படுகொலைகளுக்கு இட்டுச் சென்றது; இந்தோனேசியாவில் மேற்கின் ஆதரவுடைய 1965 திடீர் புரட்சியும் தற்போதைய காங்கோ ஜனநாயக குடியரசில் நிகழ்ந்த இனப் படுகொலையும்தான் அதனுடன் போட்டியிடுபவையாக இருக்கக்கூடும்.

காலனியத்தின் கொலைபாதக மரபு 39

ஆப்பிரிக்காவுக்கும் மத்திய கிழக்கிற்கும் என்ன இழைக்கப்பட்டிருக் கிறது என்பது குறித்து எந்தப் புரிதலும் இல்லை.

## நோம் சாம்ஸ்கி

அல்ஜீரியாவிலிருந்து இங்கு வந்து குடியமர்ந்த இயற்பியலாளர் குழு அதிலொருவர் MIT இல் இருந்ததால் எனக்குத் தெரிந்தவர். 1900களில் அல்ஜீரியாவில் நடந்த அதிக்கிரமங்களின் விரிவான ஆய்வை அவர்கள் முன் வைத்தனர். இஸ்லாமியர்களால் இழைக்கப்பட்டதாகக் கூறப்படும் அதிக்கிரமங்களில் பல, உண்மையில் போலி இஸ்லாமிய ஒப்பனைகள் கொண்டிருந்த அரசாங்க நபர்களால் செய்யப்பட்டவை என்பது அவர்கள் பார்வை. ஒவ்வொரு நிகழ்வையும் ஆய்வுக்கு உட்படுத்தியிருந்தனர். வழக்கமான படுகொலை என்பது வறிய பகுதியில் நிகழும் பெரிய படுகொலை, பெரிய இராணுவ தளத்திலிருந்து இரண்டு கி.மீ தொலைவில் இருக்கும், அது மூன்று நாட்களுக்கு நடக்கும், யாரும் தலையிட மாட்டார்கள், அப்புறம் ஒவ்வொருவரும் கொல்லப்பட்ட/ உதைத்து அனுப்பப்பட்ட பிறகு, தளபதி ஒருவர் பகுதிக்கு வந்து தன்னை செல்வந்தராக்கிக் கொள்வார். பிரெஞ்சு உளவியல் பிரிவால் திட்டமிடப்பட்டவை எனக் கருதினர் இதனை வெளியிட, ஒரு முன்னுரை எழுதுமாறு என்னிடம் கேட்டனர். அதனைப் பார்வையிட்டதும் போதுமான சான்றுகள் இருக்கவே முன்னுரை எழுதினேன்.

அப்புத்தகம் ஒருவழியாக வெளியானது. அதற்கு பிரெஞ்சு வெளியீட்டாளர் கிடைக்காததால், ஸ்விட்சர்லாந்தில் வெளியிட வேண்டியதாயிற்று. அது வெளியானதும் பாரிசில் ஒரு பத்திரிகை யாளர் கூட்டம் நடத்த முயன்றனர், ஆனால் பிரெஞ்சு பத்திரிகையாளர் யாரும் கலந்து கொள்ளவில்லை. எனவே அப்புத்தகம் பிரான்சில் அறியப்படாது போனது. பாரிசில் அமெரிக்க நூலகத்தில் பணியாற்றிய என் நண்பரிடம் அப்புத்தகம் பற்றிக் கூறினேன். ஒரு பிரதியை வாங்கி, நூலகத்தில் வைத்தார். பிரான்சில் இருக்கும் ஒரேயொரு பிரதி அது என்றார். இது சமீபத்திய நிகழ்வு தொடர்பானது, 1990 களில் அல்ஜீரியாவில் நடந்த அதிக்கிரமங்கள் தொடர்பானது, அதில் பிரான்சுக்கு ஒரு பங்கு இருந்திருக்க வாய்ப்புண்டு.

## ஆண்ட்ரே வில்செக்

இது பலவற்றை வெளிப்படுத்துகிறது என்றெண்ணுகிறேன், ஐரோப்பியர்கள் தமக்கு வெளியிலிருப்பவர்களை விடவும் மேலான தகவலறிவுமிக்கவர்கள், எதை விவாதிக்க முடியும் என்பது குறித்த

பரந்துபட்ட உணர்வுடை யவர்கள் என்று அமெரிக்க அறிவாளர்கள் எண்ணிக் கொள்வதும் பிரச்சனை. அமெரிக்காவுடன் நேரடித் தொடர்புள்ளவற்றில், மட்டுமே இது உண்மையாக இருக்கக் கூடும் என்று கண்டறிந்தேன். மற்றபடி ஐரோப்பாவில் உரத்த அறியாமை நிலவுகிறது. பொதுவாக நடப்பு விவகாரங்களில் ஐரோப்பியரை விடவும், ஆசியா, லத்தீன் அமெரிக்கா, ஆப்பிரிக்காவின் படித்த மக்கள் சிறந்த தகவலறிவு கொண்டுள்ளனர் என்று கண்டறிகிறேன். மேற்குலகினர் பொதுவாக, ஐரோப்பியர் குறிப்பாக மிகவும் சித்தாந்தச் சுமை ஏறியவர்களாக தம் தனித்தன்மை சார்ந்த பார்வை நிலைகளால் பீடிக்கப்பட்டவர்களாகப் பார்க்கிறேன். மாற்று ஆதாரங்களைப் பரிசீலிக்காமலேயே, ஒரு பக்கச் சார்பான கல்வியுடன் தமது ஊடக விபரங்களையே சார்ந்து பலர் தம்மை தெரிவு செய்யப்பட்ட மக்களாக கருதிக் கொள்கின்றனர்.

ஐரோப்பாவில் நிலவரம் என்ன, காலனியம் குறித்து எவ்வளவு அறிந்துள்ளனர் என்னும் உங்கள் கேள்விக்கு எதுவுமே தெரியாது என்றே எண்ணுகிறேன். தகவலறிவின்மையும் விஷயங்களில் அக்கறை யில்லாததும் மிகவும் அவமானகரமானது, பலவற்றை வெளிப் படுத்துகிறது என்றெண்ணுகிறேன். ஐரோப்பியர் தமது கொடூர குற்றங்களை, தாமிழைத்த இன்னும் அதில் ஈடுபட்டுள்ள இனப் படுகொலைகளைப் பற்றி அறியாதவர்களாயிருப்பதை உறுதிப்படுத்து கின்றனர், காங்கோ ஜனநாயகக் குடியரசில் தமது அரசாங்கங்களும் கம்பெனிகளும் என்ன செய்தன, என்ன செய்து கொண்டிருக்கின்றன என்பது குறித்து அவர்களுக்கு என்ன தெரியும்? ஒன்றும் தெரியாது, தெரிந்து கொள்ளாதிருப்பதை அவர்கள் தெரிவு செய்வதால் ஏழை நாடுகளின் ஊழல் படிந்த அரசாங்கங்களால் நிதி தவறாகக் கையாளப் படுவது பற்றி புகார் செய்வது மிகப் பாதுகாப்பானது!

**நோம் சாம்ஸ்கி**

இது பற்றி நீங்கள் பேசுகையில் அவர்களது எதிர் வினைகள் என்ன?

**ஆண்ட்ரே வில்செக்**

அவர்கள் பெரிதும் தற்காப்பானவர்கள். பிரான்சில் ஜெர்மனியில் ஸ்பெயினில் பிரிட்டனில் இதனைக் காண்கிறேன்; வேறெந்த ஐரோப்பிய நாட்டை விடவும் பிரிட்டன் பெரிய விமர்சனபூர்வ மக்கள் திரளைக் கொண்டிருக்கிறது, ஏனெனில் அது உண்மையாகவே பல்பண்பாட்டு சமூகமாகிக் கொண்டிருக்கிறது. ஐரோப்பாவின் அறியாமை அதன் காலனிய வரலாறு குறித்து மட்டுமில்லை, ஐரோப்பிய கண்ட வரலாறு குறித்தும்தான்.

5. போர்ச்சுகீசியர்கள் ஆப்பிரிக்க அடிமைகளைத் தூக்கிலிட பயன்படுத்திய தூண். நகர மையத்தில் பாதுகாத்து வைக்கப்பட்டுள்ளது. கேப் வெர்ட் (Cape Verde) (காப்புரிமை: ஆண்ட்ரே வில்செக்)

## நோம் சாம்ஸ்கி

ஸ்பெயினில் சில சுவையான அனுபவங்கள் கிடைத்தன. ஃபிராங்கோ போய் சுமார் 15 ஆண்டுகளுக்குப் பின் 1990 இல் பார்சிலோனாவில் சொற்பொழிவுகள் நடத்திக் கொண்டிருந்தேன். 1936-7 இல் பார்சிலோனாவில் நடந்த புகழ் பெற்ற சம்பவங்கள் சார்ந்து சில குறிப்புகளை முன் வைத்தேன். இளைஞர்களுக்கு அந்த உள்நாட்டுப் போர் பற்றிய உணர்வே இல்லை. நான் எதைக் குறிப்பிடுகிறேன் என்று புரிந்து கொண்டவர்கள் என் வயதுக்காரர்களே. அதற்கடுத்து ஒவைடோ சென்று அங்கு சில உரைகள் நிகழ்த்தினேன். 1934 இல் ஒவைடோவில் இடது சாரி எழுச்சி நடந்ததும் இராணுவம் வந்து அதனை அழித்தொழித்தது. நகர் மன்றம் கைப்பற்றப்பட்டது, மக்கள் கொலை செய்யப்பட்டனர். அவ்விடத்தின் வரலாறு அவர்களுக்குத் தெரியும் என்றெண்ணி, நகர் மன்றத்தில் பேசிக் கொண்டிருந்தேன்; எதிர் வினையே இல்லை. நான் என்ன பேசிக் கொண்டிருந்தேன் என்று புரிந்து கொண்டவர்கள் என் வயதுக்காரர்களே. எஞ்சியவர்களுக்கு எதுவும் தெரியாது!

**ஆண்ட்ரே வில்செக்**

ஆமாம். ஒட்டுமொத்த ஃபிராங்கோ காலத்தை ஸ்பானியர் எவ்வாறு கையாள்கின்றனர் என்பதை இது எடுத்துக் காட்டுகிறது. சிலி, அர்ஜென்டினா, உருகுவே போன்ற தென்னமெரிக்க நாட்டினர் கடந்த காலம் குறித்து இதை விட திறந்த மனம் கொண்டுள்ளனர், அவர்கள் தைரியசாலிகள்.

**நோம் சாம்ஸ்கி**

நீங்கள் செல்வது சரி. நிகரகுவாவில் வசிக்கும் என் மகளுடன் மெக்சிகோவில் இருந்தேன் நல்ல செய்தித்தாள் என்று நான் கருதும் La Jornada வாசித்துக் கொண்டிருந்தேன், ஸ்பெய்னில் சமீபத்தில் வெளியாகியிருந்த தேசிய வாழ்க்கை வரலாற்று அகராதி குறித்த செய்தி அதில் இருந்தது; பெருமிதமிக்க வெளியீட்டு நிறுவனம், ஸ்பானிஷ் அக்காதெமி அதனை வெளியிட்டது; அதில் ஃபிராங்கோ பற்றிய பதிவு காணப்பட்டது; நாட்டுக்கு நன்மை செய்த அவர் பழமைவாத தேசியவாதி என விளக்கப்பட்டிருந்தது. இதற்கு நேர்மாறாக நெக்ரின் குற்றவாளியாக குறிப்பிடப்பட்டிருந்தார்.

# உ. மேற்கின் குற்றங்களை மறைத்தல்

## ஆண்ட்ரே வில்செக்

காலனியம் - நவ காலனியத்தின் தாக்கத்தால், இரண்டாம் உலகப் போருக்குப்பின் மாயமான மக்களின் எண்ணிக்கையைக் கணக்கிட என்னோடு புள்ளிவிபர ஆய்வாளர்கள் பணி செய்கின்றனர். நமது விவாதத் தொடக்கத்தில் நான் கூறியது போல, அத்தொகை 5 லிருந்து 5.5 கோடிவரை இருக்கலாம். எனினும் துல்லியமான எண்ணிக்கை பொருத்தமற்றதாய் இருக்கலாம். அது 4 கோடியாக இருந்தாலும் சரி, 6 கோடியாக இருந்தாலும் சரி. இதன் கனபரிமாணம் பயங்கரமானது; எப்படியோ மேற்கத்திய பண்பாடு இக்குற்றங்களிலிருந்து விடுபட்டுள்ளது. தனக்கு தார்மீகம் இருப்பதாக இன்னும் உலகினை நம்பச் செய்கிறது; தனது நிறுவனங்கள், ஊடகம், விழுமியங்களை தனது உலகிற்கு கட்டளையிட உரிமையுள்ளதாக எண்ணுகிறது. இதனை எப்படி சாதிக்கின்றனர்?

## நோம் சாம்ஸ்கி

The Black Book of Communism என்னும் நூல் 1997 இல் பிரான்சில் வெளியானது. அது சீக்கிரமே ஆங்கில மொழியாக்கம் பெற்று, சிறந்த மதிப்புரைகள் பெற்றது. கம்யூனிசத்தால் பாதிக்கப்பட்டோர் 10 கோடி பேர், மக்கள் எப்படி இவ்வளவு தீயவர்களாக இருக்க முடியும், அது கற்பிதம் செய்ய இயலாதது என்றெல்லாம் கூறியது. அந்நூலின் பகுப்பாய்விலுள்ள நம்பகத்தன்மையை ஒதுக்கிவிட்டு, அது சரி என்போம். பிரதான குற்றச்சாட்டுகள் சீனாவுக்கு எதிரானவை, குறிப்பாக மாபெரும் பஞ்சத்தில் 2.5 லிருந்து 3 கோடி பேர் மாண்டதாக கணக்கிட்டுள்ளனர், இது பற்றிய விவாதத்தில் ஒட்டு மொத்த பயங்கரமும் சித்தரிக்கப்படுகிறது. அதே வேளையில் கணக்கற்ற கல்வி நிறுவன ஆய்வுகள், பொருளாதாரத்தில் நோபல் பரிசு பெற்றவரும் பஞ்சம் தொடர்பான ஆய்வில் நிபுணருமான அமர்த்தியா சென் போன்றவர்களால் மேற்கொள்ளப்பட்டிருந்தன. இந்தியாவிலுள்ள ஒரு பொருளாதார நிபுணருடன் சேர்ந்து சென், சுவையான ஒப்பியல் ஆய்வை செய்திருந்தார். விடுதலை அடைந்த 1940 களின் இறுதியிலிருந்து 1979 வரை இந்தியாவையும் சீனாவையும் அவர்கள் ஒப்பிட்டனர். சீனாவில் முதலாளித்துவ சீர்திருத்தங்கள் அறிமுகமானது 1979 என்பதால், அவ்வருடத்துடன் நிறுத்திக் கொண்டனர். எனவே தம் ஒப்பீட்டை மாவோ காலகட்டத்துடன் வரம்பிட்டுக் கொண்டனர்.

இக்காலகட்டத்தில் சீனாவுடன் ஒப்பிடுகையில், ஜனநாயக முதலாளித்துவ இந்தியாவில் இறந்தோர் 10 கோடிபேர் என்று கணக்கிடுகின்றனர்; சுகாதார சீர்திருத்தங்கள், கல்வி சீர்திருத்தங்கள் அல்லது கிராமப்புறத் திட்டங்களை இந்தியா நிறைவேற்றாததுதான் இதற்குக் காரணம். தனது அவமானம் ஆகிய மாபெரும் பஞ்சத்தின் ஆண்டுகளின் போது சீனா கொன்ற அளவுக்கு, ஒவ்வொரு எட்டாண்டு தோறும் இந்தியா கொன்றது என்கின்றனர். இவ்விரண்டும் அரசியல் குற்றங்கள், அதற்கு, நிறுவப்பட்ட சமூக பொருளாதார அமைப்பும் அரசியல் அமைப்பும் காரணம் என்று விளக்கினர். நல்லது, அது இந்தியா என்னும் ஒரு நாடு, 10 கோடி மரணங்கள். ஜனநாயக முதலாளித்துவத்தின் கீழுள்ள உலகெங்கிலும் சென் இந்த ஆய்வை செய்திருந்தால், புள்ளி விபரங்கள் அதீதமாயிருக்கும்.

அமர்த்தியா சென் நோபல் பரிசு பெற்றபோது, பலர் என்னை பேட்டி எடுத்த வேளையில் இதனை நான் மீண்டும் மீண்டும் சுட்டிக் காட்டியது நினைவில் உள்ளது. ஒரு பத்திரிகையாளர் அதனைக் குறிப்பிட விரும்பினார்; அவர் ஓர் இந்திய பத்திரிகையாளர். ஆனால் கம்யூனிசத்தின் குற்றங்களைப் பொறுத்தவரை, நாம் புலம்புவது மட்டுமல்ல, அவற்றின் குரூரத்தை கற்பிதம் செய்து பார்க்கக் கூட முடியாது. மனிதர்களால் எப்படி இந்த அளவுக்கு தாழ்ந்துபோக முடிகிறது, இருப்பினும் நம் கண்களின் முன்னே இருப்பவற்றைக் கூட நம்மால் பார்க்க முடியவில்லை? ஒரே விஷயம், யாராலும் பார்க்க முடிவது, சீனத்தின் பஞ்சம். இதற்கு நாம் வாழ்கின்ற மக்கள் பகுதியின் தெரிவு செய்த குருட்டுத்தனமே காரணம். கற்பிக்கும் ஆசிரியர் குழு, பத்திரிகையாசிரியர்களின் அமைப்புகள் போன்றவற்றால் அதைப் பார்க்க முடியவில்லை. இடது தாராளவாத அறிவார்ந்த ஆய்விதழ் New York Review of Books, கொலம்பஸ் மேற்கின் புவிக்கோளப்பகுதியை சென்றடைந்த போது அங்கு வேட்டை - உணவு சேகரிக்கும் பத்து இலட்சம் பேர் போராடிக் கொண்டிருந்திருக்கலாம்... என்று சொல்லும் கட்டுரையை வெளியிட்டது. உண்மையில் பலகோடி... மேலும் அவர்கள் அப்படியே மாயமாகி விடவில்லை.... ஆனால் ஒரு குறிப்பு கூட இல்லை.

## ஆண்ட்ரே வில்செக்

ஜப்பானின் நாகசாகி பல்கலைகழகத்தைச் சேர்ந்த, என் நண்பர்களில் ஒருவரான ஜியோஃப்ரே ஸி. குன்னால் சுவையான ஆய்வு மேற்கொள்ளப்பட்டு வருகிறது. சீனத்துப் பஞ்சம் மற்றும் ஜப்பானின் காலனிய / ஏகாதிபத்தியக் கொள்கையின் தாக்கம் குறித்து தனி நூலே எழுதிக் கொண்டிருக்கிறார். ஜப்பானியர் பஞ்சத்தை வேண்டுமென்றே

முடுக்கி விட்டனர் என்பதில்லை, மாறாக, அவர்கள் இயற்கை வளங்களை எடுத்துச் சென்று, போரின் முடிவில் சீன உணவு விநியோக கட்டமைப்பை மாற்றிக் கொண்டிருந்தனர். கம்யூனிச சித்தாந்தத்துடன் அதற்குத் தொடர்பில்லை, ஜப்பானியரின் ஏகாதிபத்தியமே அதற்குக் காரணம் என்று அந்நூலில் வாதிடுகிறார்.

**நோம் சாம்ஸ்கி**

நான்கிங் படுகொலையை மறுதலிக்கும் நூல்கள் இப்போது ஜப்பானில் இருக்கின்றன. உண்மையில் இந்த ஞாபக மறதிக்கு அமெரிக்கா துணை நின்றுள்ளது. இரண்டாம் உலகப் போர் முடிவில், அமெரிக்கா, ஆசியாவின் பெரும் பகுதியையும் ஜப்பானையும் ஆட்சி புரிந்தது. ஜப்பானை ஆக்கிரமித்துக் கொண்டது, நடைமுறையில் ஆசியாவை நிர்வகித்திடக் கூடியதாக இருந்தது, சான் ஃபிரான்சிஸ்கோ சமாதான உடன்படிக்கை அதனிடம் இருந்தது, டிசம்பர் 7, 1941 லிருந்து ஜப்பானியக் குற்றங்களை வரம்பிட்டுக் கொள்ளலாம் என்றது இந்த உடன்படிக்கை; அதற்கு முன்னர் பத்து ஆண்டுகளில் நடந்த குற்றங்கள் பற்றி விவாதிக்கக் கூடாது. இதன் விளைவாக, பிலிப்பைன்ஸ் தவிர, சுதந்திரமான ஆசிய நாடுகள் வர மறுத்தன ஆனால் பிலிப்பைன்ஸ் மெய் நிகராக ஒரு காலனிதான், இன்னும் பிரித்தானிய ஆக்கிரமிப் பிலிருந்த சிலோனாக இருக்கலாம். ஆனால் இந்தியா வராது; இந்தோனேசியா வராது, ஏனெனில் பெரும் ஜப்பானியக் குற்றங்களை அமெரிக்கா துடைத்தழித்துக் கொண்டிருந்தது. நம்மைப் பொறுத்த வரை, அவற்றால் அமெரிக்கா பாதிக்கப்படவில்லை. அவை மக்களல்லாதவரையே பாதித்தன.

**ஆண்ட்ரே வில்செக்**

இப்போது ருவாண்டாவில் இதே நிலவரம். அதே கட்டமைப்பில் அருஸாவை மையமாகக் கொண்டுள்ள விசாரணைக்குழு, அதே கொள்கை - எதிர்கொள்ளக் கூடிய குற்றங்களுக்கு கால வரம்பு உள்ளது, நாம் ஆதரிக்கும் தரப்பு - RPF மற்றும் பால் ககாமே - இந்நிகழ் முறையிலிருந்து விலக்கப்படுகிறது.

**நோம் சாம்ஸ்கி**

சர்வதேச விசாரணைக் குழுக்களை நோக்கினால், குற்றம் சுமத்தப் பட்ட ஒரே மக்கள், மிகுதியாக ஆப்பிரிக்கரே, மற்றும் மிலோசவிச் போன்ற மேற்கின் எதிரிகள் ஓரிருவர். ஆப்பிரிக்கர்கள் எப்போதும் நாம் விரும்பாத புலத்திலிருந்து வருபவர்கள் ஆனால் கடந்த சில ஆண்டுகளில் வேறெந்தக் குற்றங்களும் செய்யப்படவில்லையா?

ஈராக் படையெடுப்பை எடுத்துக் கொள்வோம். அதைவிட குற்ற இயல்பனதாக எதனையும் கருத முடியாது. நூரம்பர்க் மற்றும் நவீன சர்வதேச சட்டத்தில் எஞ்சியதையெல்லாம் மறந்து விடுங்கள். உண்மையில் அதற்கொரு சட்டபூர்வ காரணம் உண்டு, அதிகம் அறியப்படாதது அது. அமெரிக்கா எந்தவொரு வழக்கு தொடுக்கப் படுவதினின்றும் சுய பாதுகாப்புப் பெற்றுள்ளது. 1946 இல் அது உலக நீதிமன்றத்தில் இணைந்தபோது, அமெரிக்கா தான் நவீன சர்வதேச நீதிமன்றத்தை முன்னெடுத்துச் சென்றது, அதில் சேர்ந்து கொண்டது - ஆனால் எந்தவொரு சர்வதேச உடன்படிக்கை சார்ந்தும் அமெரிக்காவை விசாரிக்க முடியாது என்ற விலக்குடன். அதாவது ஐ.நா. உரிமைச் சாசனம், அமெரிக்க அரசுகள் அமைப்புச் சாசனம், ஜெனிவா ஒப்பந்தங்கள் அடிப்படையில் அமெரிக்காவை விசாரிக்க முடியாது. நீதிமன்றம் அதனை ஏற்றுக் கொண்டது. நிகரகுவாவுக்கு எதிரான பயங்கரவாத தாக்குதல்களுக்காக உலக நீதிமன்றத்தில் அமெரிக்காவுக்கு எதிராக நிகரகுவா வழக்கு தொடுத்த போது, வழக்கின் பெரும்பகுதி தள்ளுபடி செய்யப்பட்டது; ஏனெனில் அது அமெரிக்க அரசுகளின் அமைப்பு சாசனத்தின் அடிப்படையில் இருந்தது - அது தலையீடுகளை உறுதியாகத் தடை செய்கிறது - ஆனால், அமெரிக்கா அதற்கு உட்பட்டதல்ல, நீதிமன்றம் அதனை ஏற்றது.

உண்மையில், குண்டு வீசியதற்காக நேட்டோவுக்கு எதிராக சர்வதேச நீதிமன்றத்தில் யூகோஸ்லேவியா வழக்குத் தொடுத்தபோது, அமெரிக்கா அவ்வழக்கிலிருந்து தன்னை விலக்கிக் கொண்டது, அதை விசாரணை மன்றம் ஏற்றது. ஏனெனில் சுமத்தப்பட்ட குற்றச் சாட்டுகளில் ஒன்று இனப்படுகொலை; 40 ஆண்டுகளுக்குப் பிறகு இனப்படுகொலை ஒப்பந்தத்தில் கையொப்பமிட்ட அமெரிக்கா, அது அமெரிக்காவுக்குப் பொருந்தாது என்ற நிபந்தனையைச் சேர்த்தது, எனவே நீதிமன்றம் அமெரிக்காவை விடுவிப்பதற்குச் சம்மதம் தெரிவித்தது. பலமிக்கவர்களுக்கு எதிராக யாரேனும் குற்றம் சுமத்த துணிந்துவிடும்போது சட்டரீதியான தடுப்புகள் நிறுவப்பட்டுள்ளன. ரோம் உடன்படிக்கை கையெழுத்தான போது, சர்வதேச குற்றவியல் நீதிமன்றம் நிறுவப்பட்டபோது, பங்கேற்க அமெரிக்கா மறுத்து விட்டது உங்களுக்கு ஞாபகமிருக்க வேண்டும்.... இன்னும் யாரேனும் ஒரு அமெரிக்கன் கடத்திக் கொண்டுவரப்பட்டால் திஹேக் மீது படையெடுக்கும் உரிமை வெள்ளை மாளிகைக்கு உண்டு என்னும் அமெரிக்க நாடாளுமன்ற தீர்மானத்திற்கு புஷ் அரசு அனுமதி அளித்தது. ஐரோப்பாவில் அது சிலவேளைகளில் நெதர்லாந்தின் மீதான படையெடுப்புச் சட்டம் எனப்படுகிறது. அது இங்கே உற்சாகத்துடன் நிறைவேற்றப்பட்டது, ஆக, பல மட்டங்களில்

சுயபாதுகாப்பு. அவற்றில் ஒன்று காண முடியாதது, உதாரணமாக அமெரிக்க பூர்வகுடி மக்களுக்கு இழைக்கப்பட்டதை நீங்கள் மறுக்கும் போது உங்கள் கண்முன் இருந்தாலும் அதை நீங்கள் பார்க்க முடியாமல் இருப்பது. இன்னொன்று, அது சட்டத்தின் மூலம் அரண் செய்யப்பட்டு விடுகிறது.

## ஆண்ட்ரே வில்செக்

சீனத்திற்கெதிரான தாக்குதல்களை கவனியுங்கள், சீனா சின்னஞ்சிறு தவறு செய்யும் போதெல்லாம், உள்ளூர் -உலக ஊடகத்தின் எதிர்மறை பரப்புரைக்கான இலக்காகி விடுகிறது-ஜாம்பியாவின் சுரங்கங்களில் ஏற்பட்ட பேரழிவுகள் போல, அதில் சீனக்கம்பெனிகள் தொடர்பு கொண்டிருந்தன, பலர் மாண்டனர்; பலர் இலட்சக்கணக்கில் அல்ல. அப்போது சுரங்க விபத்தில் பலர் மடிந்துள்ள விவகாரம், மேற்கத்திய காலனிய-நவகாலனிய அரசுகளால் படுகொலை செய்யப்பட்டுள்ள இலட்சக்கணக்கானவரின் துயர நிலைக்கு நிகராக பூதாகாரப் படுத்தப்பட்டு விடும்.

## நோம் சாம்ஸ்கி

கடந்த நூற்றாண்டுகளில் மிகவும் நவீனமான பரப்புரை சாதனங்கள் வளர்த்தெடுக்கப்பட்டு, அவை நிகழ்த்துபவர் மனங்கள் உட்பட அனைத்து மனங்களையும் காலனியப்படுத்தி விடுகின்றன. எனவே மேற்கின் அறிவார்ந்த வர்க்கங்களால் அதனைப் பார்க்க இயலாது போகிறது. சமீப ஆண்டுகளில் என்னை ஈர்த்த சுவையான எடுத்துக்காட்டு, கிழக்கு ஐரோப்பா மற்றும் கிழக்கு ஐரோப்பிய அதிருப்தியாளர்கள் தொடர்பானது. வாக்லேவ் ஹேவல் போன்ற கிழக்கு ஐரோப்பிய அதிருப்தியாளர்கள் மேற்கில் செல்வாக்குள் ளவர்கள், பெரிதும் கண்ணியப்படுத்தப்படுபவர்கள்..... அவர்களில் பலர் சந்தேகத்திற்கிடமின்றி துயரப்பட்டனர் சிறையிலடைக்கப்பட்டனர். ஆனால் அவர்கள் உலகில் மிகவும் சிறப்புரிமைகளுடைய அதிருப்தி யாளர்கள். ஒட்டுமொத்த மேற்கத்திய பரப்புரை அமைப்பும் அவர்களை வழிபட்டுக் கொண்டிருக்கிறது. வேறெங்கிலுமுள்ள அதிருப்தியாளர்கள் அப்படி இல்லை. பெர்லின் சுவர் சரிந்த பிறகு, சான் சல்வாடரில் நிகழ்ந்தது போல சில மனதை ஈர்க்கும் நேர்வுகள் உள்ளன: ஏசுசபை பாதிரியார்களாக உள்ள ஆறு லத்தீன் அமெரிக்க அறிவாளர்கள், ஏசுசபை பல்கலைக் கழகத்தில் கொலை செய்யப் பட்டனர்; கொலை செய்த அட்லகேட்ல் படையணி சால்வடார் ராணுவத்தின் மேட்டுகுழுப்பிரிவு, இதற்கு முன் எவ்வளவு ஆயிரம் பேரை கொன்றது என்று தெரியவில்லை.

வடக்கு கரோலினாவிலுள்ள ஜான்எஃப்.கென்னடி சிறப்பு போர் முறைப்பள்ளியில் பயிற்சி முடித்து அப்போதுதான் திரும்பியிருந்தவர்கள் அவர்கள். மேலிடக் கட்டளைப்படி அமெரிக்க தூதுவரகம் உடந்தையாயிருக்க, பல்கலைக் கழகத்திற்கு அனுப்பப்பட்ட அவர்கள் இப்பாதிரியார்களைச் சுட்டுக் கொன்றனர்; அத்துடன் சாட்சியமாக யாரும் இருந்துவிடக் கூடாது என்பதற்காக வீட்டுப்பணியாளர், மகள் ஆகியோரையும் கொன்றனர். அதன்பிறகு, வாக்லேவ் ஹேவல் அமெரிக்கா வந்து நாடாளுமன்ற கூட்டுக் கூட்டத்தில் உரையாற்ற, அவருக்கு ஆவாரத்துடன் கூடிய கைத்தட்டல் கிடைத்தது, குறிப்பாக அமெரிக்காவை "சுதந்திரத்தின் பாதுகாவலர்களாக" விவரித்த போது. விவரித்தவர், மக்களல்லாதவர் வசிக்கும் ஒரு இடத்தில் அரைடஜன் பேரை மிருத்தனமாக கொலை செய்தவர். விமர்சனக் குறிப்பு ஏதுமில்லை, குறிப்பிடத்தக்கதும் அப்பட்டமாக்குவதுமான இச் சம்பவத்தை யாரேனும் குறிப்பிட்டால் நிந்திக்கப்பட்டனர்.

இது தலைகீழாகும் என்பது எண்ணிப் பார்க்க இயலாதது. ரஷ்யர்களால் பயிற்சியளித்து ஆயுதமளிக்கப்பட்ட பாதுகாப்பு படையினரால் ஹேவலுடன் அவரது அலுவலர்கள் ஆறுபேரும் கொலை செய்யப்பட்டுவிட, திருத்தந்தை எல்லகுரியா ரஷ்யா சென்று, டூமாவின் கூட்டத்தில் அவர்களை சுதந்திரத்தின் பாதுகாவலர்களாகப் புகழ்ந்திருந்தால்.... உலகம் கொதித்திருக்கும். ஆனால் இந்நேர்வில் புலப்படாதிருக்கிறது, அது எவ்வளவு முறை கவனத்திற்குக் கொண்டு வரப்பட்டாலும் சரி; அப்படியே கவனிக்கப்படுகையிலும் நரம்பியல் நடுக்கத்தின் கூச்சலோடு முடிந்து போகும்.

கிழக்கு ஐரோப்பிய அறிவாளர்களுக்கும் லத்தீன் அமெரிக்க நாட்டினருக்கும் இடையிலான பளிச்சிடும் வித்தியாசத்திற்கு அது காரணம் என்றெண்ணுகிறேன். வகை மாதிரியாக கிழக்கு ஐரோப்பியர் தம்மைப் பற்றிய அக்கறைகளே கொண்டிருப்பர்; "நாங்கள் துன்புற்றோம்" என்பார்கள். லத்தீன் அமெரிக்கரோ கூடுதலான மனிதநேயமும் சர்வதேசியத் தன்மையும் மிக்கவர்கள். ஹேவல் செய்ததை திருத்தந்தை எல்லகுரியா செய்திருக்க முடியுமா என்பது நினைத்துப் பார்க்க முடியாதது. அவர்கள் கடுமையாக நடத்தப்பட்ட போதும், அவர்கள் கொஞ்சப்பட்டு வழிபடப்பட்டனர் என்றதிலிருந்து அது வருகின்றது என்றெண்ணுகிறேன். மேற்குலகினர் கிழக்கு ஐரோப்பாவுக்குச் சென்று அவர்களை சந்திப்பது பெருமைக்குரியது. நானும் போக முயன்றேன், ஆனால் எனக்கு அனுமதி தரப்படவில்லை, ஏனெனில் எனது விசா விண்ணப்பத்தை அவர்கள் ஏற்க மறுத்துவிட்டார்கள். மறுபுறத்தே, அறிவாளர்களையும் எண்ணற்ற பிறரையும் நாங்கள் கொன்று

குவித்தபோது மத்திய அமெரிக்காவுக்குச் சென்றவர்கள் அவ்வளவு உயரியவர்களாகக் கருதப்படவில்லை. மாறாக Sandalistas என்றும் இன்னும் பலவாகவும் பரிகசிக்கப்பட்டனர்.

இன்னும் உள்ளது. எடுத்துக்காட்டாக, இங்கிருந்து சில மைல் தொலைவில், குவாத்தமாலாவிலிருந்து வந்த மாயன் அகதிகள் சமுதாயம் இருக்கிறது (கேம்பிரிட்ஜ், மசாசூசெட்ஸ்). ரீகன் ஆட்சியில் முப்பதாண்டுகளுக்கு முன்விட்டுச் செல்லப்பட்ட இனப் படுகொலையின் சிதைவுகளிலிருந்து, இன்றளவும் அவர்கள் தப்பியோடிக் கொண்டிருக்கின்றனர். பொறுப்பாயிருந்த தளபதி இப்போது விசாரணையில் இருக்கிறார், ரீகனைப் பற்றியே பேச்சே இல்லை, அந்தத் தளபதி முற்றிலும் ஜனநாயத்திற்கு அர்ப்பணித்துக் கொண்டவர் என ரீகனால் பாராட்டப்பப்பட்டார்; ஆனால் “இடதுசாரி” களால் நடத்தப்பட்ட மனித உரிமை குழுக்களிடமிருந்து அவர் மீது விமர்சனம் வருகிறது. சட்ட விரோத புலம்பெயர்வு குறித்து பெருங்கோபம் நிலவுகிறது. ஆனால் இவர்கள் ஏன் தப்பி வருகின்றார்கள்? நம் கைகளில் ஏராளமான குருதி படிந்திருப்பதால் நம்மால் அதைப் பார்க்க முடியவில்லை, எனவே மறக்கப்பட்டு விடுகிறது-லாவோஸ், கம்போடியா என ஆயிரம் எடுத்துக்காட்டுகளை அடுக்கிக் கொண்டே போகலாம்.

## 3. பரப்புரையும் ஊடகமும்

### ஆண்ட்ரே வில்செக்

சீனாவில் நான் பேசியபோது தணிக்கைக்குட்படுத்தப்படவில்லை. அவர்கள் லத்தீன் அமெரிக்க உதாரணத்தைப் பின்பற்ற வேண்டும், பண்பாட்டுப் புரட்சியின் சுமையில்லாத கம்யூனிசத்துக்குத் திரும்ப வேண்டும் என்று நான் தொடர்ந்து வற்புறுத்தி வந்ததால், அது எனக்கு வியப்பளித்தது. என் பேச்சை பிரசுரித்தனர். அவர்களது தேசிய தொலைக்காட்சி cctv யில் பேசினேன், அரைமணிநேரம் மிகவும் சர்ச்சைக்குரிய விஷயங்கள் பற்றிப் பேசினேன். BBC - என்னை நேர்முகம் செய்யும்போதை விடவும் பெய்ஜிங்கில் சுதந்திரமாக உணர்ந்தேன், ஏனெனில் நான் என்ன சொல்ல இருக்கிறேன் என்பது குறித்த முழுவிபரத்தையும் கோராமல், BBC என்னைப் பேசவிட்டதில்லை.

### நோம் சாம்ஸ்கி

சீனத் தொலைக் காட்சிகளுக்கு நேர்முகம் தந்துள்ளேன், அவை துல்லியமாக மொழிபெயர்க்கப்பட்டதாகச் சீனாவிலுள்ள என் நண்பர்கள் தெரிவித்தனர்; என் கருத்துக்கள் விமர்சன பூர்வமாக இருப்பினும் அவர்கள் தணிக்கை செய்வதில்லை. ஈரானிலும் அதே அனுபவம். Press Tv யில் இரண்டு முறை பேசியிருக்கிறேன். ஈரான் பற்றிப் பேசுகையில், அந்த அரசு பற்றிய விமர்சனத்தில் கவனமாயிருந்தேன், அது ஆங்கிலத்தில் இருப்பதால் என்னால் கேட்க முடியும். பிற்பாடு அதனை கவனித்தபோது, அப்படியே தந்திருந்தனர்.

### ஆண்ட்ரே வில்செக்

சமீபத்தில் Iran Times என்னை நேர்முகம் கண்டபோது அதே அனுபவம்- அவர்கள் எதனையும் நீக்கவில்லை. நம் ஊடகம் நடந்து கொள்ளும் விதம், செய்திகளைக் கையாளும் விதத்தில் நாம் ஜனநாயகம் கொண்டுள்ளதாக எண்ணுவது வழமையாக இருக்கிறது. அப்படியில்லை என்று நாம் அறியும்போதுகூட, மற்ற இடங்களை விட ஒருவிதத்தில் மேலானது என அடிமனதில் எதிர்பார்ப்புள்ளது; சீனா/துருக்கி/ ஈரான் போன்ற நாடுகள் எதையும் நீக்காமல், தணிக்கைக்கு உள்ளாக்காமல் ஒளிபரப்புகின்றன என்பதை உணரும் போது அதிர்ச்சியளிப்பதாயிருக்கிறது. இப்படிச் சொல்லாம்: நமது பொருளாதார அரசியலமைப்பு பற்றி நமது தொலைக்காட்சி நிலையங்கள்/செய்தித்தாள்கள் விமர்சன பூர்வமாக இருப்பதை விடவும்

சீனத் தொலைக்காட்சியும் தினசரிகளும் தம் அமைப்புகள் குறித்து விமர்சனபூர்வமாயுள்ளன. ABC, CBS அல்லது NBC நிறுவனம் முதலாளித்துவத்தின் அடிப்படை குறித்தோ மேற்கத்திய பாராளுமன்ற முறை குறித்தோ கேள்வி கேட்பதை கற்பனை செய்து பாருங்கள்....

**நோம் சாம்ஸ்கி**

இங்கும் தணிக்கைக்கு வேறு வழிகளும் உள்ளன. நமது ஊடகங்களிடம் உத்திகள் உள்ளன ஆனால் அவை துல்லியமாக தணிக்கை முறையில்லை, ஆனால் எதனையும் சொல்லப்படாது தடுத்து விடுதல். ABC யின் இரவு நேரப் பெரும் நிகழ்ச்சிகளில் ஒன்றான Nightline இன் தொகுப்பாளர் டெட் கோப்பலின் செய்தி இயக்குனரிடமிருந்து நான் கற்றுக் கொண்ட வார்த்தை ஒன்றுண்டு. நான் ஏன் அந்நிகழ்ச்சிகளில் இடம்பெறவில்லை என ஒருமுறை கேட்கப்பட்டார். நல்ல பதில் வைத்திருந்தார். ஒரு காரணம், சாம்ஸ்கி நெப்ட்யூனிலிருந்து வந்தவர் போலப் பேசுகிறார், அவர் சொல்வதை யாரும் புரிந்து கொள்வதில்லை என்றார். இன்னொரு காரணமாக அவர் குறிப்பிட்டது, அவரிடம் சுருக்கமில்லை. என்ன? வார்த்தையை இதற்கு முன் நான் கேட்டிருக்க வில்லை ஆனால் சுவாரஸ்யமான வார்த்தை. நீங்கள் மூன்று வாக்கியங்கள் கூறலாம். சீனா ஒரு எதேச்சதிகார அரசு என்று மூன்று வாக்கியங்களில் சொல்ல வேண்டுமாயின் நீங்கள் சொல்ல முடியும். அமெரிக்கா தான் உலகின் மிகப்பெரிய பயங்கரவாத அரசு என்பது போலச் சொல்ல வேண்டுமாயின், உங்களை அவர்கள் நிறுத்தப் போவதில்லை, ஆனால் நெப்ட்யூனிலிருந்து வந்தவர் மாதிரி பேசுவீரர்கள், ஏனெனில் அதனை விளக்கிட உங்களுக்கு அடுத்து ஐந்து நிமிடங்கள் தரப்படாது.

எனவே உங்களுக்கு இரு தெரிவுகள் உண்டு, ஒன்று பரப்புரையை திருப்பிச் செய்யலாம் , தரப்படுத்தப்பட்ட சித்தாந்தத்தை திருப்பிக் கூறலாம் அல்லது பைத்தியம் போலப் பேசுவீர்கள். அது ஒன்றுதான் நீங்கள் செய்யக் கூடியது. ஆக, இதெல்லாம் சப்பென்று வெளிப்படும். அரைமணிநேரம் விவாதிக்கக் கூடிய நிகழ்ச்சியுள்ள வர்த்தக அலைவரிசை இருப்பதாக நான் நினைக்கவில்லை.

**ஆண்ட்ரே வில்செக்**

இல்லை, அப்படி ஒன்று இருப்பின் விளம்பரங்கள் அந்த அரை மணிப்பொழுதை 20 நிமிடங்களாகக் குறைத்துவிடும். சமீபத்தில் World Have Your Say என்னும் BBC நிகழ்ச்சிக்கு அழைக்கப்பட்டேன், அது திரும்பவும் சீனா பற்றியது, அதில் 'சீனா மதிக்கப்பட வேண்டுமா?' என்னும் முட்டாள்தனமான, அவமதிக்கும் கேள்வி இடம்பெற்றது.

மிகப் பெரிய மக்கள் தொகையும் தொன்மையான பண்பாடுகளில் ஒன்றையும் கொண்டுள்ள அந்நாடு மதிக்கப்பட வேண்டுமா/ வேண்டாமா என்று விவாதிக்க பத்துபேர் அழைக்கப்பட்டிருந்தனர், அவர்களே அது முட்டாள்தன மானது என்று உணரவில்லை.

**நேரம் சாம்ஸ்கி**

உங்களுக்கு இருந்த நேரம் ஐந்து நிமிடங்களா அல்லது இரண்டு நிமிடங்களா?

**ஆண்ட்ரே வில்செக்**

அதுகூட இல்லை. அமெரிக்க உள்துறை அமைச்சகத்தினர், கல்விவளாகத்தினர் எனச் சிலர் அழைக்கப்பட்டிருந்தனர். நானும் ஆப்பிரிக்காவிலிருந்த வந்த அறிவாளரும் சீன ஆதரவாளர்களாக இருந்தோம். என்னை அவர்கள் பேச அனுமதிப்பதற்குள் (நான் சீன அரசுத் தொலைக்கட்சியில் பங்கேற்று இரு வாரங்களுக்குப் பிறகு-) என்னைக் கவனிக்குமாறு BBC அழைத்தது. அப்புறம் நீண்ட அமைதி நிலவிற்று. என் கணினி முன்னமர்ந்து, என் earphones களை மாட்டிக் கொண்டு ஜகார்தாவில் அவர்கள் என்னைப் பேச அழைக்கும் பொருட்டு முடிவில்லாமல் காத்திருந்தேன்.

இறுதியில் என்னைப் பேச அழைத்து, இணைப்பு தந்தனர், மூன்று அல்லது நான்கு நிமிடங்களுக்கு சீன எதிர்ப்பு பரப்புரையின் முட்டாள்தனத்தை கேட்க வேண்டியிருந்தது. என்னால் கேட்கவே முடியும். அப்போது தொலைதூர லண்டனிலிருந்து இச்சிறு குரலைக் கேட்டேன்: திரு.வில்செக், நீங்கள் தயாரா? ‘ஆம்’ என்றேன். “என்ன சொல்லப் போகிறீர்கள்”? என்று கேட்கப்பட்டது. “சில விநாடிகளில் நேரலையில் சொல்லப் போகிறேன்... கேட்டுக் கொள்ளலாம் மேடம்” என்றேன். “முடியாது, அன்பு கூர்ந்து எங்களிடம் சொல்வீர்களா?” என்று எதிர்த்தார்கள். மொத்தத்தில், நேரலையில் நான் பேச அனுமதிக்கப்படவில்லை.

கடைசியில் நான் சொல்ல விரும்பியதை அவர்களிடம் கூறினேன். BBC செய்வது மரியாதைக் குறைவானது, பிரித்தானிய காலனிய கடந்த காலத்தின் உலகெங்கிலுமுள்ள இலட்சக்கணக்கான மக்கள் மற்றும் “உள்ளூர்”, மதிப்பு குறைந்த மக்களிடத்தேயான அவர்தம் அணுகு முறையை எனக்கு நினைவூட்டுகிறது என்றேன். பிரிட்டன் மதிக்கப்பட வேண்டுமா, வேண்டாமா என்று வினவி, பிரிட்டன் ஆஃப்கன்-ஈராக்கில் மக்களைக் கொன்று குவித்ததில் குவிமையம் கொள்வதாக உள்ள நிகழ்ச்சிக்கு இணையானது இது என்றேன். சீனா குறித்து BBC நடத்திக் கொண்டிருந்த விவாதத்தை விடவும் அது மிகவும்

பொருண்மையானதாக இருந்திருக்கும். எனக்கு நன்றி தெரிவித்த அவர்கள், அவ்விவாதத்தில் என்னை பங்கேற்க அனுமதிக்கவில்லை. பிற்பாடு நிகழ்ச்சி தயாரிப்பாளர்களில் ஒருவர் என்னிடம் மன்னிப்புக் கோரி மின்னஞ்சல் அனுப்பினார்.

**நோம் சாம்ஸ்கி**

*உங்களைப் பேச விடவில்லை?*

**ஆண்ட்ரே வில்செக்**

ஆம் பேச விடவில்லை, BBC - யின் நிகழ்ச்சித் தயாரிப்பாளரில் ஒருவரால் பங்கேற்குமாறு அதிகாரபூர்வமாக அழைக்கப்பட்டு நான் அங்கிருந்தேன். என்னை ஈர்த்த விஷயம், தாம் நேர்காணல் செய்ய இருக்கும் விருந்தினரை சோதித்துப் பார்த்திடும் பயிற்சி மிக்கவர்களின் பட்டாளமே அங்கிருந்தது. அவர்களின் தணிக்கையாளர்கள் அல்லது "சோதித்துப் பார்ப்போர்" மிகத் துடிப்பாகவும் தம் வேலையில் சிறந்தும் திகழ வேண்டும். ஒருவரால் மட்டும் அதைச் செய்திட இயலாது. அரசியல்/வர்த்தகப் பிரிவைச் சேர்ந்தோர் தவிர்த்து, பெரும்பாலானவர்கள் அப்படிச் சோதிக்கப்படுகின்றனர். செக்கோஸ்லோவாகியா போன்ற நாட்டில், அமைப்பு நிலை குலைந்து வருகையில், இத்தகு பணியாற்று வோர் பல்வேறு பெயர்களால் அழைக்கப் படுவார்கள். ஆனால் மேற்கில் இதெல்லாம் இயல்பானதாக, நியாயமானதாகக் கருதப் படுகிறது.

**நோம் சாம்ஸ்கி**

ஒருமுறை, பெர்லின் சுவர் தகர்க்கப்பட்ட போது Nightline நிகழ்ச்சியில் பங்கேற்க அழைக்கப்பட்டேன். என்னை அழைத்தவர்கள் "பங்கேற்க விரும்புகிறீர்களா" என்றனர். "எவ்வளவு நேரம்" எனக் கேட்டேன். இது ஓர் ஏற்பாடு என்பதை யூகித்துவிட்ட நான், "வருந்துகிறேன், என்னால் முடியாது" என்று கூறிவிட்டேன். இரண்டு நிமிடங்களுக்குப் பின் என் நண்பர் அலெக்ஸ் காக்பர்னிடமிருந்து தொலைபேசி அழைப்பு; தான் அதில் பங்கேற்க வேண்டுமா என்பது குறித்து நான் என்ன கருதுகிறேன் என்று கேட்டார். "நீங்கள் பங்கேற்க வேண்டும் என்று நான் கருதவில்லை; அவர்கள் உங்களிடம் பாவனை செய்கின்றனர்" என்றேன். எதுவாயினும் சரி, தான் பங்கேற்பதாக முடிவெடுத்தார்.

எனவே அந்நிகழ்ச்சியை பார்த்தேன். நடந்தது இதுதான். பெர்லின், சுவர் வீழ்ந்ததை கொண்டாடும் பெரும் திரளினர், காக்பர்ன் பக்கம் திருப்பப் படுகிறது, அவர் எங்கோ ஒரு ஸ்டுடியோவில் இருக்கிறார். "திரு. காக்பர்ன், இதுகுறித்து என்ன சொல்லப் போகிறீர்கள்?" என்று

அவரிடம் கேட்கின்றனர். "இதனை எப்படி நீங்கள் கையாளப் போகிறீர்கள்" என்ற பொருளில். இரு வாக்கியங்களை அவர் உதிர்த்ததும், "நன்றி, திரு.காக்பர்ன்!" என்கின்றார். அப்புறம் கொண்டாட்ட நிகழ்வுக்குத் திரும்புகின்றனர்- "இந்த கம்யூனிச ஆதரவாளரை" சட்டென்று ஒதுக்கிவிட்ட அவர்கள், கொண்டாட மறுக்கும் ஒருவராக எடுத்துக்காட்டியுள்ளனர். அது கவனமாக கட்டமைக்கப்பட்டது.

## ஆண்ட்ரே வில்செக்

அமைப்பு எப்படி குண்டு துளைக்காததாக இருக்கிறது என்பது உண்மையிலேயே சுவையானது. ஏனெனில் கிழக்கு ஐரோப்பாவின் "தோழர்கள்" வழமையாக, பல தவறுகள் செய்து தம்மை முட்டாள்களாக்கிக் கொள்வார்கள்… இங்குள்ள அமைப்போ திடமானதாயிருக்கும்.

## நோம் சாம்ஸ்கி

ஆம், அது மிக நவீனமானது. லெனினும் லெனினியர்களும் ஆரம்பத்தில் அமெரிக்க விளம்பரங்களை தமக்கு முன்மாதிரிகளாகக் கொள்ள முற்பட்டனர். ஆனால் அது நயமற்றதாய் இருந்ததால் எடுபடவில்லை. மறுபுறத்தே நாஜிகள் அதனை மேற்கொண்ட போது, அது திறம்பட இயங்கியது.

## ஆண்ட்ரே வில்செக்

ஒருவிதத்தில் ஜெர்மன் நாஜிகள் அமெரிக்காவுடன் கலந்துறவாடி தம் அமைப்பை கட்டியெழுப்பினர். நாஜிகள் மேற்கின் ஒரு பகுதி. பல ஐரோப்பிய-அமெரிக்க கருத்தாக்கங்கள், குறிப்பாக, காலனியம்-பெருந்திரள் உற்பத்தி சார்ந்தவை, அவர்களுக்கு உத்வேகமூட்டின, அத்துடன் விளம்பரமும், ஆம் விளம்பரம் பரப்புரையின் திறம்பட்ட வடிவம்.

## நோம் சாம்ஸ்கி

சோவியத் பரப்புரை எவ்வளவு மோசமாயிருந்தது, சீனப் பரப்புரை எவ்வளவு மோசமாக இருந்திருக்கிறது என்பது நம்ப முடியாதது. எனவேதான், கடந்த தசாப்தங்களில் அளப்பரும் சாதனைகள் புரிந்திருந்தாலும், சீனர்கள் மேற்குடனான சித்தாந்தப் போரில் தோற்கின்றனர். மேற்கத்திய பரப்புரையுடன் அவர்களால் போட்டியிட முடியாது. தியான் அன்மென் சதுக்கம் இந்நிலவரத்தின் பக்க விளைவுகளில் ஒன்று என்று கூறுமளவுக்குச் சென்றிட நான் விரும்பவில்லை, ஆனால் ஆண்டுக்கணக்கில், தசாப்தங்களில் நூற்றாண்டுகளில், மேற்கத்திய பரப்புரையால் தன் அடிமனத்தில்

பதிய வைக்கப்பட்டு இருப்பதைத்தான் உலகம் சிந்திக்கிறது. என்பது தெளிவாகிறது. மற்றும் கம்யூனிச/சீன அதிகாரபூர்வ பரப்புரைகள் மிகவும் பலவீனமானவை-தம் நாடுகளையே பாதுகாத்துக் கொள்ள முடியாதவை - நீண்ட காலமாகச் செய்ய வேண்டியிருந்த அரசியல், சமூக, ஏகாதிபத்திய அமைப்பை மாற்றிட மேற்கத்திய நாடுகளில் செல்வாக்கு செலுத்துவது பற்றிக் கேட்க வேண்டாம்.

உலகெங்கும் டஜன் கணக்கிலான நாடுகளை விடுதலை செய்ய வழிவகை செய்தது மற்றும் அனைத்துக் கண்டங்களிலும் ஏகாதிபத்தியத்தை, காலனியத்தை எதிர்க்கும் பெரும் போராட்டங்களையும் அடிப்படையில் ஆதரிப்பது தாமே என்று அடிமனதில் பதிய வைத்திடுவதில் சோவியத் நாட்டினர் ஒருபோதும் வெற்றி பெறவில்லை. நாஜிஸத்தை வீழ்த்தி புவிக்கோளத்தை பாதுகாத்தது அவர்களே என்பது பற்றிச் சொல்லவே வேண்டியதில்லை.

ஆனால் நோக்கம் எதுவாயினும், உலகின் எந்தவொரு இடத்திலான இலக்காயினும், பெருந்திரளினைத் திரட்டுவதில் திறம்பட்டிருப்பது மேற்கத்திய பரப்புரை. காரணங்கள் எதுவாயினும் அதனால் திடீர்ப்புரட்சிகளை மோதல்களை, பயங்கர வன்முறையை முடுக்கிவிட முடியும் , "மாற்றத்திற்காக போராட முடியும்." பூமியின் மிகப்பெரும் நாட்டினை மிக வன்முறையானது என அதனால் அழைக்க முடியும்; உலகை பயங்கரத்திற்குள் ஆழ்த்தி வரும், ஒரு கொத்து மேற்கத்திய நாடுகளை, சமாதானம்-ஜனநாயத்தை உண்மையில் தாங்கிப்பிடிப்பவர்கள் என்றாலும் அதனை எல்லாரும் நம்புவர். அநேகமாக மேற்கிலுள்ள ஒவ்வொருவரும் நம்புகின்றனர்...... உலகிலுள்ள பெரும்பாலானோர் நம்புகின்றனர்.... ஏனெனில் மேற்கத்திய பரப்புரை அவ்வளவு கச்சிதமானது, அவ்வளவு முன்னேறியது. இதனால் பாதிக்கப்பட்டவை சீனா, வெனிசுலா, ரஷ்யா, ஈரான், பொலிவியா, கியூபா, ஜிம்பாப்வே , எரித்ரீயா மட்டுமல்ல மேற்கத்திய நலன்களின் குறுக்கே நிற்கும் எந்த நாடும் நியாயமான இலக்காகின்றது.

**நோம் சாம்ஸ்கி**

1970 இல் நான் ஒருவாரம் லாவோசில் இருந்தேன். பத்திரிகையாளர்களுடனான கள அனுபவத்தை முதல் முறையாக அப்போது பெற்றேன். வழக்கமாக லாவோசில் மேற்கத்திய பத்திரிகையாளர்கள் இருப்பதில்லை; ஆனால் அப்போது, வட வியட்னாமிய பீரங்கிகள். எப்படி வியன்டியனேவைக் குறி வைத்தன என்பது குறித்து நிக்ஸன் ஓர் உரையாற்றியிருந்தார். ஆகவே ஏராளமான பத்திரிகையாளர்கள் அங்கே பறந்து சென்றனர்; CBS, நியூயார்க் டைம்ஸ், BBC எனப் பெரிய நிறுவனங்களைச் சேர்ந்தோரெல்லாம் வந்திருந்தனர். அவர்கள் தங்க

இரு ஓட்டல்களே இருந்தன, அவர்கள் பெரிதும் மதுக் கூடத்தில் நேரத்தைக் கழித்தனர்.

நான் விமானத்திலிருந்து இறங்கிய மாத்திரத்தில் லாவோசில் ஈடுபாடு கொண்டிருந்த சர்வதேச தன்னார்வ சேவையின் பணியாளர் ஒருவரை சந்திக்க நேர்ந்தது அவர் லாவோஸ் பற்றி அறிவார்; ஒரு கிராமத்தில் வசித்த அவரே, Plain of Jars இல் குண்டு வீசப்பட்டதை அம்பலப்படுத்தியவர். எனவே, என்னிடம் வந்து விட்டார். இதன்பால் மக்கள் கவனம் செலுத்த வேண்டும் என்பதற்காகப் பல ஆண்டுகளாக முயன்று கொண்டிருந்தவர். ஒருவாரமாக அவருடன் சுற்றி வந்து கொண்டிருந்தேன். அகதிகள் முகாம்களுக்குப் போனோம். Plains of Jars லிருந்து CIA 30,000 பேரை துரத்தியடித்திருந்த சமயம் அது, அவர்கள் வியன்டியனேவைச் சுற்றிய அகதிகள் முகாம்கள் பலவற்றில் இருந்தனர். அங்கே என்ன நடந்து கொண்டிருந்தது என்பது குறித்த நேரிடையான விபரங்கள் முதல் முறையாகக் கிடைத்தன. இரண்டு ஆண்டுகளாக அவர்கள் குகைகளில் வாழ்ந்து கொண்டிருந்தனர்; கொடூரமான கதைகளாக இருந்தன. இப்பத்திரிக்கையாளரில் யாரும் அங்கு போகவில்லை.

## ஆண்ட்ரே வில்செக்

அக்குகைகளுக்குள் ஊடுருவிச் சென்ற அமெரிக்கத் துருப்புகள் ஏவுகணைகள் வீசி நூற்றுக்கணக்கில், சமயங்களில் ஆயிரக் கணக்கில், கொன்றனர். சில குகைகளில் பெரும் திரள் சமாதிகள் இருந்தன. அங்கே தப்பிப் பிழைத்த பலரைச் சந்தித்துப் பேசினேன்....

## நோம் சாம்ஸ்கி

ஏவுகணைத் தாக்குதலில் சிலரே தப்பித்தனர். பல ஆண்டுகளுக்குப் பிறகு அவர்கள் பேசினார்கள். முகாம்களில் நிறைய நேரம் இருந்தேன். வியன்டியேனில் தலைமறைவு இயக்கத்தினர் பாதெட் லாவோ வீரர்கள், அவ்வியக்கத்தினரிடம் அனுதாபித்த அரசாங்கத்தினர், லாவோ மக்கள், பலசுவையான விஷயங்களை எதிர் கொண்டேன். அமெரிக்கத் தூதரகத்திற்கும் சென்றேன். லாவோசில் 50,000 வடக்கு வியட்னாமிய துருப்புகள் இருந்ததால், அமெரிக்கா ஹோசிமின் பாதை மீது குண்டு வீசியது என்று பத்திரிகையாளர்கள் தெரிவித்துக் கொண்டிருந்தனர்; ஆனால் உண்மையில் அவர்கள் குண்டுவீசியது Plains of Jars இல். எனவே எனக்கு குறுகுறுப்பு உண்டானது-இச்செய்தி எங்கிருந்து கிடைத்தது? எனக்கு விளக்கக் கூடிய பத்திரிகையாளர் யாரும் அங்கில்லை.

அவர்களுக்குத் தெரியாது. 5 மணி செய்தியாளர் சந்திப்பில் கேட்டதை அப்படியே மீண்டும் மீண்டும் தெரிவித்தனர். ஆகவே நான்

தூதரகம் சென்று அரசியல் அதிகாரியை, அதாவது CIA முகவரைச் சந்திக்க அனுமதி கேட்டேன். அவர் வந்தார்; நட்பாக இருந்தார். எனக்கு என்ன வேண்டும் என்று விசாரித்தார். இச்செய்திகளின் பின்னணியை அறிந்து கொள்ள வேண்டும் என்றேன். ஓர் அறைக்கு அழைத்துச் சென்று ஏகப்பட்ட ஆவணங்களை முன் வைத்தார், "இவற்றை நகலெடுக்க முடியாது, விரும்பினால் குறிப்பெடுத்துக் கொள்ளுங்கள்" என்றார். நான் குறிப்பெடுத்தேன். இதனைக் கேட்ட முதல் நபர் நான்தான் என்றார்.

வடக்கு வியட்னாமில் குண்டுவீசப் பயன்படுத்தப்பட்ட அமெரிக்க ரேடார் அமைப்பு இருந்த, வடக்கில் ஒரு பகுதியில் 2,500 வட வியட்னாமிய துருப்புகளுள்ள ஒரு படைப்பிரிவு இருந்ததாக ஒரு செய்தி இருந்தது. அதுதான் மொத்த கதையும். ஒரு பத்திரிகையாளர் கூட அகதிகள் முகாமுக்குச் செல்லவில்லை. Far Eastern Economic Review ன் செய்தியாளர் ஒருவர் மட்டும் உடன் வந்தார். ஆனால் அப்பெரும் நிகழ்வுக்காக வந்திருந்தவர்களில் யாரும் அங்கு செல்லவில்லை, அவர்களுக்கு அக்கறையில்லை.

6. ஹனோய், வியட்னாமில் அமெரிக்கப் போருக்கான நினைவுச் சின்னம்
(காப்புரிமை: ஆண்ட்ரே வில்செக்)

ஒவ்வொரு காலையிலும் உயரமான அமெரிக்கர்களின் கும்பலொன்று 6 மணி காலை உணவுக்கு ஓட்டலுக்கு வரும், மூலையில் ஓரிடத்தில் அமர்ந்திருக்கும், மறைந்து விடும்; மாலை 5 மணிக்குத் திரும்பி வந்து மது அருந்தும் அல்லது விரும்பியதைச் செய்யும். அவர்கள் CIA யின் முகமூடியான அமெரிக்க விமானிகள் என்பதை அனைவரும் யூகித்து விடலாம், Plains of Jars இல் குண்டுவீச வந்திருக்கக் கூடும், ஆனால் யாரும் வினவவில்லை. வட வியட்னாமிய டாங்கிகள் பற்றி சிரித்து பேசிக் கொண்டிருந்தனர். ஆனால் அது பற்றிய செய்தி வந்தது. வெளிநாட்டு நிருபர்கள் எப்படிப் பணியாற்றுகிறார்கள் என்பதை அறிந்தபோது திகைப்பூட்டுவதாயிருந்தது.

ஓரிரு விதிவிலக்குகள் இருந்தன; சிரமப்பட்டு, தீவிரமாகப் பணியாற்றிய இருவர் காணப்பட்டனர். ஆனால் பெரும்பாலோர் அறிந்து கொள்ள விரும்புவதில்லை. 5 மணி செய்தியாளர் கூட்டத்தில் கூறப் பட்டதை அப்படியே செய்தியாக்கிக் கொண்டிருந்தனர், அப்புறம் மது அருந்துவார்கள்...அனுபவிப்பார்கள். இப்போது அது மோசமாகியிருகிறதா என்று தெரியவில்லை.

## ஆண்ட்ரே வில்செக்

இப்போது சுயாதீன செய்திசேகரிப்பே இல்லை-மின்னியல் ஊடகம் மற்றும் சில அச்சு வெளியீடுகள் தவிர்த்து-அவையும் பெரிதும் நொடித்துப்போய், செய்தியாளர்களுக்கு ஊதியம் தர முடியாத நிலையில் உள்ளன.

## நோம் சாம்ஸ்கி

அமெரிக்கா ஆப்கான் மீது படையெடுத்துக் கொண்டிருந்தபோது, நான் இஸ்லாமாபாத்தில் இருக்க நேர்ந்தது-சண்டை நடைபெறும் இடத்திற்கு அருகில் இஸ்லாமாபாத் இருந்ததால், பத்திரிகையாளர் கூடும் மையமாக விளங்கிற்று. ஓட்டல் மதுக்கூடங்களில் இருப்பதும் வேடிக்கை பார்ப்பதுமான அதே கதைதான். காபூலில் அல் ஜசீரா மையத்தை அமெரிக்க ஏவுகணை தாக்கியபோது, “அது தவறு” என்றார்கள். அங்கிருந்த ஒவ்வொரு பத்திரிகையாளரும் அது குறித்து சிரித்துக் கொண்டிருந்தனர். ஆனால் உண்மையில் அமெரிக்காவின் உத்தேசம் அதனை அழிப்பதே என்று எல்லோரும் ஏற்றனர். ஆனால் யாரும் அதனை செய்தியாக வெளியிடவில்லை. ஒரே விஷயத்தை தெரிவித்து கொண்டிருந்தனர். அது ஆஃப்கனில் எனில், அதேதான் மேற்குக்கரையிலும் மத்திய அமெரிக்காவிலும்.... நான் பார்த்தேன் கண்ணியமும் தீரமுமுள்ள விதிவிலக்குகள் தவிர்த்து பல செய்தியாளர்கள் களத்திற்கே செல்வதில்லை.

**ஆண்ட்ரே வில்செக்**

எங்கும் அதே நிலைதான். இந்தோனேசியாவில் இதனை நிச்சயமாகக் கண்டேன்; குஜராத் படுகொலைகளின் போது இந்தியாவில் பார்த்தேன்; இலங்கையில் பார்த்தேன். தீவிரமான இதழியலில் நான் ஈடுபட்டிருந்த ஆரம்ப நிலையில், ABC News ஜப்பானின் Asahi shimbun போன்ற பெருந்திரள் ஊடகங்களில் பணியாற்றிய போது, சில வேளைகளில் செய்தி அறிக்கைகளை சரிவர தயாரிக்க அனுமதிப்பார்கள் என எண்ணினேன். 1990 களின் மத்தியில் ABC News சார்பில் கிழக்கு திமோரில் இருந்தேன்; அது ஆஸ்திரேலியாவில் இருந்தது இல்லை, அமெரிக்காவில் இருந்தது. எர்மெரா படுகொலையை செய்தியறிக்கையாக்க முற்பட்டேன். கைது செய்யப்பட்டேன். திரைச்சுருளின் பெரும்பகுதி கைப்பற்றப்பட்டது. சித்திரவதை செய்யப்பட்டேன். கடைசியில் விடுவிக்கப்பட்டேன். ஆனால் ABC -க்கு எதிலும் அக்கறையில்லை, எதனையும் வெளியிடாதிருந்தது. "எப்படியாவது அங்கு போய்ச் சேரலாம், திலிக்குள் ஒட்டுமொத்த செய்திக்குழுவையும் என்னால் கடத்திட முடியும்" என்றேன். ஆனால் எந்த ஆர்வமும் அக்கறையும் தொடர் விசாரணையும் இல்லை.

**நோம் சாம்ஸ்கி**

பல ஆண்டுகளாக ABC TV யின் நிருபராக மத்திய கிழக்கில் பணியாற்றிய சார்லி கிளாஸ் எனக்கு நல்ல நண்பர். ஆனால் அவரால் அவர்களுடன் ஒத்திசைந்து போக முடியவில்லை, தனித்துவமிக்கவர். கடைசியில் அவரைப் பணியிலிருந்து நீக்கிவிட்டனர். 1986 இல் லிபியா மீது குண்டு வீசப்பட்ட மாலையில் பிற்பகல் 6.30 க்கு திரிபோலியிலிருந்து பேசிய அவர், அன்றிரவு 7 மணி செய்தியை பார்க்குமாறு கூறினார். அப்போதெல்லாம் மூன்று அலை வரிசைகளும் ஏழு மணிக்கு தம் முக்கிய செய்தி நிகழ்வுகளைக் கொண்டிருந்தன; தொலைக்காட்சியே பார்க்காத என்னிடம், இரவு நிகழ்ச்சியைக் பார்க்குமாறு கூறினார். ஏன் என்று அவரால் சொல்ல முடியவில்லை. ஏழு மணிக்கு தொலைக்காட்சியை ஓட விட்டேன். சரியாக 7 மணிக்கு குண்டு வீச்சு ஆரம்பித்தது. எல்லா தொலைக்காட்சி நிலையங்களும் அங்கு இருந்தன.

**ஆண்ட்ரே வில்செக்**

முன் கூட்டியே அவர்களுக்குத் தெரியும்.

**நோம் சாம்ஸ்கி**

சரியாக. பெரிய அலைவரிசைகள் அனைத்தும், அது சிறிய ஒருங்கிணைப்பு சாதனையில்லை. லண்டனிலிருந்து 6 மணி நேர

விமானப் பயணம், ஏனெனில் பிரான்ஸ் தன் நாட்டு வழியே அவ்விமான சேவையை அனுமதிப்பதில்லை, அதனால் அட்லான்டிக் மேல் செல்ல வேண்டியிருந்தது. பிரதான தொலைக்காட்சி நேரத்தில் குண்டு வீச்சுக்கு நேரங்குறித்துள்ளனர். இப்பரபரப்பான விஷயங்கள் நிகழ்வதைப் பார்க்கின்றீர்கள், அப்புறம் அது பென்டகனுக்கு நகர்ந்து போகிறது, பென்டகனிடமிருந்து அமைதியான விளக்கவுரை வருகின்றது, பின்னர் வெளியுறவுத்துறை அமைச்சகத்திடம் நகர்கின்றது, அரசாங்கத்திற்கு ஒரு மணி நேரம் இலவச பரப்புரைக்கு வாய்ப்பளிக்கின்றனர். அனைவரும் அதனை அறிவர், எனவேதான் தமது செய்திப்பிரிவு அலுவலகங்களை அங்கு வைத்துள்ளனர். வரலாற்றில் முதன் முறையாக இக்குண்டு வீச்சு பிரதான தொலைக்காட்சி நேரத்தில் திட்டமிடப் பட்டிருந்தது பற்றி யாரும் சுட்டிக் காட்டவில்லை.

**ஆண்ட்ரே வில்செக்**

பின்னர் பெல்கிரேட் குண்டுவீச்சின் போதும் இது போன்றே நடந்தது.

**நோம் சாம்ஸ்கி**

அங்கே தொலைக்காட்சி கோபுரம் மீது அவர்கள் குண்டு வீசிய போது மனித உரிமை . அமைப்புகள் சில விமர்சித்தன; "அது பரப்புரை நிறுவனமானதால் நியாயமானதே, அவர்கள் செய்திகளைத் தந்து கொண்டிருந்தனர்", என்று கூறினார்கள்.

ஃபலூஜாவிலும் அது நிகழ்ந்தது. அமெரிக்கா படையெடுத்ததும், மரீன்படையினர் ஃபலூஜாவுக்குள் நுழைந்த மாத்திரத்தில் செய்த முதல் வேலை, பொது மருத்துவமனையைக் கைப்பற்றியது. நோயாளி களையெல்லாம் படுக்கைகளிலிருந்து தரையில் தள்ளி, கட்டிப் போட்டனர். ஜெனிவா ஒப்பந்தம் சார்ந்து சிலர் ஆட்சேபித்தனர், அதற்கு இராணுவம், மருத்துவமனை பரப்புரை முகமையாக இருந்தது - அவசர சிகிச்சையில் இருந்தவர்கள் பற்றிய விபரங்களைத் தந்ததால்- அதனைத் தகர்க்க உரிமை உண்டு என்றது. ஊடகங்கள் திருப்பிக் கூறின, விமர்சனக் குறிப்பேதும் இல்லை.

ஃபலூஜாவில் இப்போது கதிர்வீச்சு மட்டம் ஹிரோஷிமாவைப் போன்றே இருப்பதாக செய்தி அறிக்கைகள் தெரிவிக்கின்றன- அவர்கள் பயன்படுத்திய ஆயுதங்களெல்லாம் பெரும் சேதங்களை ஏற்படுத்தியுள்ளன.

**ஆண்ட்ரே வில்செக்**

ஈராக் முழுவதும், உண்மையில் கதிர்வீச்சு உயிரைக் குடிப்பதாக இருப்பதாகக் கருதப்படுகிறது. நம்பமுடியாத மட்டங்களுக்கு

உயர்ந்தது. மேற்குலக மக்கள் பரப்புரையில் கணிசமாக நம்பிக்கை வைத்துள்ளனர். கிழக்கு ஐரோப்பாவில் வளர்ந்தவன் என்ற வகையில், அதிகாரபூர்வ அரசாங்கச் செய்தியில் மக்களிடையே முற்றிலும் நம்பிக்கையில்லை; எனவே ஒரு விதத்தில், உலகம் குறித்தும் தம்நாட்டில் என்ன நடந்து கொண்டிருக்கிறது என்பது குறித்தும் மக்களின் விழிப்புணர்வு மிகவும் அதிகம்.

தம் அமைப்பால் இழைக்கப்பட்டதாகக் கூறப்படும். "குற்றங்கள்" எல்லாவற்றையும் அவர்கள் அறிவார்கள்; மேற்கினால் இழைக்கப் பட்டுள்ள, இவற்றை விடவும் கொடூர குற்றங்களை அறிய மாட்டார்கள். அவர்தம் பார்வைகள் பெரிதும் மேற்கத்திய பரப்புரையால் உருப்பெற்றவை, அதன் வானொலி-தொலைக்காட்சி நிலையங்கள் வாயிலாக, பல தசாப்தங்களாக தாக்கப்பட்டவை. கிழக்கு ஐரோப்பியர் மூளைச்சலவை செய்யப்பட்டது சோவியத் பரப்புரை யால் அல்ல, மேற்கத்திய பரப்புரையால்தான். ஆனால் , உலகின் எஞ்சிய பகுதியில் என்ன நிகழ்கின்றது என்பது குறித்த அக்கறையும் விழிப்புணர்வும் இன்றும் உள்ளது. 1985 இல் நான் அமெரிக்கா வந்ததும் கொலம்பியா பல்கலைக்கழகத்தின் திரைப்படப் பள்ளியி விருந்தேன், அப்போது லிபியா மீது குண்டுவீச்சு நடந்தது. கொலம்பியா பல்கலைக்கழக மாணவர்கள் விமர்சனபூர்வமாக இருந்தனர், ஆனால் எனக்கு அதிர்ச்சியளித்த விஷயம், பொதுமக்களிடம் விழிப்புணர்வோ விமர்சனமோ இல்லாததுதான். அமெரிக்காவில் / மேற்கு ஐரோப்பாவில் உள்ள மக்களை விடவும், விடவும், கிழக்கு ஐரோப்பியர் தம் பிரச்சனைகள் குறித்து நன்றாக தெரிந்துள்ளனர், தம் அமைப்பு குறித்து மிகவும் விமர்சனபூர்வமாக உள்ளனர் என்று கண்டு கொண்டேன்.

உலகின் எல்லா கண்டங்களிலும் வாழ்ந்த பிறகு, மேற்கத்திய நாட்டவரே மிகவும் சித்தாந்த சலவை பெற்றவர்களாக, தகவலறிவும் இல்லாதவர்களாக உள்ளனர் என நான் நம்புகிறேன்- சவூதி அரேபியா போல சில விலக்கு தவிர. தகவலறிவு பெற்றவர்களாக, சுதந்திரமானவர் களாக தம்மை நம்பிக் கொள்கின்றனர்.

### நோம் சாம்ஸ்கி

1970 களின் பிற்பகுதியில் அது குறித்த சுவையான ஆய்வுகள் இரண்டு உண்டு. அரசாங்கத் துணையுடன் பல பல்கலைக்கழகங்களில் ரஷ்ய ஆய்வு மையங்களால் மேற்கொள்ளப்பட்டவை அவை; புலம்பெயர்ந்து வந்திருந்த மாணவர்களிடம், ரஷ்யாவில் இருந்த போது அவர்களுக்கு தகவல் எங்கிருந்து கிடைத்தது என்பதை அறிய முயன்றன.

அது குறிப்பிடத்தக்கதாயிருந்தது. பெரும்பாலான ரஷ்யர்கள், அதிக அளவிலான சதவீதத்தில், BBC கேட்கின்றனர் என்பதுதான் அது.

**ஆண்ட்ரே வில்செக்**

"மறுபுறத்தி"லிருந்து தகவல்பெற அவர்கள் கடுமையாக முயலுகின்றனர். பவேரியா எல்லைக்கருகிலுள்ள பில்செனில் வளர்ந்தேன், ஆதலால் மேற்கத்திய தொலைக்காட்சி, வானொலியை பெறுவது எளிதாயிருந்தது. பனிப்போர் முழுவீச்சிலிருந்தது, ஆனால் வெளிநாட்டு தொலைக்காட்சிகள் கம்யூனிஸ்ட் செக்கோஸ்லோவாகியாவில் தடுக்கப்படவில்லை. ஜெர்மன் மொழி தெரிந்திருந்தால் போதும், பிரச்சினையில்லை. BBC தடை செய்யப்படவில்லை. எந்தவொரு ஆங்கில மொழி ஒளிபரப்புக்கு தடையில்லை- அது எங்கிருந்து வந்தாலும் சரி. உலகின் அப்பகுதியினர் பல மொழிகள் பேசினர் அல்லது புரிந்து கொண்டனர்.

**நோம் சாம்ஸ்கி**

BBC யிடம் ரஷ்ய ஒளிபரப்பும் இருந்தது.

**ஆண்ட்ரே வில்செக்**

BBC வழக்கமாக எந்தவொரு மொழியிலும், குறிப்பாக ஆங்கிலத்தில், தடை செய்யப்படவில்லை. Voice of America உள்ளூர் மொழிகளில் தடை செய்யப்படும் அல்லது வெளிப்படையான பரப்புரை அமைப்பான Radio liberty / Radio Free Europe தடை செய்யப்படும். ஆனால் அது பற்றி எண்ணிப் பார்க்கையில், தகவல் பெறுவதில் பெரும் தாகம் இருந்தது, மேற்கத்திய ஊடக அமைப்புகள் இதனை முழுமையாகப் பயன்படுத்திக் கொண்டன. தம் செய்தி நிகழ்ச்சிகளை திறம்பட அமைக்கின்றன, பரப்புரை நுட்பமாக உள்ளது, நூற்றாண்டுகளின் அனுபவத்தால் மெருகேறியுள்ளது. கிழக்கு ஐரோப்பியர்களால் நேர்மையானதும் உணர்ச்சி ததும்பும் சித்தாந்த அறிக்கை தயாரிக்கப்படும் போதும், வியட்னாம் போர் அல்லது அமெரிக்காவால் நிகரகுவாவில் ஆதரிக்கப்பட்ட கான்ட்ராஸ் போன்றவை குறித்ததாக இருக்கையில், மேற்கிலிருந்து வரும் மெருகேறிய பொய்களுடன் ஒப்பிடுகையில், புடாபெஸ்டில், பிராக்கில் யாரும் நம்ப மாட்டார்கள்-மாஸ்கோவின் சில வட்டாரங்களில் கூட. அமெரிக்காவுக்கு நான் வந்தபோது, தவறான தகவலறிவு பெற்றிருந்தேன் என்று அறிந்ததும் அதிர்ச்சியடைந்தேன்.

இந்த முரண்பாட்டைப் பாருங்கள்: சுதந்திரமானதாயும் வெளிப்படையானதாயும் ஜனநாயகம் மிக்கதாயும் தன்னைக் கூறிக் கொள்ளும் மேற்கு, பழைய சோவியத் ஒன்றியத்தில் அல்லது

இப்போது சீனத்தில் உருவாக்கப்பட்ட பரப்புரையால் தாக்கம் பெறுவதில்லை, அதனைப் பெறும் வழிவகை இல்லை. பரப்புரை மட்டுமல்ல, பெரும்பாலான மேற்கு ஐரோப்பியரும் அமெரிக்கக் குடிமக்களும், சோவியத் மக்களோ சீனர்களோ உலகைப் பார்க்கும் முறையினால் செல்வாக்கிற்குள்ளாவதில்லை. அவர்களுக்கு அது பற்றித் தெரியாது. அவர்களது உலகம் ஒற்றைத் துருவ நிலையினது வெவ்வேறுபட்ட கருத்துகளை, இலட்சியங்களை, சித்தாந்தங்களை அவர்கள் ஒப்பிட்டுப் பார்ப்பதில்லை. அவர்களிடம் ஒரே சித்தாந்தமே உண்டு, அதனை 'சந்தை-அடிப்படைவாதம்' என்றழைக்கலாம், அது பலகட்சி நாடாளுமன்ற அமைப்புகளால் அல்லது அரசமைப்பு முடியாட்சிகளால் நிர்வகிக்கப்படுகிறது. முந்தைய சோவியத்துகளும் சீனரும் முதலாளித்துவத்தை, கம்யூனிசம் குறித்த மேற்கத்திய கருத்துக்களை நன்கறிந்திருந்தனர், அறிந்திருக்கின்றனர். எனவே, யார் மிக வெளிப்படையாகவும் தகவலறிந்தவராயும் இருப்பவர்? சீனப் புத்தகங்களைப் பாருங்கள்: ஏராளமான முதலாளித்துவ இலக்கியம். அமெரிக்க/ஐரோப்பிய புத்தகக் கடைகளைப் பாருங்கள்: கம்யூனிச சீன இலக்கியமே இருக்காது.

சீனத்தின் People's Daily -க்கு எழுதும்போது China Daily க்கு எழுதும் போது, சீன ஊடகத்தில் என்னை நேர்முகம் காணும்போது இதைத்தான் வாதிடுகிறேன். தம் நாட்டினை இலக்காக்கிடும் மேற்கத்திய பரப்புரை குறித்து அவர்கள் விழிப்புணர்வு கொள்ள வேண்டும், கவனமாக இருக்க வேண்டும் என வாதிடுகிறேன். அது உங்களுக்குத் அறிவூட்டுவதற்காக இல்லை மாறாக உங்கள் நாட்டை நொறுக்கும் பொருட்டுதான்.

எனவேதான் கியூபா / சீனா போன்ற நாடுகள் முற்றுகையிடப் பட்டிருக்கையில், தம் இணையவெளியையும் ஊடகத்தையும் திறந்து விடுவது குறித்து நான் மிக மிக எச்சரிக்கிறேன். இந்நாசப்படுத்தும் மேற்கத்கதிய பரப்புரை, நாட்டை நொறுக்கும் விதத்தில் நுழைந்து விடும் என்று அஞ்சுகிறேன்-செக்கோஸ்லோவாகியாவை, சோவியத் ஒன்றியத்தை நொறுக்கும் பொருட்டு செய்யப்பட்டது போல இருப்பதால். ஆக நான் தணிக்கை முறையை ஆதரிக்கிறேன் என்று அர்த்தமில்லை மாறாக மேற்கத்திய வானலைகளும் இணையதளங்களும் எவ்வளவு விஷமமானவை, ஆபத்தானவை என்பதையும் அறிந்துள்ளேன் என்பதால். அவர்களது பிரதான நோக்கம் புண்படுத்துவதும் அழிப்பதுமே தவிர, செய்தியைத் தெரிவிப்பதல்ல.

சீனா குறித்து நாமென்ன வாசித்தாலும் சரி, சீனாவுக்குப் போகும் மக்கள் மேற்கத்திய செய்திகளிலிருந்து அவர்கள் கற்பிதம் செய்துள்ள திலிருந்து வேறுபட்ட நாடாக இருப்பது கண்டு அதிர்ச்சி

அடைகின்றனர். நமக்குச் சொல்லப்பட்டிருப்பதிலிருந்து பெருந்திரள் ஊடகத்தாலும் பரப்புரை அமைப்பாலும் தம் நாடு பற்றி சீனர்களுக்கு கூறப்பட்டுள்ளதிலிருந்து, அது முற்றிலும் வேறானது, அது மிகவும் சிக்கலானது.

7. பெய்ஜிங், சீனாவில் கலை வட்டாரம் (காப்புரிமை: ஆண்ட்ரே வில்செக்)

## நோம் சாம்ஸ்கி

ஆம். சிக்கலான பரப்புரை அமைப்பை வளர்த்தெடுக்க நூற்றாண்டு கால தீவிரமான மெருகேறின முயற்சி இருந்து வந்திருக்கிறது. அது விளம்பரத்தின் மூலம் மக்களை மூளைச் சலவை செய்யவே இங்கு பயன்படுத்தப்படுகிறது. சந்தைப்படுத்தவும் விளம்பரம் செய்யவும் பெருந்தொகை செலவிடப்படுகிறது, அடிப்படையில் ஒரு நுகர்வு சமூகத்தை உருவாக்குவதற்காக எடுத்துக்காட்டாக, பல ஆண்டுகளுக்கு முன்னர் விளம்பரதாரர்கள் தாம் சென்றடையாத மக்கள் பிரிவினர் உள்ளதை உணர்ந்து கொண்டனர், ஏனெனில் அம்மக்களிடம் பணம் இல்லை, அதாவது குழந்தைகள். இதைச்சரி செய்ய என்ன செய்யலாம் என்று தீவிர யோசனையில் ஈடுபட்ட அவர்கள், குழந்தைகளை இலக்காகக் கொண்ட பரப்புரையை

வளர்த்து, அவர்தம் பெற்றோரை அடைந்திட முற்பட்டனர். ஏனெனில் பணம் இருப்பது அங்கேதான். எனவே குழந்தைகள் தம் பெற்றோரிடம் நச்சரிக்க முடிந்தால், இது வேண்டும் அது வேண்டும் என்று கேட்டால், பெற்றோர் அவற்றை வாங்கித் தருவர்.

இப்போது நடைமுறை உளவியல் துறைகளில் நச்சரித்தலை கற்பிக்கும் கல்வித்துறை உள்ளது. வெவ்வேறு நோக்கங்களுக்கு வெவ்வேறு நச்சரித்தல்கள். இரண்டு வயது முதலே குழந்தைகள் விளம்பரங்களால் குறிவைக்கப்படுகின்றனர். நான் பேரப்பிள்ளைகளுடன் சில வேளைகளில் தொலைக்காட்சி பார்ப்பேன். அவை தொடாதது எதுவுமில்லை. எனவே அந்நியப் பரப்புரை என்று வரும்போது எல்லா உத்திகளும் அவர்களிடம் உள்ளது.

இதனால் மிகவும் ஈர்க்கப்பட்டவர் கோயபல்ஸ் என்றெண்ணு கிறேன். அதிகம் மெருகேற்றப்பட்டுள்ள அமெரிக்க வர்த்தக விளம்பரங்களின் அடிப்படையில் ஜெர்மன், நாஜி பரப்புரையை அமைத்திருந்தாக அவர் எழுதினார்.

**ஆண்ட்ரே வில்செக்**

இதையே நானும் சொல்ல விரும்பினேன்:விளம்பரம் என்பது பரப்புரை மற்றும் அதன் மறுதலை. ஒருவிதத்தில், பரப்புரை விளம்பரத்திற்கான முயற்சி, குறிப்பிட்ட அரசியல் / பொருளாதார அமைப்பை விற்றிட, குறிப்பிட்டதொரு உலகப்பார்வையை முன்னெடுத்திட முயற்சி. அது வீட்டை சுத்தம் பண்ணும் சாதனமாக மட்டும் இருக்க வேண்டியதில்லை....

**நோம் சாம்ஸ்கி**

ஆம். விளம்பரம் பற்றிய ஓர் வெளிப்படையான விபரத்தை யாரும் குறிப்பிடுவதில்லை என்பது சுவாரஸ்யமானது-அது சந்தையை பலவீனப்படுத்துவதற்காக வடிவமைக்கப்படுகிறது. பகுத்தறிந்து தெரிவு செய்யும் விஷயமறிந்த நுகர்வாளர்களின் அடிப்படையில் சந்தைகள் அமைகின்றன என்று பொருளியல் பாடத்தில் கற்பிக்கப்படுகிறது. தொலைக்காட்சி விளம்பரம் ஒன்றினைப் பார்க்கலாம்: பகுத்தாராயாமல் தெரிவுகள் செய்யும் தகவலறிவற்ற நுகர்வோரை உருவாக்க அது வடிவமைக்கப்படுகிறது. இம்மிகப் பெரும் முரண்பாடு நேருக்கு நேராக உங்களை உற்று நோக்குகிறது. நாம் சந்தையை நேசிக்க வேண்டும் என்று கருதப்படுகிறது. நம்மிடம் மிகப்பெரும் கோட்பாடுகள், பொருளாதார நிபுணர்கள், ரிசர்வ் வங்கி உள்ளன, அவை சந்தைகளைப் பாதுகாக்க முற்படுகின்றன. இருப்பினும், சந்தைகளை பலவீனப்படுத்திட பெரிய தொழில்துறை உள்ளது. அது உங்கள் கண்களின் முன்னே

இருக்கிறது. ஆனால் இம்முரண்பாடுகளில் எதுவும் பார்க்கப்படுவதில்லை. தேர்தல்கள் விஷயத்தில் இதனையேதான் செய்கின்றனர். இப்போது தேர்தல்களின் நோக்கம் ஜனநாயகத்தைப் பலவீனப்படுத்துவதே. பொதுமக்கள் தொடர்புத் துறையால் நடத்தப்படும் அவை, பகுத்தறிந்து தெரிவுகள் செய்திடும் தகவலறிந்த வாக்காளர்களை உருவாக்கப் போவதில்லை என்பது நிச்சயம். பகுத்தறிவற்ற தெரிவுகள் செய்யுமாறு மக்களை ஏமாற்ற முற்படுகின்றன. சந்தைகளை பலவீனப் படுத்தப் பயன்படுத்தும் இதே உத்திகள், ஜனநாயகத்தை பலவீனப் படுத்தும் பொருட்டு பயன்படுத்தப்படுகின்றன. நாட்டின் பெருந் தொழில்களில் ஒன்றான அதன் அடிப்படை இயக்கம் புலப்படாதுள்ளது.

**ஆண்ட்ரே வில்செக்**

*1950 கள் 1960 களுக்குப் பிறகு அமெரிக்க ஊடகம் மோசமாகி யிருக்கிறதா? அப்போது சற்று பல்முகத்தன்மை கொண்டிருந்ததல்லவா?*

**நோம் சாம்ஸ்கி**

*1930 கள் வரை திரும்பிப் பார்த்தால், அப்போது பல்வேறான தினசரிகள் இருந்தன, புரட்சிகரமான ஊடகம் இருந்தது. 1950 களில் அதுமேலும் வணிகமயமானது, கேள்வி கேட்காததாயிருந்து; எனினும் மூன்று கோடி பேரை எட்டிடும், சில வேளைகளில் மிக விமர்சன பூர்வமாயும் போராட்ட குணமுள்ளதாயும், 800 தொழிலாளர் செய்தித் தாள்கள் இருந்தன. ஆனால் மையநீரோட்ட ஊடகங்கள் பெரிதும் ஒத்திசைந்து போவதாக இருந்தன. ஈரானில் நடந்த திடீர் புரட்சியை எடுத்துக் கொள்வோம்-நியூயார்க் டைம்ஸ் தலையங்கம் அதனைப் புழ்ந்தது; 1953 இல் அவர்கள் மோசாடக்கை துக்கியேறிந்ததை பெரிய விஷயமாகப் பார்த்தது. அமெரிக்க ஊடகத்தில் அவர் 'விசித்திர நபராக', 'பைத்தியம் பிடித்த அரபி' என இழித்துரைக்கப்பட்டார். பாரசீகர்கள் அரபிகளல்லர் என்பது சிலருக்குத் தெரியாது. தீவிர தேசியவாதத்தில் கட்டவிழ்ந்து சென்று, தம் இயற்கை வளங்களை கட்டுப்படுத்த முற்படும் மற்ற தலைவர்களுக்கு இத்திடீர் புரட்சி அப்பட்டமான பாடமாயிருக்கும் என்றனர் The Times ஆசிரியர்கள். இது அவர்களுக்கு பாடம் புகட்டும்; தம் வளங்களையே தேசியமயப் படுத்தி நம்மிடமிருந்து அபகரித்துவிடும், இப்படியான வழிதவறிய வர்களை போலின்றி, மிகப் பொறுப்பான தலைவர்களுக்கான பாதையை ஏற்படுத்தும்.*

*அடுத்து குவாத்தமாலாவின் திடீர் புரட்சியில், இதுவே நிலவரம். யுனைட்டட் ஃப்ரூட் கம்பெனியால் அமர்த்தப்பட்டிருந்த, பொது மக்கள் தொடர்பின் மாபெரும் குரு எட்வர்ட் பெர்னேஸ்,*

கம்யூனிஸ்ட்டுகள் கைப்பற்றினர், கம்யூனிஸ்டுகளின் உலக வெற்றியில் இன்னொரு காலடி என்பது போன்ற பொய்யான செய்திகளை ஊடகத்திற்குத் தந்து கொண்டிருந்தார். பிற்பாடு யுனைட்டட் ஃப்ரூட் பொது தொடர்பு அதிகாரி அதுகுறித்த நினைவுக் குறிப்பை பதிந்தார். "இவ்விஷயத்தை ஊடகத்திற்கு தரும்போது விசித்திரமாக எதுவும் தோன்றவில்லையா?" என்று அவரிடம் வினவியபோது அவரின் பதில்: "இல்லை, ஏனெனில் அவர்கள் அதில் அவ்வளவு ஆர்வம் காட்டினர். எனவே, நாங்கள் அவர்களுக்குத் தந்தோம்".

**ஆண்ட்ரே வில்செக்**

1985 இல் நியூயார்க் வந்ததும் பெரிதும் ஈர்க்கப்பட்டேன். அறிவார்த்தரீதியில் மிகவும் பன்முகத்தன்மை கொண்டிருந்த மன்ஹாட்டனை மையமிட்டிருந்தது என் அமெரிக்க வாழ்க்கை. ஈஸ்ட் வில்லேஜ் போவேன், அங்கே ஷைனிங்பாத் / MRTA புத்தக்கடைகள் இருக்கும். பேரரசின் மத்தியிலிருந்தேன், அமெரிக்காவில் அச்சிடப்பட்ட அல்லது இறக்குமதி செய்யப்பட்ட புத்தகங்களுடன் தம் புத்தகக் கடைகளை நடத்திடும் கொரில்லா இயக்கங்கள் அங்கு இருந்தன என்பதை என்னால் நம்முடியவில்லை. இந்தியாவைச் சேர்ந்த மாவோயிஸ்டுகளும் மற்ற இடதுசாரிகளும் கூட தமது வெளியீடு களையும் புத்தகக் கடைகளையும் வைத்திருந்தனர். இவை பொதுவான மக்கள் சேரும் இடங்களாகவும் இயங்கின. ஆனால் இணையதளயுகம் ஆரம்பித்த பின், எல்லாம் மறைந்து போயின. நியூயார்க்கில் எங்கேயும் இப்புத்தகக் கடைகளைப் பார்க்க முடியவில்லை. இன்னும் அங்கு வாழ்கின்ற என் நண்பர்களிடம் விசாரித்தேன், எல்லாம் போய்விட்டது என்றனர். நியூயார்க், நாட்டின் எஞ்சிய பகுதியை ஒத்திருக்கிறது.

**நோம் சாம்ஸ்கி**

மிகப்பெரும் பொது நிகழ்வின் ஒரு பகுதி. பல காரணிகள். நீண்ட காலம் போய்க் கொண்டிருந்தது. 70 ஆண்டுகளுக்கு முன் நியூயார்க்கில், யூனியன் சதுக்கம் அருகிலுள்ள பழைய புத்தகக் கடைகளில் தேடிக் கொண்டிருந்த போது, பரந்துபட்ட புத்தகங்கள் கிடைத்தன, 80 களை விடவும் அறிவார்த்த ரீதியில் வளமாயிருந்தது என்றெண்ணுகிறேன்.

**ஆண்ட்ரே வில்செக்**

ஐரோப்பாவில் கூட பாரிசில், கடந்த காலத்தில் ஏதேனும் ஒரு காபி விடுதி சென்றால் அது செய்தித்தாள் கடைக்கு அருகில் இருக்கும், கம்யூனிஸ்ட் செய்தித்தாள்கள், Le Monde, பிற்போக்குவாத Le Figaro, சில ஃபாசிச விஷயங்களும் கூட இருக்கும். அங்கே அமர்ந்து காபி அருந்தியபடியே, தலைப்புச் செய்திகளைப் பார்த்த மாத்திரத்தில்,

வலதுசாரியினரும் இடதுசாரியினரும் என்ன சொல்கின்றனர் என்பது குறித்து ஒரு கருத்து கிடைக்கும், இரண்டல்லது மூன்று செய்தித் தாள்களை வாங்குவீர்கள். இவை எதுவும் இப்போதில்லை, பாரிசில் ஒரு சில இடங்களில் உண்டு, ஆனால் அவ்வளவு பரவலாக இல்லை.

## நோம் சாம்ஸ்கி

1960 கள், 1970 களில் இருந்த மாதிரி Le Monde -ம் இல்லை. தீவிரமான சுயாதீன செய்தி அறிக்கையிடல் குறைந்திருக்கிறது, விசாரிப்பும் ஆதாரங்களும் சுருங்கிவிட்டன. சமீபகாலம் வரையிலும், வெளிநாடுகளிலுள்ள செய்திப் பிரிவுகளின் எண்ணிக்கை, தம் ஆதாரங்களுடன் சேர்ந்து பயன்படுத்தப்படும் தரமான உள்ளூர் ஆய்விதழ்களின் எண்ணிக்கையை சரி பார்த்தால் இது தெரிந்து விடும்.

## ஆண்ட்ரே வில்செக்

இணையதளம் அதன் இடத்தைப் பிடித்துள்ளது. சமீபத்தில் ஆக்லாந்திலுள்ள சிட்னி பல்கலைக்கழகத்தில் இது பற்றி உரையாற்றினேன். இதில் நம்மால் ஒத்துப்போக முடிகிறதா என பார்க்கலாம். அதிகாரபூர்வ வலதுசாரி செய்தியை முதல் பக்கத்தில் திரட்டியிருக்கிறது, இணையதளம் என்று கூறிவருகிறேன். எடுத்துக் காட்டாக Yahoo வைத் திறக்கையில், தாம் என்ன தேடுகின்றோம் என்பதையே பெரும்பாலோர். மறந்து போகின்றனர். எல்லாத் தகவலும் உள்ளது. ஆனால் நீங்கள் மிகத் தீர்மானகரமாக இருக்க வேண்டியிருக்கிறது.

## நோம் சாம்ஸ்கி

என்ன தேடுகின்றீர்கள் என்பதை அறிந்திருக்க வேண்டியிருக்கிறது.

## ஆண்ட்ரே வில்செக்

அதேதான். தகவலறிந்தவராக இருக்க வேண்டியுள்ளது. உங்களின் தேடலின் போது பயிற்சி எடுத்துக் கொள்ள வேண்டியுள்ளது.

## நோம் சாம்ஸ்கி

நீங்கள் நியூயார்க் பொது நூலகத்தில் நுழைந்து, நான் உயிரியல் நிபுணராக விரும்புகிறேன் என்று கூறிவிட முடியாது என்பது போல். எல்லாம் அங்கிருக்கிறது. ஆனால் உங்களுக்குப் பயன்தராது.

## ஆண்ட்ரே வில்செக்

மிகவும் சரி! நம்மைப் போன்றவர்களுக்கு நல்லதாக, தாம் என்ன தேடுகின்றோம் என்பதில் நிச்சயம் கொண்டுள்ள ஆய்வாளர்களுக்கே நல்லதாக அந்நிலைமை உள்ளது; ஆனால் செய்திகளுக்கான மாற்று விளக்கங்களை வாசிக்க விரும்புபவர் ஒரு தினுசான திசைவழியில் இட்டுச் செல்லப்படுவார் என்பதே நான் காணும் சூழல்.

## நோம் சாம்ஸ்கி

முற்றிலும் குழம்பிப் போவீர்கள், ஆம். நல்ல நோக்கங்களுக்குப் பயன்படுத்தப்பட்டால் எல்லா நேரமும் அது இருப்பதில் எனக்கு மகிழ்ச்சியே. ஆனால் பொதுவான தாக்கங்களை ஆராய்கின்றவர்கள், அது மக்களை பெரிதும் குழப்பி, குறுங்குழுக்களுக்குள் அல்லது தனிவகை வழிபாட்டினராக உந்திச் செலுத்துகிறது என்று காண்பார்கள். இணையதளத்தில் ஒரு தனிவகை வழிபாட்டை ஆரம்பிப்பது எளிது. அதிபர் ஒபாமாதான் எதிர் கிறிஸ்து என்னும் நம்பிக்கையைப் பரப்பிட நீங்களும் நானும் தீர்மானிக்கிறோம் என்று வைத்துக் கொள்வோம். முதலாவதாக, குடியரசுக் கட்சியினரில் 25% பேர் ஏற்கனவே அதனை நம்புகின்றனர்; ஆனால் நாம் விஷயங்களைப் பதிவிடத் தொடங்குவோம் வேறொருவர் வேறொன்றைப் பதிவிடுவார், சீக்கிரமே உங்களுக்கு ஆதரவாளர் கூட்டம் சேரும், ஏன் இருக்கக் கூடாது என மக்கள் சிந்திப்பார்கள். அதனை ஏன் நம்பாதிருக்க வேண்டும் என்பதைக் குறிப்பிடுகிறேன், பொய்களாக அவர்கள் பக்கம் பக்கமாக கூறுவதை ஏன் நம்பவேண்டும், அவை எல்லாமே பொய்கள் தானே எனவே இதனை நம்புகிறேன். உண்மையான பிரச்சனைகளிலிருந்து தீவிர செயல்பாட்டிலிருந்து மக்களை விலக்கிடும் பெரிய வழிபாட்டுப் பிரிவுகள் வளர்ந்து வருகின்றன. பிரும்மாண்டமான 9/11 உண்மை இயக்கத்தைப் பாருங்கள்-எழுந்துள்ள பிரச்சனைகள் குறித்து எதுவும் செய்ய முடியாதபடி ஆற்றலை திருப்பிவிட்டிருப்பது தான் அதன் பெருந்தாக்கம். கணினி முன்பமர்ந்து WTC -7 கட்டிடத்தில் நுண் தடயங்கள் உள்ளனவா என்று உங்களுக்குப் புரியாத தொழில் நுட்ப கட்டுரையை படிக்கலாம் ஈராக் போருக்கு எதிராக எதிர்ப்புகளை திரட்டுவதை விடவும் அது எளிதானது.

அக்குறிப்பிட்ட இயக்கம் கவனத்தை ஈர்த்திடும் நிகழ்வாகும். அதிக அளவில் சென்று சேர்வது. மக்களில் மூன்றிலோரு பங்கினர் அது நம்பத்தக்கதே என்றெண்ணினால் நான் வியப்புற மாட்டேன். நம்மையெல்லாம் கொலை செய்ய விரும்பும் வெறியர்களால் நாம் நிர்வகிக்கப்படுகிறோம் என மக்களில் மூன்றிலொரு பங்கினர் எண்ணலாம். நல்லது, வேலைக்குத் திரும்புவோம், அதுபற்றி எதுவும் செய்ய இயலாது என்ற நிலை, எனவே நான் எதுவும் செய்ய வேண்டாம்.

இதற்கு இணையத்தை அப்படியே பொறுப்பாக்கலாம் என்று நான் நினைக்கவில்லை. குறைந்த பட்சம் அமெரிக்காவில் நிறுவனங்களின் எந்தவொரு நிறுவனத்தின் மீதான பொதுவான நம்பிக்கைச் சரிவின் ஒரு பகுதியே இது. அது இணையதளத்தை விடவும் ஆழமான, பரந்து பட்டதான காரணிகளை கொண்டுள்ளது.

### ஆண்ட்ரே வில்செக்

நீங்கள் எழுப்பியிருப்பது மிகச் சுவையான விஷயம். சதிக் கோட்பாடுகளும் இறுதி நாள் மற்றும் பேரழிவு சார்ந்த திரைப் படங்களுடன் நெருங்கிய தொடர்புடையவை. பெரும்பாலான வணிகப்படங்களும் புனைவெழுத்துகளும் மக்களை சுரணையிழக்கச் செய்து, கொடூரமான பூச்சிகள் நாட்டை அழிப்பது, கலிஃபோர்னியா பாதி கடலில் விழுந்து விடுவது போன்ற இரவு பகலாக தங்களிடம் நெருக்கியடித்து வந்து சேரும் மெய் நிகர்எதார்த்தத்துடன் தம்மைச் சுற்றியுள்ள எதார்த்தத்தை ஒப்பிட்டுப் பார்க்கையில் அற்பமானதாக முக்கியமற்றதாகத் தோன்ற வைத்திடும். உண்மையான போர்கள், பட்டினி, தொலை இடங்களில் இயற்கை வளங்களின் கொள்ளை, வீடற்றநிலை, ஜனநாயகமின்மை எல்லாம் சாதாரணமாகிவிடும். அப்புறம் 9/11 பற்றிய சதிக் கோட்பாடு அதனுடனும் தொடர்புபடும். நீங்கள் கூறியபடி, எதார்த்தம் மிகவும் கோருகிறது தீர்மானகரமாய் இருக்க வேண்டியுள்ளது, ஆர்ப்பாட்டங்களுக்கு அழைப்பு விடுக்க வேண்டியுள்ளது, மக்களைத் திரட்ட வேண்டியுள்ளது, எதிர்க்க, கலகம் செய்ய வேண்டியுள்ளது.

### நோம் சாம்ஸ்கி

மிகவும் ஏற்கக் கூடியதாகவே உள்ளது. அது அபாயகரமானதும் கூட- இணையத்தில் நண்பர்களிடம் பேசுவதில் அபாயகரமானது எதுவுமில்லை.

### ஆண்ட்ரே வில்செக்

ஆம், 9/11 உண்மை இயக்கத்தின் கருத்துக்கள் உலகெங்கிலும் பரவியுள்ளன. இஸ்தான்புல்லில் அவற்றைப் பார்க்கிறேன்; தென்ன மெரிக்காவில் பார்க்கிறேன். மிகவும் கல்வி கற்ற குழுக்களாலும் அடிப்படையில் எளிதாக ஏற்றுக் கொள்ளப்படுகின்றன. அமெரிக்க அரசாங்கம் உலக வர்த்தக மையத்தை தகர்க்கவில்லை என இஸ்தான் புல்லின் அறிவு ஜீவிகளிடையே கூறுவது, சலிப்பூட்டுவதாய், மைய நீரோட்டம் சார்ந்ததாய் ஆக்கிவிடும்.

### நோம் சாம்ஸ்கி

குறிப்பாக, அமெரிக்க நிகழ்வுகள் தொடர்பாக, இலக்கிய விமர்சகர் எச்.ப்ரூஸ் ஃபிராங்க்ளினின் நல்லதொரு நூல் இருக்கிறது. காலனித்துவ காலத்திலிருந்து தற்போதைய நவீன காலம் வரை, தொலைக்காட்சி போன்றவற்றையும் உள்ளடக்கி, அமெரிக்க மக்கள் செல்வாக்கு இலக்கியத்தை ஆய்வு செய்துள்ளார். அவர் சில சுவையான முடிவுகளுக்கு வந்து சேர்ந்திருக்கிறார். இலக்கியத்தில் ஒரு

மையக்கருத்து ஓடுகிறது என்பது அவரது முடிவுகளுள் ஒன்று: "வரஇருக்கும் பேரழிவின் விளிம்பில் நாம் இருக்கிறோம், நம்மை வென்று அழித்திடப் போகும் நம்ப முடியாத எதிரி இருக்கிறான். கடைசி நிமிடத்தில் அதி உயர் ஆயுதத்தாலோ அதிஉயர்ந்த நாயகனாலோ நாம் காப்பாற்றப்படுகிறோம்.

இன்னும் சமீப ஆண்டுகளால், இது போன்றவையே தொலைக் காட்சியில் தென்படுகின்றன-ரஷ்யர்கள் நாட்டை வெற்றி கொள்கின்றனர், உயர்நிலைப்பள்ளி மாணவர்கள் குன்றுகளுக்குப் போய், ஆட்களைத் திரட்டி, படையெடுப்பவர்களுடன் போராடி துரத்தியடிக்கின்றனர் என்பது போல. எதிரி யார்? நாம் நசுக்கிக் கொண்டிருக்கும் ஒருவர்தான். ஆக ஆரம்ப கட்டங்களில் செவ்விந்தியர்கள். சுதந்திரப் பிரகடனத்தில் தாமஸ் ஜெஃபர்சன், மூன்றாம் ஜார்ஜினை நிந்தித்தார்- "எல்லா வயதி னைரயும் பாலினத்தவரையும் நிலைமைகளையும் பேதாபேதமின்றி அழித்திடும், ஈவிரக்கமற்ற இந்திய (செவ்விந்திய) காட்டுமிராண்டிகளை நம்மீது கட்டவிழத்து விட்டிருந்தார்" என்று. அவர்கள் ஈவிரக்கமற்ற ஐரோப்பிய காட்டு மிராண்டிகள் என்பதை ஜெஃபர்சன் நன்கறிவார்- அவர் பொய்யுரைத்தார் என்று நான் எண்ணவில்லை. இதன் கருத்தாக்கம்: 'இங்கே நாம் அமைதியாய் இருக்கிறோம்.... ஈவிரக்கமற்ற காட்டுமிராண்டிகள், நாம் அவர்களது நிலங்களைப் பறித்து, அவர்களைத் துரத்தியடித்து ஈவிரக்கமின்றி கொன்றதற்கு எதிர்வினை ஆற்றுகின்றனர். புதிய பிரதேசத்தை வெற்றி கொண்ட காலம் முழுவதும் அதே எதிரி இருக்கிறான்.

பிற்பாடு அது அடிமைகளின் எழுச்சி பற்றிய பயமாகிறது. அடிமைகள் எழுச்சி கொள்ள இருகிறார்கள், அனைவரையும் கொல்லப் போகின்றனர், எல்லாப் பெண்களையும் வல்லுறவுக்கு உட்படுத்தப் போகிறார்கள், கைக்கொள்ளப் போகிறார்கள்-இறுதி நிமிடத்தில் காப்பாற்றப்படுகிறோம். நூற்றாண்டின் இறுதியில், சுவையான விதத்தில், அது சீனர்கள்-சீனக் கூலிகள் கடத்தி அமெரிக்காவுக்கு கொண்டு வரப்பட்டு, ரயில்பாதை நிர்மாணத்தில் ஈடுபடுத்தப் படுகின்றனர்; சலவையகம் போன்றவற்றை ஆரம்பிக்கின்றனர்; இலக்கியத்திலுள்ள ஒரு மையக்கருத்து: 'தம்மிடம் கேடான திட்டங்கள் வைத்துள்ளனர், இலட்சக் கணக்கில் அமெரிக்க சமூகத்தில் நுழைந்து, அதனைக் கைக்கொள்ளப் போகிறார்கள்'.

முற்போக்கு எழுத்தாளர் ஜாக் லண்டனின் ஒரு நாவலில், சீனர்கள் நம்மை வெல்லு முன்பு, உயிரியல் போர் முறையில் சீனாவிலுள்ள ஒவ்வொருவரையும் கொல்ல வேண்டும் என்று கூறப்படுகிறது. பின்னர் 1950 களில் செஞ்சீனர்கள், நாட்டில் போதை மருந்துகளைப்

பரவலாக்கி அமெரிக்க இளைஞருக்கு நஞ்சேற்றி விடுவார்கள் என்ற பீதி. வியட்னாம் போரின் போது, போதை மருந்தால் இராணுவம் வீழ்த்தப்படுகிறது என்னும் தொன்மம் வளர்த்தெடுக்கப்பட்டது... அதில் ஓரளவு உண்மையுண்டு, ஏனெனில் நடந்து கொண்டிருந்ததன் மீதான கோபத்தில் அவர்கள் இருந்தனர், மனச்சிதைவு கொண்டிருந்தனர், ஆனால் அவர்கள் பெரிதும் மதுவுக்கே அடிமையாயிருந்தனர். ஆனால் குவிமையம் போதை மருந்துகளின் மீது இருந்தது-நமது தீரமிக்க இளைஞரை கடுமையான குற்றவாளிகளாயும் போதை மருந்துக்கு அடிமைகளாயும் மாற்றிடும் கேடுகேட்ட வியட்னாமிய/செஞ்சீன சதியாயிருந்தது. அதன் மூலம் அவர்கள் அமெரிக்காவுக்குத் திரும்பிய பிறகு நாட்டைச் சீரழித்து விடுவார்கள். போதை மருந்து போருக்கான பரப்புரையின் பின்னிருந்ததன் பெரும்பகுதி இதுதான். இது நிகழ் காலம் வரை வந்து கொண்டிருக்கிறது - இஸ்லாமிய ஃபாசிஸ்டுகள் இப்போது கைப்பற்றி விடுவார்கள் என. தம்மை குடியரசு கட்சியினராக அழைத்துக் கொள்வோரில் பாதிப்பேர், அமெரிக்கா மீது மட்டுமின்றி, ஒட்டுமொத்த உலகின்மீது ஷரியா சட்டத்தை விதிக்கப் போகிறார்கள் என்றெண்ணினர்.

## 4. சோவியத் முகாம்

**நோம் சாம்ஸ்கி**

கிழக்கு ஐரோப்பா பற்றி நீங்கள் சொல்ல இருப்பதைக் கேட்க ஆர்வமுடன் இருக்கிறேன்.

**ஆண்ட்ரே வில்செக்**

கிழக்கு ஐரோப்பா என்னைச் சோர்வடையச் செய்கிறது. வரலாற்றின் ஒரு கட்டத்தில், செக்கோஸ்லோவாகியா, ஹங்கேரி, கிழக்கு ஜெர்மனி போன்ற நாடுகளின் மக்கள் உண்மையிலேயே மனித சமுதாயத்திற்குச் சரியானதை செய்யுமாறு நிர்ப்பந்திக்கப்பட்டனர். ஆனால் அவர்கள் தம் விருப்பத்திற்கு மாறாக அதைச் செய்தனர். எனவே, அந்த ஆண்டுகளில் எல்லாம் ஒடுக்கு முறையாளர்களுடன் எப்படி இணைந்து கொள்வது என்பது பற்றி கனவு கண்டு கொண்டிருந்தனர் என்பது எனது அபிப்பிராயம். கடந்த சில தசாப்தங்களாக அவர்கள் அக்கனவை வாழ்ந்து கொண்டிருக்கிறார்கள். அவர்களில் சிலர், அனைவருமல்ல, குறைந்த பட்சம் அவர்தம் மேட்டுக்குடியினர் அதைச் செய்கின்றனர்; கிழக்கு ஐரோப்பா குறித்து, நிலவரம் எப்படி அங்கு மோசமாக இருந்தது என்பது குறித்த தொன்மங்கள் உள்ளன. கிழக்கு-மத்திய ஐரோப்பிய அதிருப்தியாளர்கள் புனிதப் பசுக்கள் போன்றவர்கள். வாக்லேவ் ஹேவால் அல்லது மிலன் குந்தேரா போன்ற அறிவாளர்கள், எழுத்தாளர்கள் பற்றி விவாதிக்க முடியாது. அவர்களை விமர்சனம் செய்ய முடியாது; அவர்களைத் தொட முடியாது. அவர்கள் ஒருதலைபட்சமாக மேற்கிற்கு சேவகம் புரிந்து கொண்டிருந்தனர்.

இத்தலைப்புக்கு நான் திரும்பி வரக்காரணம், பல ஆண்டுகளுக்கு முன்னர் நாம் முதலில் சந்தித்தபோதும் கடிதத் தொடர்பு கொள்ளத் தொடங்கியதும், நாம் விவாதித்த பிரச்சனைகளில் ஒன்று இதுதான். சோவியத் சார்பு நாடுகளை விடவும் மேற்கத்திய காலனிகள் எவ்வளவு மிருகத்தனமானவை என்பது குறித்து நாம் எழுதிக் கொண்டிருந்தோம்.

**நோம் சாம்ஸ்கி**

அந்த உலகின் அந்தப் பகுதியில் நான் போயிருப்பது ஹங்கேரி மட்டுமே, அங்கும் நீண்ட நாள் இருக்கவில்லை, ஆனால் அதிருப்தியாளர் பலரைச் சந்தித்தேன்; மேற்கில் தாங்கள் காணும் ஒவ்வொன்றாலும்

அங்கிருந்து வரும் ஒவ்வொரு கருத்தாலும் பிரமித்துள்ள, அதீத நவ-தாராளவாதிகள் அவர்கள்; அது ரஷ்யாவாக இல்லையெனில், அது நல்லதாக இருக்க வேண்டும். இது இரண்டாண்டுகளுக்கு முன்னர்தான். இனிதானவர்கள் அவர்கள். நிறைய விஷயங்களில் ஒத்துப் போனோம், ஆனால் மேற்கத்திய கருத்துக்களின் மீதான அவர்களது விமர்சனபூர்வ மற்ற நேசம் எனக்கு அதிர்ச்சியளித்தது.

## ஆண்ட்ரே வில்செக்

புவனஸ் அயர்ஸின் Escuela Mecanica வுக்கு போனேன். சாந்தியாகேடெ சிலியியிலுள்ள பிரம்மாண்டமான நினைவு மற்றும் மனித உரிமைகள் அருங்காட்சியகத்திற்குப் போனேன், அது அற்புதமாயிருந்தது. சிலிக்கும் இதர லத்தின் அமெரிக்க நாடுகளுக்கும் இழைத்த கொடுமைகளையெல்லாம் இந்த அருங்காட்சியகம் எடுத்துக் காட்டுகிறது. உடன் நிகழ்காலத்தில் முக்கியமான கொலம்பிய சிற்பி போடெரோவின் அதிரவைக்கும் சில படைப்புகளைப் பார்த்தேன். பாக்தாத்தின் அபுகாரிப் சிறையில் அமெரிக்கப் படையினரால் சித்திரவதைக்குள்ளான இஸ்லாமியரை அவரது கித்தான்கள் சித்தரிக்கின்றன. அது ஆற்றல் மிக்கது! நான் ஈர்க்கப்பட்டேன்; மாபெரும் கொலம்பியச் சிற்பியும் மாபெரும் அருங்காட்சியகமும் அரபு மக்களிடம் கைகளை நீட்டி, ஒருமைப்பாட்டை காட்டுகின்றனர். கிழக்கு ஐரோப்பாவில் இது போன்றதை கற்பிதம் செய்தே பார்க்க முடியாது.

8. சிலியின் சாந்தியாகோவிலுள்ள நினைவு மற்றும் மனித உரிமைகள் அருங்காட்சியகத்தில் காட்சிப்படுத்தப்பட்டுள்ள கொலம்பிய கலைஞர் ஃபிரான்சிஸ்கோ போடெரோவின் அபு காரிப் வரிசை ஓவியங்கள். (காப்புரிமை: ஆண்ட்ரே வில்செக்)

ஒரு குழந்தையாக மோசமான பல ஆண்டுகளை செக்கோஸ்லோ வாகியாவில் கழித்தேன். அது அந்நாடு கம்யூனிஸ்டாக இருந்ததால் அல்ல, என் அம்மா பாதிசீனமும் பாதி ரஷ்யனும் சேர்ந்தவர், ஆசிய நாட்டவராகத் தோற்றமளிப்பவர் என்பதால் அங்கே பயங்கர இன வாதத்தை எதிர் கொள்ள வேண்டியிருந்தது.

பிராகின் வசந்தத்தை அடக்கும் பொருட்டு மேற்கொள்ளப்பட்ட 1968 இன் மாஸ்கோ படையெடுப்பு, நிகழ்ந்திருக்க வேண்டிய ஒன்றில்லை; "மானுடமுகம் கொண்ட சோசலிசத்தின்" முதுகுத் தண்டை அது முறித்தது; ஆனால் சோவியத்துகளால் படுகொலைகள் நிகழவில்லை; பீரங்கிகளால் சிலர் வீழ்த்தப்பட்டனர். நடந்தவற்றில் பெரும்பகுதி விபத்துக்கள்; இறந்த சிலர் குடிகாரர்கள்.

## நோம் சாம்ஸ்கி

அது லத்தீன் அமெரிக்காவில் நடந்திருந்தால் யாரும் கவனித்திருக்க மாட்டார்கள்.

## ஆண்ட்ரே வில்செக்

மிகவும் சரி! கிரெனெடாவில் அதிகமானோர் இறந்தனர், பிராகில் துல்லியமாயிருந்தது. வல்லுறவுகள் இல்லை. சித்திரவதை இல்லை. பல மாதங்களுக்கு எல்லைகளைத் திறந்து வைத்திருந்தனர், எனவே வெளியேற விரும்பியோருக்கு தெரிவு இருந்தது. அணுவியல் விஞ்ஞானியான என் அப்பாவுக்கு கனடாவிற்கு வெளியேறும் வாய்ப்பு கிட்டியது; அவர் வெளியேறவே இல்லை. 1968-க்கு முன் செக்கோஸ்லோவாகியா கம்யூனிஸ்ட் கட்சி உறுப்பினர் அவர். உறுப்பினர் அட்டையை ஓர் அலுவலர் முகத்தில் எறிந்துவிட்டு கட்சியிலிருந்து வெளியேறினார். எதுவும் நிகழவில்லை. பதவி உயர்வு பெற்று வெளிநாடுகளுக்குப் போவதை அது தடுத்தாலும், தொடர்ந்து பணியாற்றினார். ஆனால், அமெரிக்கா ஆதரவு ஆட்சியுள்ள போது கிரேக்கத்திலோ எல் சால்வடாரிலோ 1965 க்குப் பிறகு இந்தோனேசி யாவிலோ 1973 க்குப் பிறகு சிலியிலோ இதனை கற்பனை செய்து பார்க்க முடியுமோ? வாஷிங்டனிலிருந்து வரும் நேரடி கட்டளைகளுக்குப் பிறகு என் குடும்பமே துடைத்தழிக்கப்பட்டிருக்கும்.

குந்தரா ஹேவல், கோஹவுட் போன்றோருக்கு இது தெரியும். ஆனால், கதையின் ஒரு பக்கத்தை மட்டும் காட்டிவிட்டு அறிவார்த்த தாரகைகளாகிட விரும்பினர். அமெரிக்காவோ ஐரோப்பாவோ எஞ்சியுள்ள உலகின் மீது நிகழ்த்தும் கொடுமைகளைப் பற்றி விவரிக்கும் எழுத்தை குந்தராவிடம் எப்போதேனும் வாசித்திருக்கிறீர்களா? ஆனால் மலினமான உணர்வோட்ட பிரச்சார நாவலை ஒன்றுக்குப் பின்

இன்னொன்றாக எழுதிய பிறகு, தீவிர இலக்கியத்தளத்திற்கு விமர்சகர்களால் அவர் உயர்த்தப்பட்டு விட்டார்.

**நோம் சாம்ஸ்கி**

லத்தீன் அமெரிக்காவுடன் ஒப்பிடுகையில், ஸ்டாலினுக்குப் பிந்தைய சகாப்தத்தில், கிழக்கு ஐரோப்பிய அடக்குமுறை மிதமானது தான் என்பது அடிக்கடி சுட்டிக் காட்டப்பட்டிருக்கிறது. உண்மையில் சோவியத் யூனியனே கிழக்கு ஐரோப்பாவுக்கு மானியம் வழங்கிற்று, என்பது கவனத்துக்குரியது வரலாற்றில் சோவியத் பேரரசுதான் காலனிகளை விடவும் வறியதான பேரரசின் மையத்தைக் கொண்டிருந்தது.

**ஆண்ட்ரே வில்செக்**

ஆம், அது வறியதுதான். குழந்தைப் பருவத்திலிருந்து அதை நான் அறிவேன். என் பாட்டி லெனின்கிராடில், புனித பீட்டர்ஸ்பர்கில் இருந்தார்; நானோ செக்கோஸ்லோவாகியாவில் வளர்ந்தேன். லெனின் கிராடில் பிறந்த என்னை என் பெற்றோர் செக்கோஸ்லோவாகியாவுக்கு கொண்டு சென்றனர். ஒவ்வொரு கோடையிலும் என் பாட்டியைப் பார்த்துவர மூன்று மாத காலம் ரஷ்யாவுக்கு அனுப்பி வைப்பார்கள் என் அம்மா. ரஷ்யாவை நான் நேசித்தேன், ஒவ்வோராண்டும் அங்கு திரும்பும் பொருட்டு நாட்களை எண்ணிக் கொண்டிருப்பேன். சோவியத் ஒன்றியத்தின் செல்வந்த நகரங்களில் ஒன்றாய் லெனின் கிராட் இருந்தது, ஆனால் அப்போதும் ஆக்கிரமிக்கப்பட்ட செக்கோஸ்லோவாகியா ரஷ்யாவை விட செல்வம் மிகுந்திருக்க அனுமதிக்கப்பட்டது. ஏற்ற இறக்கங்கள் பற்றி சோவியத்துகள் எதுவும் செய்யவில்லை நம்மைப் போல அந்நாட்டிலிருந்து அவர்கள் எதனையும் உறிஞ்சி எடுக்கவில்லை. எடுத்திருக்கலாம் ஆனால் எடுக்கவில்லை. நிச்சயமாக, இதன் பொருட்டு மேற்கிடமிருந்தோ கிழக்கு ஐரோப்பிய அறிஞர்களிடமிருந்தோ சோவியத் ஒன்றியம் பாராட்டு பெற்றதில்லை.

**நோம் சாம்ஸ்கி**

சோவியத் பேரரசின் பகுதியாக இருந்தது மகிழ்ச்சி தராத காரணங்களைக் கொண்டிருக்கலாம் ஆனால் விபரங்கள் தெளிவாய் உள்ளன. அவை அறிவுலகத்திற்குத் தெரிந்தவைதான், ஆனால் யாரும் அவற்றிலிருந்து எந்த முடிவுக்கும் வருவதில்லை.

**ஆண்ட்ரே வில்செக்**

கிழக்கு ஐரோப்பா உலகிற்கு செய்த அளப்பரிய நல்ல விஷயங்கள் முழுமையாக மறக்கப்பட்டு விட்டன என்றெண்ணுகிறேன். கிழக்கு ஐரோப்பியர்கள் உலகெங்கிலுமான விடுதலைப் போராட்டங்களை

ஆதரித்துக் கொண்டிருந்தனர்; அமெரிக்க வியட்னாம் போரின் போது வியட்னாமை ஆதரித்தனர். ஆப்பிரிக்காவிலும் மத்திய கிழக்கிலும் மற்ற இடங்களிலும் எண்ணற்ற நாடுகளுக்கு உதவினர். ரஷ்யாவின் மாபெரும் வெளியீட்டு அமைப்புகள், பூமியிலுள்ள வறிய நாடுகளுக்காக அவற்றின் மொழிகளில் புத்தகங்களை அச்சிட்டுத் தந்தன.

Melodiya என்னும் அரசு ரெகார்ட் கம்பெனி மானிய உதவியுடன் தயாரித்த, செவ்வியல் இசை வட்டுகளோடு தாங்கள் வள்ரந்து கொண்டிருந்ததாக எனது இந்திய நண்பர்கள் என்னிடம் தெரிவித்தனர். உலகத்திற்கு இந்நாடுகள் என்ன செய்தன என்பதை என்னால் நினைவு கூரவும் முடியவில்லை. என் தந்தை வழியில் இரு செக்கோஸ்லோ வாகியா மாமாக்கள், மத்திய கிழக்கில், ஆப்பிரிக்காவில், தென்கிழக்கு ஆசியாவில் சர்க்கரை ஆலைகளிலிருந்து உருக்காலைகள் வரை கட்டியெழுப்பிக் கொண்டிருந்தனர். அது கட்டாய உழைப்பில்லை உழைப்புக்கேற்ற ஊதியம் பெற்றனர்; ஆனால் அம்முயற்சிகளில் சர்வதேசவாத உதவி இருந்தது. இவர்கள் செய்து கொண்டிருந்தது பிரும்மாண்டமானது ஆனால் அது “தீய பேரரசு” என்று அழைக்கப் பட்டதன் பகுதியாகத்தான் இருந்தது. நல்ல உத்தேசங்களையல்லாம் மேற்கத்திய பரப்புரை வீழ்த்தியது.

கிழக்கு ஐரோப்பிய அதிருப்தியாளரில் பலர் மேட்டுக்குடியினர். எடுத்துக்காட்டாக, வாக்வேல் ஹேவலின் குடும்பம், 1948 இல் கம்யூனிஸ்டுகள் தேர்தலில் வெற்றிபெறும் முன்னரே, செக்கோஸ்லோ வாகியாவில் செல்வந்தக் குடும்பங்களில் ஒன்றாக விளங்கிற்று. வீட்டுமனை வீடுகளிலிருந்து பார்ராண்டோவ் திரைப்படக்கூடம் வரை சொத்துக்களை வைத்திருந்தது - இன்றும் கிழக்கு ஐரோப்பாவின் மிகப்பெரிய ஸ்டுடியோக்களில் ஒன்றாக இருப்பது பர்ராண்டோவ் ஸ்டுடியோ. டோரோன்டோவில் ஆசிரியராக ஆன ஓர் அதிருப்தி யாளரான ஜோஸஃப் ஸ்கோவோரெகி இதை நேர்மையுடன் பதிவு செய்தார். The Cowards என்னும் தனது நாவலில், செஞ்சேனையால் செக்கோஸ்லோவாகியா விடுதலை செய்யப்பட்டது பற்றி விவரிக்கிறார்; மேல்மத்தியதர வர்க்கத்தைச் சேர்ந்து, ஜாஸ் இசையை நேசிக்கும் தனக்கு, நாற்றமெடுக்கும், குதிரைகளில் வந்த ரஷ்யர்களை விடவும், அமெரிக்கரோ பிரித்தானியரோ தன் நாட்டை விடுதலை செய்வது பிடித்திருக்கும் என்கிறார்.

## நோம் சாம்ஸ்கி

யூரோ 2012 கால்பந்தாட்ட போட்டிகளின் போது போலந்திலும் உக்ரைனிலும் கருப்பின கால்பந்தாட்ட வீரர்கள் மீதான இனவெறித் தாக்குதல்களைக் கண்டு வியப்படைந்தீர்களா?

## ஆண்ட்ரே வில்செக்

வியப்படையவில்லை. கிழக்கு ஐரோப்பாவில் எப்போதும் இனவெறி இருந்து வந்துள்ளது என்றெண்ணுகிறேன். ஆனால் அதிருப்தியாளரும் மேற்கும் உருவாக்க போராடிக் கொண்டிருந்த அமைப்பு ஏற்பட்டது, பல அருவருப்பான அம்சங்கள் தலைகாட்டின என்று எண்ணுகிறேன். உண்மையில் அது சோவியத் ஒன்றியத்தில் நிலவி வந்ததை ஒரு பகுதி ஒத்ததே. கம்யூனிஸ்டுகள் செய்தது, முன்னர் தனிமைப்படுத்தப்பட்டும் பின்தங்கியதாயும் இருந்த நாட்டினை திடீரென சர்வதேசவாதத்திற்கு நிர்ப்பந்தப்படுத்தியதுதான். அது சிலரிடத்தே தாக்கத்தை ஏற்படுத்தியது குறிப்பாக அறிஞர்களிடத்தே. ஆனால் பெரும்பாலானவர்கள் மூடுண்டவர்களாக, சிலர் இனவெறி மிக்கவர்களாக இருந்தனர்.

ஆப்பிரிக்கா, தென்கிழக்கு ஆசியா, மத்திய கிழக்கிலிருந்தெல்லாம் சோவியத் ஒன்றியம் மக்களை வரவழைத்தது; அவர்களுக்காக பல்கலைக்கழகங்களையும் கல்லூரிகளையும் திறந்தனர், அது மிகச் சிறந்தது. ஆனால் சாதாரண மனிதன் இது பற்றி அவ்வளவாக ஆர்வம் காட்டவில்லை. சாதாரண ரஷ்யன் என்ன நடந்து கொண்டிருந்தது என்று புரிந்து கொள்ளாமல், இன்னும் குறுகிய வெறியுடையவனாகவே இருந்தான். இன்றைக்கு இந்தியாவில் இருப்பது போல- இந்தியாவை கம்யூனிஸ்ட் நாடாக மாற்றி, ஆப்பிரிக்க நாட்டவருக்கும் மத்திய கிழக்கினருக்கும் உலகின் பிறபகுதியினருக்கும் பள்ளிகளைத் திறந்துவிட்டால், சாதாரண மக்கள் ஒப்புக்கொள்ளப் போவதில்லை. முன்னாள் பாராளுமன்ற உறுப்பினரும் மார்க்சிஸ்டுமான எனது கென்ய நண்பர் இந்தியாவில் படித்தார். அவர் கருப்பர். பல்கலைக் கழகத்தில் தான் நன்றாக நடத்தப்பட்டதாயும், புது டெல்லியின் தெருக்களுக்கு வந்ததும், "உனது வால் எங்கே, மாமா? மரத்திலா வசிக்கிறாய்?" எனச் சிறுவர்கள் சீண்டியதாயும் கூறினார். அங்கு போதுமான கல்வி இல்லை, பிற பண்பாடுகளைப் போதுமான அளவில் ஏற்கவில்லை என்றார். ஏகாதிபத்தியம், இனவாதம், பாகுபாடுக்கு எதிரான போராட்டத்தில் சோவியத்துகள் தம் நாட்டினை முன்னணிப் படையில் நிறுத்தினர். ஆனால் மக்களில் ஒரு பெரும் பிரிவினர் அதற்கு தயாராக இல்லாமல், அதை எதிர்த்தனர், இனவாதம் கொண்டிருந்தனர். அது முந்தைய சோவியத் ஒன்றியத்தில் மட்டுமல்லாமல், கிழக்கு ஐரோப்பா முழுவதிலுமே இருந்தது என்றெண்ணுகிறேன். அப்புறம், சமத்துவத்தை முன்னெடுத்துச் சென்ற அமைப்பு நிலைகுலைந்ததுமே, பயங்கரமான ஒடுக்குமுறை வெறிகளெல்லாம் மீண்டும் தலையெடுத்தன.

**நோம் சாம்ஸ்கி**

*கிழக்கு ஐரோப்பாவில் தீவிரம் வலதுசாரிகள் எழுந்திருப்பதை எப்படி மதிப்பிடுவீர்கள்?*

**ஆண்ட்ரே வில்செக்**

டென்மார்க்கில், ஹாலந்தில், கிரேக்கத்தில் இருப்பது போன்றே கிழக்கு ஐரோப்பாவில் இருக்கப் போகின்றனர் என்று கருதுகிறேன். ஒட்டுமொத்த ஐரோப்பா வரலாற்று ரீதியில் ஃபாசிசமானது, நூற்றாண்டுகளாக பூமி முழுவதையுமே கொள்ளையிட்டு, அதனை நிருபணம் செய்துள்ளது, எல்லாவற்றுக்கும் மேலாக பண்பாட்டு ரீதியில் பொருளாதாரரீதியில் செயலிழந்த சரிந்து கொண்டிருக்கும் கண்டமாகும் அது.

கடந்த காலத்தில் ஐரோப்பா, இனப்படுகொலைகள் மூலம் ஈடிணையில்லா மிருகத்தனத்தை வெளிக்காட்டியிருந்தது; உலகின் காலனிய நாயகர்களாக இருந்தபோது படுகொலைகள் புரிந்தனர்; இன்னும் தமது மூத்த பங்காளியுடன் சேர்ந்து, உலகைக் கட்டுப்படுத்துவதை நோக்கமாய்க் கொண்டுள்ளனர். எனவே எனக்கு ஆச்சரியமில்லை: ஃபாசிச கட்சிகள் ஒருவிதத்தில் ஐரோப்பாவுக்கு இயற்கையானது என்றெண்ணுகிறேன்; இரண்டாம் உலகப் போருக்குப் பின் ஐரோப்பா கொண்டுள்ள அகந்தைமிக்க அமைப்புகளை விடவும், அவை தலையெடுக்கையில் போராடுவது எளிதானது என்று கருதுகிறேன் - அவ்வகந்தை அமைப்புகள், உலகெங்கிலும் பட்டினி கிடக்கும் இலட்சக்கணக்கினரை சுரண்டி இருக்க, ஐரோப்பியர்களுக்கு பெரும் சமூக வலைகளை உருவாக்கித் தந்தது.

**நோம் சாம்ஸ்கி**

*கிழக்கு ஐரோப்பாவில் சோசலிசத்திற்கு வாய்ப்புகள் இருக்கின்றதாகக் கருதுகின்றீர்களா?*

**ஆண்ட்ரே வில்செக்**

ரஷ்யா, உக்ரைனில், ஓரளவுக்கு பல்கேரியாவில், கம்யூனிசம் / சோசலிசத்தின்பால் பெரும் ஏக்கம் நிலவுகிறது. அது அரசியல்/ பொருளாதார அமைப்பு பற்றி மட்டுமில்லை. முந்தைய சோவியத் ஒன்றியத்தில் இப்போது பலர் வெறுமையை உணருகின்றதாகக் கருதுகிறேன்; எப்படியோ வாழ்க்கை அர்த்தத்தை இழந்திருக்கிறது. சோவியத் ஒன்றியத்தின் நோக்கங்கள் உன்னதமானவை, சில மிகவும் கவனத்தை ஈர்ப்பவை: உலகின் அனைத்துப் பகுதிகளுக்கும் விடுதலை, காலனிய எதிர்ப்பு, ஏகாதிபத்திய எதிர்ப்பு, சமூக நீதி.

இப்போது இளைய - பழைய தலைமுறைகளெல்லாம் திரும்பத் திரும்ப பழைய சோவியத் சகாப்த மெட்டுகளைக் கேட்டுக் கொண்டிருப்பது சுவையானதாகும். நாட்டின் வீழ்ச்சிக்குப் பிறகு எழுந்த வெற்றிடத்தை நவீன இலக்கியம் பிரதிபலிக்கின்றது. ஆனால் ரஷ்ய கம்யூனிஸ்ட் கட்சி இறுக்கம் மிகுந்து திசைவழி இழந்திருக்கிறது. சோசலிசத்தை நோக்கி அல்லது ரஷ்யபாணி கம்யூனிசத்தை நோக்கி, இட்டுச் சென்றிடும் பாதையை வரையறுக்கக் கூடிய கட்டத்தில், ரஷ்யா இன்னும் இருப்பதாக நான் கருதவில்லை சீனாவைப் போல அவ்வளவு நம்பிக்கைமிக்க சமூகமில்லை அது. தோற்கடிக்கப்பட்டதாக துண்டு துண்டாக்கப்பட்டதாக நிச்சயமின்மைகள் நிறைந்ததாக உணருகின்றது. இருப்பினும், ரஷ்ய ஆன்மா சாராம்சத்தில் சோசலிசமானது என்றெண்ணுகிறேன். அடுத்த ஓரிரு தசாப்தத்தில் தன்னை சோசலிச நாடாக மறுவரையறை செய்தால் வியப்புற மாட்டேன்.

பெரும்பாலான கிழக்கு - மத்திய ஐரோப்பிய நாடுகள் ஒருபோதும் சோசலிசத்திற்குத் திரும்பாது. அவை இப்போது ஆதிக்க அமைப்பின் அங்கம்; மேற்கத்திய அமைப்புகளுடன் ஒருங்கிணைந்துள்ளன. மேற்கு ஐரோப்பிய மக்களைப் போலவே, தம் அமைப்பை மாற்றிவிட அனுமதிக்கவே மாட்டார்கள். உலகளாவிய புரட்சி இல்லாத மட்டும், ஒரு வழிப்பாதையாகவே இருக்கும் என்று தோன்றுகிறது.

நான் பில்செனில் வசித்துக் கொண்டிருந்தபோது, ஹேவல், குந்தரா, கோஹவுத் போல கடுமையான எதிர்க்கட்சி சார்பாளர்கள் தவிர, பெரும்பான்மையினரான மக்கள், 1968லும் அதற்குச் சற்று முன்னரும் என்ன பெற்றிருந்தோம் என்பது பற்றி கனவுகண்டு கொண்டிருந்தனர். மானுட முகமுடைய சோசலிசம் எனத் தாம் அழைத்தது குறித்து கனவு கண்டு கொண்டிருந்தனர். குறைந்தபட்சம், செக்கோஸ்லோவாகியாவில் அது நல்ல கருத்தமைவாக இருந்தது. அங்கே அது செயல்பட்டது. சோவியத் படையெடுப்புக்கு முன் 1968 இல் செக்கோஸ்லோவாகியா இருந்ததை விடவும் இன்றைக்குச் சீனா மிகுந்த வெளிப்படைத் தன்மை கொண்டுள்ளது என்பதை யாரும் ஒத்துக்கொள்ள விரும்புவதில்லை. கடவுச் சீட்டு வாங்குவது, எல்லை தாண்டுவது எளிது; 1968 இல் பிராகில் இருந்ததை விடவும், இப்போது பெய்ஜிங்கின் புத்தகக் கடைகளில் பல்வேறான அரசியல் கருத்துக்கள் கிடைக்கின்றன.

இருப்பினும், இப்போது செக் மக்களிடம் பேசினால், பெரும்பான் மையினர் புகார் செய்கின்றனர்; எப்போதும் அவர்கள் புகார் செய்வதால் இப்போதும் நான் அவற்றைத் தீவிரமாக எடுத்துக் கொள்வதில்லை. பெரும்பான்மையினரான செக் மக்கள், செக்கோஸ்லோவாகிய

கம்யூனிஸ்ட் அமைப்பு நன்றாக இருக்கவில்லை, கம்யூனிசத்திற்குப் பிந்தைய அமைப்பு நன்றாக இல்லை என்கின்றனர்; ஆனால் அதுபற்றி அவர்கள் ஒன்றும் செய்வதில்லை, அதை மாற்ற ஒன்றும் செய்வதில்லை, மானுட முகமுள்ள டப்செக் சோசலிசத்தை மீண்டும் அறிமுகப் படுத்துவது பற்றி அவ்வளவாக பேச்சே இல்லை. இருந்தபோதும் செக் கம்யூனிஸ்ட் கட்சி, நாட்டின் மூன்றாவது வலுவான அரசியல் கட்சியாக இருக்கிறது.

## நோம் சாம்ஸ்கி

*சமூக - பொருளாதார பிரச்சனைகளில் அவர்களின் நிலைப்பாடு என்ன?*

## ஆண்ட்ரே வில்செக்

அங்குள்ள கம்யூனிஸ்ட் கட்சி பயங்கொண்டிருப்பது. பட்டவர்த்தன மானதில்லை; தான் "இயல்பான," "அரசமைப்பு சார்ந்த" அரசியல் சக்தியாகி விட்டதாக செக் மக்களுக்கும் உலகத்திற்கும் நிரூபணம் செய்வதில் மும்முரமாய் இருக்கிறது. அது நிச்சயமாக புரட்சிகர கட்சியில்லை. செக் குடியரசு ஒரு விதத்தில் சற்று சிலி போன்றது, பினோசேக்கு 20 ஆண்டுகளுக்குப் பிறகு சிலி 1973 க்கு முந்தைய தனது சமூக ஜனநாயகத் தன்மைக்குத் திரும்பியுள்ளது அதிபர் மாளிகையில் யார் இருப்பினும் சரி. செக் நாட்டவரும் எப்போதும் சாராம்சத்தில் சமூக ஜனநாயகவாதிகள்தான் கூட எனவேதான் சோவியத் முகாமாக அழைக்கப்பட்டதில் தனித்துவமாயிருந்தது. யார் நிர்வகித்தாலும், மிக நல்ல சமூக அமைப்பினை உடையது.

வரலாற்று ரீதியில், ஆஸ்திரிய - ஹங்கேரியப் பேரரசு காலத்திலும், தனது மூலப் பொருட்கள், கனரக தொழிற்சாலைகள், வேலைநெறி காரணமாக, வளமான பகுதியாயிருந்தது. ஆக முதல் குடியரசு என்றழைக்கப்பட்ட இரு உலகப் போர்களுக்கிடையே கறாராக சமூக ஜனநாயக நாடாக கண்ணியமான தேசமாயிருந்தது என்று கூற முடியும், சார்த்தர் கூட இங்கு வந்ததும் ஈர்க்கப்பட்டார்: உழைக்கும் வர்க்கத்தினர் ஞாயிற்றுக் கிழமைகளில் தம் குடும்பத்தினருடன் பிக்னிக் போவதும் படகு சவாரி செய்வதுமாக இருந்ததைப் பார்த்தார். இனச் சிறுபான்மையினர் சார்பாக பாகுபாடு நிலவியதால் அது கச்சிதமான நாடில்லை, இருந்தும் அதே காலகட்டத்தின், எஞ்சிய ஐரோப்பாவுடன் ஒப்பிடுகையில் கண்ணியமாயிருந்தது.

செக்கோஸ்லோவாகியா அல்லது செக் குடியரசு ஒருபோதும் மிக இடது சாரியாயிருந்ததில்லை, ஆனால் இப்போதுள்ள உலகின் எஞ்சிய பகுதியுடன் ஒப்பிடுகையில், இன்னும் அது இடது மத்தியில்

கண்ணியமாக நிற்கிறது, அதற்கும் மேலில்லை. ஆனால் அந்நாடு வெளிநாட்டுக் கொள்கையில் ஈடுபடாதிருப்பதும் அமெரிக்காவின் நெருங்கிய சகாவாயிருப்பதும்தான் பிரச்சனைக்குரியது. ஆதலின் ஒருபுறம் பாராட்டத்தக்க பாதுகாப்பு வலையுள்ள சமூக ஜனநாயகம், இன்னொரு புறம், வெளிநாட்டுக் கொள்கை என்று வருகையில், தன் படையினரை ஈராக்கிற்கும் ஆஃப்கனுக்கும் அனுப்புகிறது.

### நோம் சாம்ஸ்கி

ரஷ்யாவைப் பற்றிய பயமிருக்கிறதா?

### ஆண்ட்ரே வில்செக்

இல்லை, நிச்சயமாக இல்லை

### நோம் சாம்ஸ்கி

அவர்களது வெளிநாட்டுக் கொள்கைக்கான உந்து விசை எது?

### ஆண்ட்ரே வில்செக்

அப்போது பொறுப்பிலுள்ளவர்களுடன் ஒத்தியைந்து போய்விடும் நூற்றாண்டுகளாக நீடிக்கும் பழக்கம்தான். ஆஸ்திரிய ஹங்கேரிய பேரரசின் போது, இரண்டாம் உலகப் போரின் போது, நாஜி ஆக்கிரமிப்பின் போது அல்லது சோவியத் ஒன்றியத்தின் ஆக்கிரமிப்பின் போது இருந்ததிலிருந்து இப்போது அவ்வளவாக மாறுபட்டிருக்க வில்லை.

### நோம் சாம்ஸ்கி

இரண்டாம் உலகப் போரின்போது, நாஜி ஆக்கிரமிப்பின் கீழ் நிறைய ஒத்துழைப்பு இருந்ததா?

### ஆண்ட்ரே வில்செக்

நிச்சயமாக! அப்போது செக்கோஸ்லோவாகியா இரண்டாகப் பிளவுபட்டது. செக் பகுதிகள் ஜெர்மனியால் ஆக்கிரமிக்கப்பட்டன; சுடாடன்லாண்ட்டின் இணைப்புக்கும் அதனையடுத்த ஆக்கிரமிப்புக்கும் பின் நாஜி ஜெர்மனியின் பகுதியானது. அப்போது ஸ்லோவாகியா சுதந்திரமான ஃபாசிச நாடாக இருந்தது.

### நோம் சாம்ஸ்கி

ஒரு எதிர்ப்பியக்கம் இருந்தது.

### ஆண்ட்ரே வில்செக்

ஒரு எதிர்ப்பியக்கம் ஸ்லோவாகியாவில் இருந்தது, ஆனால் அது போரின் இறுதிக் காலத்தில்தான். செக் பகுதியில் பலவீனமான

எதிர்ப்பு நிலவிற்று. 1942 இல் ரெய்ன்ஹார்ட் ஹேட்ரிச் (பொஹிமியா - மொரோவியாவின் துணை அதிபர்) சின் படுகொலை நடந்தது. நாடு கடந்த செக்கோஸ்லோவாகிய அரசாங்கத்தால் அனுப்பப்பட்ட, பிரிட்டனில் பயிற்சி பெற்ற செக் - ஸ்லோவாக் படை வீரர் அணியால் அது நிறைவேற்றப்பட்டது; அது ஜெர்மானிய பழி தீர்ப்புக்கு இட்டுச் சென்றது. லிடிஸ் மற்றும் லெஸாகி என்னும் இரு கிராமங்கள் தகர்க்கப்பட்டன, படுகொலை நிகழ்த்தப்பட்டது; அது ஒன்றுதான் கடும் எதிர்ப்பை வெளிக்காட்டியது. அது பிரிட்டனில் திட்டமிடப் பட்டது என்று கூறப்பட்டது. ஏனெனில் தரும சங்கடம் தரும் வகையில் நாட்டுக்குள்ளே எதிர்ப்பே இல்லாதிருந்தது.

**நோம் சாம்ஸ்கி**

உண்மையில் அது செக் இயக்கத்தினரால் எதிர்க்கப்பட்டது, ஏனெனில் அது மோசமான எதிர் வினையை உண்டு பண்ணும் என்பதை அவர்கள் அறிவார்கள்.

**ஆண்ட்ரே வில்செக்**

மிகச் சரி. அதனை நிறைவேற்றியவர்கள் பிரிட்டனிலிருந்து விமானத்தில் அனுப்பப்பட்டனர்.

**நோம் சாம்ஸ்கி**

ஆனால் பிரதான எதிர்ப்பியக்க நடவடிக்கைகள் ஸ்லோவாகியாவிலா நடந்தன?

**ஆண்ட்ரே வில்செக்**

ஆமாம். செக் பிரதேசத்தில் அப்போது உலகின் மிகப் பெரிய மிக சக்தி வாய்ந்த தொழிற்சாலைகள் இருந்தன. பில்ஸென் நகரிலிருந்த ஸ்கோடா, ஜெர்மன் கூட்டு நிறுவனம் க்ரூப்பிற்கு இணையாக, உலகின் மிகப் பெரும் ஆயுத உற்பத்தியாளர்களுள் ஒன்றாகும். ஆக்கிரமிப்பின் போது, செக் மக்கள் ஜெர்மானிய இராணுவப் பிரிவுடன் நெருங்கிப் பணியாற்றினர். பில்ஸெனைச் சுற்றியுள்ள பொஹிமியாவின் மேற்குப் பகுதியை விடுதலை செய்தவர்கள் அமெரிக்கர்களே, ஆனால் அதற்கு முன் ஸ்கோடா நிறுவனத்தின் மீது குண்டு வீசித் தகர்த்தனர், அமெரிக்கர்கள். ஏனெனில், ஜெர்மானியருக்காக இயங்கிய மிகப் பெரும் இராணுவ தொழிற் கூடங்களுள் ஒன்றாக அது இருந்தது ஒரு காரணம்; ஆனால் பிரதான காரணம், போரின் முடிவில் செக்கோஸ் லோவாகியா முழுதும் கிழக்கு மண்டலத்தில் சேர்ந்து விடும் என்றறிந்த அமெரிக்கா, முடிந்த அளவு நாசத்தை ஏற்படுத்த விரும்பியது.

ஆனால் ஒத்துழைப்பைப் பொறுத்தவரை எனது தந்தை கூறியது: ஜெர்மானியர்கள் செக் பிரதேசத்திற்கு வந்ததும் செய்த முதல் வேலை, செக் குடும்பங்கள் வங்கிகளில் வைத்திருந்த கடன்களை, அடமானங் களை, கடன்களை தள்ளுபடி செய்ததுதான். செக் நாட்டினர் நெருக்கமாக ஒத்துழைப்பார்கள் எனும் எதிர்பார்ப்பில் அவர்தம் இருதயங்களையும் மனங்களையும் வென்றிட விரும்பினர். நிதி சார்ந்த ஊக்கத் தொகைகளை விடவும் ஐரோப்பாவின் மையப்பகுதியில் வேறு என்ன சிறந்த வழி இருக்க முடியும்.

## நோம் சாம்ஸ்கி

ஐரோப்பாவில் ஒத்துழைப்பு என்பது சுவையானது... பல்வேறு நாடுகளின் ஒத்துழைப்பு ஆவணங்களைப் பரிசீலித்துக் கொண்டிருந்தேன்; ஹாலந்து பற்றி எதுவும் இல்லாததால், இரண்டாம் உலகப் போரின் போது, ஹாலந்துக்குள் எதிர்ப்பாளராயிருந்த ஹன்ஸ் கோனிங்கை வினவினேன். உண்மையில் ஹாலந்தில் ஜெர்மானியருடன் ஒத்துழைப்பே இல்லை என்று அவர் சொன்னார். அது எனக்கு மிகவும் வியப்பூட்டவே, அதனை விளக்குமாறு கேட்டேன். அடுத்த கோடையில் தான் ஆம்ஸ்டர்டாம் செல்லவிருப்பதாகவும், அங்கேயுள்ள போர் அருங்காட்சியகத்தை நடத்தும் நண்பரிடம் கலந்து ஆலோசிப்பதாகவும் தெரிவித்தார்.

இலையுதிர் காலத்தில் திரும்பி வந்த அவர், தன் நண்பர் கூறியதையும் எடுத்துக் காட்டியதையும் தெரிவித்தார். உண்மையில் ஒரு இரகசிய ஆவணக் காப்பகம் இருந்திருக்கிறது, அதில் நாஜிகளுடனான டச்சுக் காரரின் ஒத்துழைப்பு பற்றிய விபரம் இருந்திருக்கிறது. அது மிக விரிவானது என்றார். இதனை பிற்பாடு ஒரு டச்சு மொழியியலாளரிடம் குறிப்பிட நேர்ந்தது, அவர் வெறுமனே நகைத்தார். தனது உறவினர்கள் நாஜிகளுடன் ஒத்துழைத்ததைத் தெரிவித்தார். ஆனால் அது மறைக்கப் பட்டிருந்தது, என்று உங்களுக்குத் தெரியும்.

## ஆண்ட்ரே வில்செக்

இரண்டாம் உலகப் போர் பற்றிப் பேசும் போது, தெளிவான பிரிவினைகள் இருந்ததை எப்போதும் நினைவில் கொள்ள வேண்டும் என்று என்னை எண்ண வைக்கிறது. போரின் முடிவில், ஐரோப்பா, கிழக்கு மேற்கு முகாம்களாக மட்டும் பிரிக்கப்படவில்லை, போரில் வென்ற நாடுகள், தோற்ற நாடுகளுக்கிடையேயும் பிரிக்கப்பட்டது. அதுவும் அதிகார பூர்வ ஊடக அமைப்புகளாலும் அதிகாரபூர்வ பாட நூல்களாலும் விவாதிக்கப்படவில்லை, ஆனால் கிழக்கு ஐரோப்பாவின் பல நாடுகள் போரில் தோற்கவே செய்தன. ஸ்லோவாகியா, ஹங்கேரி, ரொமேனியா, பல்கேரியா ஆகியவை விடுதலை செய்யப்படவில்லை.

கிழக்கு ஜெர்மனியைப் போலவே இவையெல்லாம் உண்மையில் தோற்கடிக்கப்பட்டவை. நாஜிகள் பக்கம் போரிட்டவை.

ஒரு தசாப்தத்திற்கு முன்னர், ஃபாசிச அரசுகளாக வீழ்த்தப் பட்டவை, மானுட வரலாற்றில் மிகக் குரூரமான நிகழ்வில் பங்கேற்றவை பற்றி நாம் பேசிக் கொண்டிருக்கிறோம். ஃபாசிசத்துடன் போரிட்டு தோற்கடித்ததில் சோவியத் ஒன்றியம் கோடிக் கணக்கானோரை இழந்தது.

1950 களில் புடாபெஸ்டில் சோவியத்துகளுடன் போரிட்டு உயிரிழந்தோரைப் பற்றி மட்டுமே மேற்கத்திய பரப்புரை பேசும்; ஆனால் தம் எல்லையில் மீண்டும் ஃபாசிச அரக்கனை எதிர் கொள்ள வேண்டியுள்ள சோவியத்துகளின் அச்சம், உணர்வோட்டங்கள் பற்றி என்ன கூறுவது?

அதிகாரபூர்வ பார்வைநிலை தவிர்த்து வேறு கோணங்களில் சோவியத்தின் கடந்த காலம் பற்றி மேற்கில் தீவிர விவாதம் இல்லை என்று தோன்றுகிறது. சோவியத் ஒன்றியம் மனித உரிமைகளை விடாப்பிடியாகவும் தொடர்ந்தும் மீறிய ஒருவித குற்றவியல் தேசம் என்பதை அது அழுத்திக் கூறுகிறது. இரு போர்களுக்கு இடையிலான கடந்த காலத்தை விபரமாக ஆராய்ந்து கொண்டிருந்தேன். எனக்கு தனிப்பட்ட ஆர்வங்களும் உள்ளன: சோவியத் அரசாங்கத்தில் உறுப்பினராயிருந்த என் தாத்தா, 1930 களின் களையெடுப்பின் போது தூக்கிலிடப்பட்டார். என் குடும்பம் பயங்கரமான விதத்தில் பாதிக்கப் பட்டது, அது எப்போதும் வேதனைமிக்கது. எனினும், ஆறு கண்டங்களிலும் வாழ்ந்து கடந்த காலத்தை ஆராய்ந்து, இப்போது ரஷ்யாவிலும் சீனாவிலும் பிற இடங்களிலும் நடக்கும் ஆய்வின் வெளிச்சத்தில் பார்க்கையில் ஸ்டாலின் ஆட்சியில் அரசியல் காரணங் களுக்காக கோடிக்கணக்கானோர் மடியவில்லை என்று உணர்ந்து கொண்டேன்.

ஏராளமானோர் இறந்தனர், ஆனால் முகாம்கள் உழைப்பு முகாம்களே. வல்லுறவாளர்கள், பெருந்திரள் கொலைகாரர்கள், பொதுவான குற்றவாளிகளும் அரசியல் கைதிகளுடன் சேர்ந்திருந்தனர். புரட்சி சிக்கலாக இருந்தது, ஆனால் ஜார் பேரரசு மோசமானதாக, நிலபிரபுத்துவமானதாக இருந்ததால் நொறுக்கப்பட வேண்டியிருந்தது. ஸ்டாலின் சில மோசமானவற்றைச் செய்தார், ஆனால் அவரை வரலாற்றுச் சூழலுக்கு வெளியே வைத்துப் பார்ப்பது தவறாகும். எங்கு இருப்பினும் என்ன வண்ணத்தில் தோன்றினும் ஒவ்வொரு மனித உயிருக்கும் ஒத்த மதிப்பே உள்ளது என்பதை ஒப்புக் கொள்வோ மாயின், அதே வரலாற்றுக் காலத்தைப் பார்க்கையில், அரசமைப்புச் சட்ட முடியாட்சிகள் எனப்படுபவற்றின் கீழ் அல்லது பல கட்சி

ஜனநாயகங்களின் கீழ், ஐரோப்பிய நாடுகளால் நிகழ்த்தப்பட்ட காலனியத்தின் அதிர்ச்சியளிக்கும் படுகொலைகளை நோக்க முடியும், அக்கால கட்டத்து படுகொலைகளை மட்டும் அடிப்படையாகக் கொண்டு, சோவியத் பாணி அல்லது மற்ற கம்யூனிச அமைப்புகளை முழுதாக நிராகரித்திடும் கருத்து, அரசமைப்பு சட்ட முடியாட்சி களையும் பல கட்சி ஜனநாயகங்கள் எனப்படுபவற்றையும் மனிதாப மற்றதாக, இனப்படுகொலையினதாக, தடை செய்ய வேண்டியிருக்கும். ஆப்பிரிக்கா, ஆசியா, மத்திய கிழக்கு மற்றும் பிற பகுதிகளிலுள்ள பிரிட்டன், பெல்ஜியம், டச்சு, ஜெர்மன், பிரெஞ்சு மற்றும் பிற மேற்கத்திய அரசுகள் அதே காலகட்டத்தில் சோவியத் ஒன்றியத்தில் படுகொலை செய்யப் பட்டவர்களை விடவும் அதிகமானவர்களை படுகொலை செய்துள்ளன. இருப்பினும் இத்தகைய ஒப்பீட்டுக்கு அனுமதி கிடைப்பதில்லை.

சோவியத் ஒன்றியத்தின் வீழ்ச்சி எனப்படுவது பல விதங்களில் பன்மைத்துவத்தின் வீழ்ச்சியே. அந்த அமைப்பு குருட்டுத்தனமாகப் பின்பற்றத்தக்கது என்றோ ஸ்டாலினியம் விழுமியங்களின் தொகுப்பு என்றோ சொல்லவில்லை. இருப்பினும், காலனியத்திற்கு தீர்மானகரமான எதிர்ப்பு, மேற்கத்திய ஏகாதிபத்தியத்திற்கு எதிர்ப்பு உள்ளிட்ட நேர்மறை மாற்றங்களுக்கு இட்டுச் சென்ற சில கருத்துக்கள் அதில் உள்ளன. சோவியத் ஒன்றியத்திலிருந்து விடுதலை இயக்கங்களுக்காக உதவி கிடைக்காதிருந்தால், உலகெங்கிலும் பலநாடுகள் இன்னும் காலனி களாகவே இருந்திருக்கும்.

### நோம் சாம்ஸ்கி

லத்தீன் அமெரிக்க அதிருப்தியாளர்களுக்கு என்ன நேர்ந்தது என்பதை கிழக்கு ஐரோப்பிய அதிருப்தியாளருக்கு நேர்ந்ததுடன் ஒப்பிட்டு பார்க்க இயலாததற்கு என்ன காரணமோ, அதன் பொருட்டே அதனை ஒப்பிட்டுப் பார்க்க முடியவில்லை. அது ஒட்டுமொத்த சித்தாந்தத்தின் உட்கிடை, படிமம் குறித்த கொள்கை என எல்லா வற்றையும். பலவீனப்படுத்திவிடும் ஒவ்வொன்றையும் நார்நாராகக் கிழித்துப் போட்டுவிடும்.

### ஆண்ட்ரே வில்செக்

மேற்கிலும் அதன் காலனிகளிலும் பல விஷயங்கள் இன்னும் விலக்கப்பட்டவையாகவே உள்ளன. ஒரு கதையைச் சொல்வேன். ஹனோயில் வசித்துக் கொண்டிருந்தபோது, ஒருநாள் ஆஃப்கனைச் சேர்ந்த கல்வியாளர் ஒருவர் என்னைப் பார்க்க வந்தார்; அது யுனெஸ்கோ சார்ந்த வருகை. அறிமுகப்படுத்திக் கொண்ட நாங்கள், இரு பிற் பகல்களில் ஹனோயைச் சுற்றி வந்தோம். ஒருகட்டத்தில் காபி

விடுதியில் பேசிக் கொண்டிருந்த வேளையில், சோவியத் ஒன்றிய ஆக்கிரமிப்பின் போது ஆஃப்கன் எப்படி இருந்தது?" என்று கேட்டேன். "அந்தக் காலகட்டத்தில் மட்டுமே எனது நாட்டுக்கு நம்பிக்கை இருந்தது. அப்போது ஆசிரியர்களாக ஆண் - பெண் இருபாலரும் இருந்தனர், ஆண்களுக்குள்ள அதே உரிமைகள் பெண்களுக்கு இருந்தன, தன் மக்களுக்காக நாடு வளர்ந்து கொண்டிருந்தது" என்றார். "ஆனால் இதனை நாங்கள் செய்திகளில் வாசிக்க வில்லையே!" என்று நான் குறிப்பிடவும் ஆம், "இதைப் பற்றி வாசிக்க முடியாதுதான். ஆனால்..." வேறுபல எடுத்துக் காட்டுகளையும் தந்து விளக்கினார்.

ஆஃப்கனில் சோவியத் சகாப்தத்திற்கு ஆதரவாக உற்சாகம் கொண்டிருந்தவர் அவர் ஒருவர் மட்டுமில்லை. பிற்பாடு வேறு பலரிடம் பெரும்பாலும் கல்வியாளர்களிடம் பேசினேன், ஆஃப்கனில் ரஷ்யத் தொடர்பு கூட மேற்கில் பெருந்திரள் ஊடகம் மூலம் நமக்குச் சொல்லப்படுவதிலிருந்து முற்றிலும் வேறுபட்டதாக உள்ளது எனக்கு இப்போது உறுதிப்பட்டது.

**நோம் சாம்ஸ்கி**

ஆஃப்கனில் சோவியத் காலகட்டம் கொடூரமானதே, ஆனால் அது இங்கு தோற்றமளிப்பதை விடவும் சொல்வதற்கு ஏராளமானவற்றைக் கொண்டுள்ளது. காபூலில் 80 களில் ஒரு ஐ.நா பிரதிநிதி நன்கறியப் பட்ட பெண்ணியவாதி, பெண்கள் உரிமைகள் குறித்து ஆராய்ந்து கொண்டிருந்தார். சர்வதேச பெண்கள் தினத்தை ஆரம்பித்தவர்களில் ஒருவர் அவர். ரஷ்யர்களின் கீழ் காபூலில் பெண்கள் நிலைபற்றி இரு கட்டுரைகள் எழுதினார், அது நேர்மறைச் சித்திரமாக இருந்தது. அவர்களுக்கு இருந்த ஒரே பிரச்சனையாக, ஹெக்மேத்யார் மற்றும் பெண்கள் முகத்தில் அமிலம் வீசிய அமெரிக்க ஆதரவு பெற்ற இஸ்லாமிய தீவிரவாதிகள் என்றார். மற்றபடி அவர்கள் சுதந்திரமா யிருந்தனர். தாம் விரும்பியவற்றை அணிந்தனர், கல்லூரிக்குச் சென்றனர், வாய்ப்புகள் பெற்றிருந்தனர். அவர் வாஷிங்டன் போஸ்ட்டுக்கு அக்கட்டுரையை அனுப்ப, அது வெளியிட மறுத்துவிட்டது. அப்புறம், அமெரிக்காவிலுள்ள பெரிய பெண்ணிய இதழுக்கு அனுப்ப அவர்கள் மறுதலித்து விட்டனர். இறுதியில் அது Asian Times இல் அல்லது அது போன்ற ஒன்றில் வெளியானது.

**ஆண்டரே வில்செக்**

நன்மையடைந்தவர்கள் பெண்கள் மட்டுமல்லர்; கல்வி நிலையும் நன்றாயிருந்தது. சிறந்த பள்ளிகள் நிர்மாணிக்கப்பட்டுக் கொண்டிருந்தன. சுகாதாரமும் உள்கட்டுமானமும் மேம்பட்டன.

**நோம் சாம்ஸ்கி**

மிகவும் வியக்கத்தக்கது கியூபா என்றெண்ணுகிறேன். நம் கண்களுக்கு முன்னே உள்ளது. 50 ஆண்டுகளாக அமெரிக்கா கியூபாவுக்கு எதிராக பெரும் யுத்தத்தை நடத்தி வருகிறது: அது பொருளாதார யுத்தம்; கூடவே பயங்கரவாதத் தாக்குதல்களின் நீண்ட வரிசை; கியூபா எவ்வளவு மோசமானது என்றுதான் பேசப்பட்டது. கியூபா குறித்து என்ன கருதினாலும் சில குறிப்பிடத்தக்க சாதனைகள் உள்ளன. எடுத்துக்காட்டாக, மருத்துவத்தில் கண்டுள்ள முன்னேற்றம் நம்ப முடியாதது!

**ஆண்ட்ரே வில்செக்**

நிச்சயம். அத்துடன் கல்வியிலும் பண்பாட்டிலும்,

**நோம் சாம்ஸ்கி**

இன்னொன்று, ஆப்பிரிக்காவில் கியூபாவின் பங்கு. ஆப்பிரிக்காவை விடுதலை செய்வதில் கியூபா பெரும் பங்காற்றியுள்ளது.

**ஆண்ட்ரே வில்செக்**

ஆமாம். காங்கோ விடுதலைப் போராட்டத்தில் பங்கேற்க சே வரும்போது, கியூபாவிலிருந்து ஒரு கருப்பர் படையணியையே கொண்டு வந்திருந்தார்.

**நோம் சாம்ஸ்கி**

ஆமாம். அத்துடன் அங்கோலா நமீபியாவிலும் கியூபா காட்டிய ஆர்வம். தென்னாப்பிரிக்கர்களை அப்படியே விரட்டிவிட்டனர். இதனை முற்றிலும் சுயநலமின்றிச் செய்தனர். அதன் பொருட்டு எதையும் எதிர்பார்க்கவில்லை. தம்மைத் தெரியப்படுத்தவும் இல்லை. அதன் பொருட்டான சிறப்பினை ஆப்பிரிக்கத் தலைவர்கள் பெறும்படியாயிருக்க வேண்டும் என விரும்பினார். அது ஒரு பெரும் சாதனை. அது விடுதலை மட்டுமல்ல, உளவியல் தடையை தகர்த்து விட்டது. மேற்கத்திய கூலிப்படையை வீழ்த்த முடியாது என்னும் உணர்வு, கருப்பர் - வெள்ளையர் என ஆப்பிரிக்கா முழுதுமே நிலவியது. ஆனால் கியூபா கருப்பு வீரர்களை அனுப்பியது, அவர்கள் அங்கோலாவிலிருந்து தென்னாப்பிரிக்க வீரர்களை வெளியேற்றினர் அப்புறம் நமீபியாவை விடுதலை செய்தனர், அது ஒட்டுமொத்த கண்டத்திலும் அதிர்வலைகளை பரவச் செய்தது; கியூப நாட்டினர் விடுதலையில் பெரும்பங்கு வகித்தனர்.

## ஆணட்ரே வில்செக்

கியூபா உண்மையில் ஒரு சர்வதேசிய சமூகமாகும், ஓஸனியா விலிருந்து லத்தீன் அமெரிக்கா, ஆப்பிரிக்கா என உலகமெங்கிலும் அதன் மருத்துவர்கள் ஆற்றும் பணி குறிப்பிடத்தக்கதாகும். அவர்கள் தொடர்பு கொண்டிருந்த பொலீவியாவின் கொச்சபாம்பா பற்றி நீண்டதொரு கட்டுரை எழுதினேன். கிரிபாட்டி (ஓஸனியா) போன்ற இடங்களில் அவர்கள் பணியாற்றியதைப் பார்த்தேன். மிக அன்பானவர்கள், அர்ப்பணிப்புள்ளவர்கள்.

## நோம் சாம்ஸ்கி

ஹைத்தியில் அவர்கள் பணி நம்ப முடியாதது. 2010 பாகிஸ்தான் வெள்ளத்திற்குப் பிறகு மேற்கு அனுப்பிய மருத்துவர்கள் - அம்மருத்துவர்கள் ஆச்சரியமிக்க பணி குறித்தெல்லாம் நிறையப் பேசப்பட்டுள்ளது; ஆனால் பிரதானமானது கியூப நாட்டவரின் சேவையே. மேற்கின் மருத்துவர்களைப் போல அங்கு நகரங்களில் தங்காமல், சிரமமான தொலைதூர கிராமங்களில் தங்கி, பணியாற்றினர்.

மேற்கத்தியர் வெளியேறியது பற்றி இந்திய, பாகிஸ்தான் ஊடகங்களில் படிக்கலாம். ஆனால் இங்கே பார்க்க முடியாது.

1990 களில் நான் தென்னாப்பிரிக்காவில் இருந்தபோது சுவையான அனுபவம் கிடைத்தது. கியூப மருத்துவக் குழுவினர் அங்கு வந்திருந்த போது நான் அங்கிருக்க நேர்ந்தது. எதிர்வினை அசாதாரணமா யிருந்தது. வெள்ளையின மருத்துவர்கள் வெளியேறிய நிலையில் புதிதாய்க் குவிந்த மருத்துவர்களிடம் கருப்பின மருத்துவர்கள் கோபப்பட்டனர். கருப்பின மருத்துவர்கள் எப்படி கோபப்படலாம் என சுகாதாரத் துறையினரிடம் வினவினேன். ஏனெனில் கியூப நாட்டினர் அவர்களை அவமானப்படுத்தியிருந்தனர், கியூபர்கள் வறிய கிராமப் புறங்களுக்குப் புறப்பட்டுச் செல்ல, புதிய கருப்பின மருத்துவர்கள் நகரங்களில் ஆடம்பர வாழ்வு நடந்த விரும்பினர் என்று பதில் கிடைத்தது.

## ஆண்ட்ரே வில்செக்

தென்னாப்பிரிக்காவில் கியூப மருத்துவர்கள் என்ன செய்தார்கள், தெரியுமா? உள்ளூர் மொழிகளையும் கிளை மொழிகளையும் கற்றுக் கொண்டனர். அவர்களைப் பற்றிய இன்னொரு குறிப்பிடத்தக்க விஷயம் இது; உள்ளூர் மக்களுடன் தொடர்பு கொள்ள முடியாமல், உள்ளூர் மருத்துவர்கள் ஆப்பிரிக்கானர், ஆங்கிலம் பேசித் திணறிய வேளையில், அங்கு வந்தவுடன் கியூப மருத்துவர்கள் செய்த முதல் வேலை, உள்ளூர் மொழியைக் கற்றுக் கொண்டதுதான்.

**நோம் சாம்ஸ்கி**

ஆம், அவர்கள் மக்களுடன் ஒருங்கிணைந்து விடுகின்றனர், அது உண்மையிலேயே குறிப்பிடத்தக்கது. கியூபாவில் மருத்துவச் செலவுகள், அமெரிக்காவில் இருப்பதில் சிறு துளிதான், ஆனால் அவர்களது சுகாதார நிலை அந்த அளவிலே இருக்கும்.

**ஆண்ட்ரே வில்செக்**

நிச்சயமாக. அவர்களது மருத்துவம் தடுப்பு மருத்துவ அடிப்படையிலானது. அவர்களது மருத்துவ சாதனைகள் மிகவும் அடையாளத் தன்மை கொண்டவை. ஏனெனில் அவர்களால் எப்படி உலகத்திற்கு உதவ முடியும் என்பதில் இது ஒரு திசைவழி; என்ன பிரச்சனைகள் இருப்பினும் எங்கேயும் அவர்கள் இதனை மேற்கொள்கின்றனர். கடைசிப் பெரும் நிலநடுக்கத்திற்குப் பிறகு பணக்காரச் சிலியிலும் அவர்கள் பணியாற்றியதைக் கண்டேன். ரன்காகுவாவில் கியூப நாட்டவரால் ஒரு மருத்துவ முகாம் நகரமே உருவாகி இருந்தது.

**நோம் சாம்ஸ்கி**

காத்ரினா புயலடித்ததும் அமெரிக்காவுக்கு மருத்துவ அணிகளை அனுப்ப கியூபா முன் வந்தது. ஆனால் அமெரிக்கா மறுத்து விட்டதை அறிந்திருப்பீர்கள்.

# 5. இந்தியாவும் சீனாவும்

## ஆண்ட்ரே வில்செக்

அநேகமாக அனைத்து மேற்கத்திய ஊடக அமைப்புகளிலும் சீன எதிர்ப்பு பரப்புரையின் தொடர் தாக்குதலையும் இந்திய ஜனநாயகம் எனப்படுவதன் போற்றுதலையும் எப்படிப் பார்க்கிறீர்கள், நோம்?

## நோம் சாம்ஸ்கி

கம்யூனிஸ்ட் சீனாவின் இறப்பு விகிதத்தைப் பரிசீலித்தால், சுமார் 1979 வரை மிகவும் குறைந்தது, அப்புறம் டெங் ஷியாவ்பிங்கின் சீர்திருத்த காலத்தின் போது, சமநிலைக்கு வந்தது. ஏற்கனவே நாம் விவாதித்தது போல, கம்யூனிசத்தின் கீழ் சீனாவுடன் ஒப்பிடுகையில் ஜனநாயக முதலாளித்துவ இந்தியாவில் மட்டும் 10 கோடி பேர் இறந்தனர். இந்தியாவில் இந்த ஆய்வை மேற்கொண்ட அமர்த்தியா சென், பிரித்தானிய இந்தியாவில் 1940 களின் ஆரம்பம் வரையிலும் பயங்கர பஞ்சங்கள் நிலவியதைச் சுட்டிக் காட்டினார். சுதந்திரத்திற்குப் பிறகு பஞ்சங்கள் இல்லை, ஏனெனில் அது மிகவும் ஜனநாயக அமைப்பாக இருந்தது.

இந்தியா பலவிதங்களில் கொடூரமானது, இக்கொடூரங்கள் பொதுவாக செய்தியாவதில்லை. ஒரு முறை புதுடெல்லி வழியே அர்ப்பணிப்புள்ள செயல்பாட்டாளர் நண்பருடன் சென்று கொண்டிருந்தேன். ஓர் ஆர்ப்பாட்டத்தில் பேசும் பொருட்டு அவ்விடத்தை நெருங்கிக் கொண்டிருந்தோம். இந்தியத் தர நிர்ணயங்களின்படி இப்போது செல்வந்த நகரமாயுள்ள டெல்லியில் சென்று கொண்டிருந்தால், வழியில் வண்டி நிற்குமிடத்தில் பிச்சைக் காரர்கள் சூழ்ந்து விடுவார்கள், பட்டினி கிடக்கும் குழந்தையை வைத்திருந்த ஒரு பெண் ஒரு ரூபாயோ என்னவோ கேட்டாள். அர்ப்பணிப்புள்ள செயல்பாட்டாளரும் அதில் தன் வாழ்வையே ஈடுபடுத்தியுள்ளவருமான நண்பர், “எதுவும் தராதீர்கள், ஒரு ரூபாய் தந்தால், சீக்கிரமே ஆயிரம் பேர் சூழ்ந்து விடுவார்கள்” என்றார். நாங்கள் போய்க் கொண்டிருந்த போது, அவர் வெளியே பார்க்கவே இல்லை. இப்படியான சூழலில் எப்படி அவரால் வாழ முடிகிறது என வினவினேன். ஒரே வழி அதைப் பார்க்காதவாறு பாவனை செய்ய வேண்டும் இல்லாவிடில் உங்களை மாய்த்துக் கொள்வீர்கள் என்றார்.

அதை நோக்கினால் உயிர்வாழ முடியாது, பெரும்பாலானவர்கள் பார்க்காமல் இருந்து விடுகின்றனர்.

## ஆண்ட்ரே வில்செக்

அற்புதமான ஆற்றல்மிக்க நாடாக இந்தியா அடிக்கடி விவரிக்கப் படுகிறது. ஆனால் பலவிதங்களில் மத்தியகாலத்தில் வாழ்கின்ற நாடாகவே இருக்கிறது. மேற்கின் எந்தவொரு பெரும் மக்கள் திரள் ஊடகமும் இந்திய அமைப்பை விமர்சனம் செய்வதில்லை. இந்த அமைப்பு வரலாற்றுரீதியில் சீன எதிர்ப்பு உணர்வுகளுடன், நிலப்பிரபுத்துவமும் முதலாளித்துவமும் கலந்தது; அதுவேதான் நமக்குத் தேவை. அவர்களது மதங்கள், சாதியமைப்பு, குலமரபுமுறை, வறுமை எல்லாம் சேர்ந்து "தோற்றுவிட்ட அரசு" என அலறுகின்றன, ஆனால் அது பேசப்படுவதே இல்லை.

ஒரு நாள் ஜிம்பாப்வேயின் ஹராரேயில் உள்ள பெரிய மருத்துவ மனையில், இந்தியாவைப் பூர்விகமாகக் கொண்ட தலைமை மருத்துவரான என் நண்பருடன் பேசிக் கொண்டிருந்தேன். "இன ஒதுக்கலின் போது தென்னாப்பிரிக்கா மீது பொருளாதாரத் தடைகள் விதித்த ஒரே நாடு இந்தியா என்று அது சமீபத்தில் பீற்றிக் கொண்டிருந்தது" என்றார். இந்திய சமூகக் கட்டமைப்பை அறிந்து, அது எவ்வளவு அவநம்பிக்கை மிகுந்த நடவடிக்கை என்ற கற்பிதம் செய்ய முடிகிறதா? அதிர்ச்சி தரும் சாதியமைப்பு, இலட்சக்கணக்கான மக்களை பிரித்து வைக்கும் நிலப்பிரபுத்துவம் இருக்க, இந்தியாவே பயங்கர இன ஒதுக்கலின் கீழ் வாழ்ந்து கொண்டிருக்கிறது.

ஒரு புறத்தே அவர்களிடம் மாபெரும் விஞ்ஞானிகள், எழுத்தாளர்கள், தத்துவவாதிகள் உள்ளனர். மறுபுறத்தே, அவர்கள் மக்கள் தொகையில் மிகவும் சிறிய விகிதத்தனரே. எஞ்சியவர்கள் முற்றிலும் நிலப்பிரபுத்துவ சூழலில் வாழ்ந்து கொண்டிருக்கின்றனர். தமிழ் நாட்டில் தலித் குழந்தைகள் பற்றிய திரைப்படம் ஒன்றில் பணியாற்றிக் கொண்டிருந்தேன். அக்குழந்தைகளிடையே செல்கையில் அது அதிர்ச்சியளிக்கும் அனுபவமாக இருக்கிறது. உலகின் மிகப் பெரிய ஜனநாயகத்தில் இம்முட்டாள்தனம் நிலவுகிறது. ஒட்டுமொத்த வீடுகளின் வரிசையினையே குறிப்பிட்ட வழிமுறையில் வாக்களிக்கும் படி வாங்கி விடக்கூடிய நாடு அது. ஒட்டுமொத்த கிராமங்களை வாங்கிவிடலாம் ஒட்டு மொத்த பகுதிகளையே அச்சுறுத்தி பணியச் செய்துவிடலாம். அறிவார்த்தமிக்க எனது இந்திய நண்பர்கள் சிலர், சீன வழியில் இந்தியா செல்லாததற்காக வருந்துகின்றனர். தம் நாட்டில் நிகழ்ந்து கொண்டிருப்பது முழு நாசம் என வெளிப்படையாக விவரிக்கும் தைரியம் உள்ளவர்கள் சிலரே, நீங்கள் செல்வந்தராக மேல்

சாதியினராக இரண்டுமாக இருந்தால், வாழ்வதற்கு சிறந்த இடங்களில் ஒன்றாகும்; ஆனால் ஏழையாக இருந்தால் அல்லது உருவாகி வரும் நடுத்தரவர்க்கத்தினர் என அழைக்கப்படுபவர்களாக இருந்தால், அது நரகம்.

## நோம் சாம்ஸ்கி

இந்தியா மிகப் பெரிய சிக்கலான நாடு; மனதை ஈர்க்கும் விஷயங்களுள் ஒன்று மன நிலைகளிலான வேறுபாடு, கேரளாவில் செய்தித்தாள்கள் வாசித்தபடி அமர்ந்திருக்கின்றனர், உயிரோட்டமான விவாதங்கள் நடக்கின்றன, மிக மிக ஏழைகளைப் பார்க்கிறோம், செய்ய வேண்டியவை பற்றிப் பேச முடியும். அது இந்தியாவின் மிக வறிய பகுதிகளில் ஒன்று, ஆனால் டெல்லி கல்கத்தா வீதிகளில் நீங்கள் பார்ப்பவற்றிலிருந்து உணர்வோட்டத்திலும் பண்பிலும் முற்றிலும் மாறுபட்டது.

## ஆண்ட்ரே வில்செக்

கேரளம் கம்யூனிஸ்ட் கட்சியால் ஆளப்பட்டது. ஆனால் அது சற்று முரண்பாடுமிக்கது, ஏனெனில் ஒருபுறம் மிக உயர்ந்த கல்வித் தரத்தை எட்டியுள்ளனர். மறுபுறம் திறமை வாய்ந்த தொழிலாளர்கள் பெருமளவில் வெளியேறி உள்ளனர். ஆக, கேரளத்தில் தங்கி, சமூகத்தை வளர்த்தெடுப்பதற்குப் பதிலாக, பலர் மத்திய கிழக்கிற்கு சென்று விட்டனர்.

## நோம் சாம்ஸ்கி

அது சரியே. அவர்கள் அனுப்புகின்ற பணத்தில் அம்மாநிலம் வாழ்ந்து கொண்டிருக்கிறது. கேரளாவினூடே பயணிக்கையில், சில ஆண்டுகளுக்கு முன் நான் அங்கிருந்த போது, பரிதாபமாயிருக்கும். வசீகரிக்கும் விளை நிலங்கள், நெல் வயல்களாகத் தெரியும். ஆனால் நிலைமை மோசமாகிக் கொண்டிருக்கின்றது.

பல குறிப்பிடத்தக்க சாதனைகளையுடைய பரபரப்பூட்டும் நாடு இந்தியா, ஆனால் நான் பார்த்துள்ளவற்றில் மிகச் சோர்வூட்டும் நாடுகளில் ஒன்று. பாகிஸ்தானுடன் ஒப்பிடுகையில் கூட அதன் வறுமையும் துயரமும் அப்பட்டமானவை. என் மனைவியும் நானும் சுமார் ஒரு மாதம் இந்தியாவில் இருந்துவிட்டு, பாகிஸ்தானில் ஒருவாரம் இருந்தோம். கல்கத்தாவிலிருந்து நேராக லாகூர் போனோம். கல்கத்தாவில் நாங்கள் கடந்துபோன சந்தையில், பரிதாபமானவர்கள் பிச்சையெடுத்துக் கொண்டும் கைகால்களை இழுத்துக் கொண்டும் இருந்ததைப் பார்த்தோம். அது மிக அருவருப்பாயிருந்தது. இரு தினங்களுக்குப் பிறகு லாகூரில் முக்கியச் சந்தைக்குப் போனோம். அது

ஏழ்மையானது, ஆனால் அது முற்றிலும் வேறான சூழலைப் பெற்றிருந்தது.

9. மும்பையில் உள்ள சேரிகள் (காப்புரிமை: ஆண்ட்ரே வில்செக்)

இந்தியாவுக்கும் பாகிஸ்தானுக்கும் நான் செல்லு முன்பு, மிக முக்கிய பணியாற்றியுள்ள பாகிஸ்தான் செயல்பாட்டாளரும் அறிஞருமான இக்பால் அகமதுடன் பேசினேன், அல்ஜீரிய FLN உடன் தொடர்புடையவர், ஆப்பிரிக்க இயக்கங்களுக்கு நெருக்கமானவர், PLO வில் ஈடுபாடுள்ளவர் அவர். விமர்சனபூர்வ திறனும் செயல்பாடும் மிக்கவர், பாகிஸ்தானின் ஊடகம் இந்தியாவினுடையதை விடவும் சுதந்திரமானது, வெளிப்படையானது என்றார். அது உண்மை என்று கண்டேன் அங்கே, இதனை நம்ப முடியவில்லையே என்றபோது விளக்கமளித்தார்: "பாகிஸ்தானில் நீங்கள் வாசிப்பது ஆங்கில ஊடகம், அது மக்களில் மிகச்சிறு பிரிவினருக்கானது. இச்சிறு பிரிவினர் தம் ஆட்டத்தை ஆடிக்கொள்ளட்டும் எனச் சர்வாதிகாரம் விட்டு விடுகிறது." உருது ஊடகத்தை வாசித்தால் திகைத்துப் போயிருப்பேன் என்றார்.

## ஆண்ட்ரே வில்செக்

சில ஆண்டுகளுக்கு முன்னர் எனது இரண்டு மூன்று கட்டுரைகள் கராச்சியின் Friday Times இல் வெளியாகின. ஆங்கிலத்தில் வெளியாவது நன்றாயிருந்தது. ஆனால் நான் பாகிஸ்தான் வருமாறு அழைக்கப்பட்ட

போது, விசா பெற முடியவில்லை. இச்சிறு மேட்டுக் குடியினருக்காக என் எழுத்தை அவர்களால் வெளியிட முடிந்தாலும், அந்நாட்டிற்கு வந்து பேசிட நான் அனுமதிக்கப்படவில்லை.

**நோம் சாம்ஸ்கி**

Friday Times இன் ஆசிரியர் நஜம் சேத்தியையும் அவரது மனைவியையும் நன்கறிவேன். சுவாரசியமான நபர்கள். பாகிஸ்தானின் மேட்டுக்குடி சார்ந்த செல்வந்தர்கள்; அவர் சிறைவாசத்தில் வதைக்கப் பட்டவர். அப்புறம் பத்திரிகை நடத்த அனுமதிக்கப்பட்டார். தீரமிக்க அவர்கள், சிறியதொரு பிரிவை பிரதிநிதித்துவப்படுத்துபவர்கள்.

**ஆண்ட்ரே வில்செக்**

இந்திய ஊடகம் குறுகிய பிரதேச சார்புடையது, பாதுகாப்பு உணர்வு மிக்கது, சிறிது காலத்திற்கு முன், முற்போக்கான பல பத்திரிகையாளர்கள் Himalmag என்னும் இதழை நடத்த நேபாளம் சென்றனர்; அது வலதுசாரி வர்த்தகர் குண்தா என்பவரால் நடத்தப்பட்டது ஆனால் இந்தியாவில் இருப்பதுடன் ஒப்பிடுகையில், அதுகூட இடதுசாரித்தன்மையிலானதே.

**நோம் சாம்ஸ்கி**

சில விதிவிலக்குகளில் Frontline ஒன்று. அதன் ஆசிரியர்களில் ஒருவர் எனக்கு நண்பர். வேளாண் பொருளியலானரான அவர் தமிழ்நாட்டில் வசித்தார். எங்களை கேரளா அழைத்துச் சென்று திரும்ப தமிழ்நாட்டுக்கு இட்டு வந்தார். இரண்டு மாநிலங்களும் அருகருகே இருப்பினும் அவ்வளவு வேறுபட்டவை, கோட்பாட்டு ரீதியில் தமிழ்நாடு மிக வளமானது, ஆனால் கேரளா மிகுந்த நாகரிகமுடையதாகத் தோன்றியது.

**ஆண்ட்ரே வில்செக்**

சீன - இந்திய அரசியல் அமைப்புகளின் காரணமாக மடிந்தவர் எண்ணிக்கை விஷயத்திற்குத் திரும்புவோம். இரு தனித்துவமான பண்பாடுகள், அமைப்புகளுடன் பூமியில் மிக அதிக மக்கள் தொகையுள்ள இரு நாடுகளைக் கொண்டுள்ளோம். மேற்கத்திய பரப்புரை, சதா இந்தியாவைப் புகழ்ந்தபடியும் சீனாவை இழித் துரைத்தும் வருகிறது. காஷ்மீர் குறிப்பிடப்படுவதில்லை, ஆனால் திபெத் பிரச்சனை தினசரிகளின் பக்கங்களில் இடம் பெறாது இருக்காது. திபெத்திலும் காஷ்மீரிலும் மிருகத்தனத்தின் மட்டங்களுக்கிடையே ஒப்பீடு இருக்காது.

## நோம் சாம்ஸ்கி

நீங்கள் பேச முடியாத ஒரு விஷயம் காஷ்மீர். நான் இந்தியாவிலிருந்தபோது நிறைய உரைகள் ஆற்றினேன். காஷ்மீர் பற்றி ஒருவர் கேட்டபோது, மனித உரிமை அறிக்கைகளில் உள்ளதை அப்படியே வாசித்தேன். அவர்கள் கோபப்பட்டனர். அடுத்தநாள் நான் பேசிக் கொண்டிருந்த போத பாஜக வினரின் ஆவேச ஆர்ப்பாட்டம் நடந்தது. அப்புறம் நான் தங்கியிருந்த மற்ற நாட்களில் போலிஸ் பாதுகாப்பு வேண்டும் என வற்புறுத்தினர், ஏற்பாட்டாளர்கள். நான் காஷ்மீர் விஷயத்தை எழுப்பியதன் காரணமாக.

நீங்கள் விவாதிக்க முடியாததாக ஃபாசிச ஆர்.எஸ்.எஸ் போன்ற விஷயங்கள் உள்ளன. அவர்கள் Hitlerjugend உடைகளையும் இத்தாலிய ஃபாசிச சீருடைகளையும் உத்வேகமாகக் கொண்ட சீருடைகளை அணிந்து வருகின்றனர்.

அகமதாபாத் படுகொலைகளுக்குப் பின்னர் குஜராத்தில் இருந்தேன். குஜராத் படுகொலைகளின் தாக்கத்தையும் காந்தி நகர் ஆலய நெருக்கடியையும் புலனாய்வு செய்ய அங்கு வந்திருந்தேன். மொத்தச் சூழலும் சஞ்சலப்படுத்திற்று. ஆர்.எஸ்.எஸ் தலைவர்கள் உள்ளிட்ட அனைத்து வலதுசாரி இந்து நபர்களையும் அமைப்பு களையும் சந்தித்துப் பேசினேன். இந்து தீவிரவாதிகளிடம் பேச மனப்பூர்வமாக வரவேற்கப்பட்டேன். அவர்தம் இல்லங்களுக்கும் அலுவலகங்களுக்கும் சென்றேன். அவர்களுக்கு நல்ல வெள்ளையனாக, ஆரியனாக நான் தோன்றியிருக்க வேண்டும். தம் எண்ணங்களையும் வெறித்தனமான தத்துவத்தையும் அந்நியர் ஒருவரிடம் பகிர்ந்து கொள்ளும் தகிப்புடன் அவர்கள் இருந்ததாக உணர்ந்தேன்.

இந்தியா முழுவதும் வெறி நிறைந்துள்ளது. நாட்டின் இருபெரும் மதங்களின் அடிப்படைவாதக் குழுக்களால் மூச்சுத் திணறுமாறும் செய்யப்படுகிறது. இக்குழுக்களை விட்டு வெளியேற இயலாது, நீங்கள் இவற்றின் சொத்தாக இருக்கின்றீர்கள், தப்ப முடியாது. முடிவில்லாத துயரம் அது; நிச்சயமாக அது பின்பற்றத்தக்க எடுத்துக்காட்டாக உலகத்திடம் முன் வைக்கக் கூடியதல்ல.

படுகொலைகளின் போது நான் சென்ற இடங்களில் அதிர்ச்சி மிக்கதாக இருந்தது, அகமதாபாத். வன்முறை, வெறுப்பு, இரக்க மின்மையின் அளவு கற்பிதம் செய்ய முடியாததாயிருந்தது. அந்த கொலை, கொள்ளை, வல்லுறவு. கூட்டம் முஸ்லீம்களின் வீடுகளைத் தாக்கும், கர்ப்பமான பெண்களின் அடிவயிறுகளைக் கீறும். இந்தோனேசியா போல் இந்தியா பெரிதும் வன்முறைமிக்க தேசம்.

ஆனால் இவ்வன்முறை தேசங்களை “சமாதானமிக்கவை” யாக “சகிப்புத்தன்மை மிக்கவை” யாக அழைக்கும் போக்கு மேற்கில் நம்மிடையே இருக்கிறது; சீனாவுக்கு எதிராக அவை இடைநிலை வகிக்கும் வரை, நம் தனியார் கம்பெனிகளின் சார்பில் அவற்றின் இயற்கை வளங்களைக் கொள்ளையடிக்கும் வரை, நமது காட்டு மிராண்டித்தனமான முதலாளித்துவத்தை அங்கீகரிக்க விரும்பும் வரைதான், இந்தோனேசியாவில் இருப்பது போலின்றி, இந்தியாவில் பெரும்பாலான கொள்ளை, உள்ளூர் மேட்டுக்குடிகளால் செய்யப் படுகிறது.

**நோம் சாம்ஸ்கி**

இடது பத்திரிகையாளரும் செயல்பாட்டாளருமான டேவிட் பர்ஸாமியான் இந்தியாவில் மிகுந்த ஈடுபாடு கொண்டுள்ளவர். சமீபத்தில் இந்தியா திரும்ப விரும்பிய அவருக்கு விசா மறுக்கப் பட்டது. காரணம், அவர் காஷ்மீர் பற்றி எழுதியிருந்தமையே. காஷ்மீருக்குப் போயிருந்தார், எழுதினார், அவ்வளவுதான், இனி இந்தியா திரும்ப முடியாது.

**ஆண்ட்ரே வில்செக்**

இந்தியாவில் காஷ்மீர் அல்லது வடகிழக்கு பழங்குடியினர் பிரதேசம் போன்றவற்றைப் பற்றி எழுத முடியாது. அந்தமான் தீவுகள் பற்றி எழுத இயலாது. இந்தியா திரும்ப வேண்டுமானால், ஒருவரால் எழுத முடியாத விஷயங்கள் நிறையவே உள்ளன. சீனாவில் மிகச் சுதந்திரமாக பணியாற்ற முடியும் என உணர்கிறேன். சிலவற்றைச் செய்ய முடியாமல் தடுக்கப்படலாம், ஆனால் அது நானிருக்கும் மேற்கில் உள்ள அளவுக்கு இல்லை (பாரிசில் ஒருமுறை, Hotel de Ville யின் முன்பாக நடந்த, பனிச்சறுக்கு நிகழ்வை படமெடுக்க முடியாமல் தடுக்கப் பட்டேன். நான் ஆட்சேபித்ததும் அநேகமாக கைதானேன்).

இந்தியாவிலோ எதுவும் செய்ய இயலாது. அருங்காட்சியகங் களை, அரசாங்க அலுவலகங்களை, மெட்ரோவைக் கூட திரைப் படமாக்கவோ புகைப்பட மெடுக்கவோ முடியாது. சில 5 நட்சத்திர விடுதிகளில் இணைய இணைப்பைக் கூட பெற முடியாது. அங்கே தங்கியிருந்து, உங்களைப் பற்றிய தரவு அவர்களிடம் இருந்தால் மட்டுமே அனுமதிக்கப்படுவீர்கள். அதற்கும் பல பக்கங்களை நிரப்பி உங்கள் கடவுச்சீட்டை இணைத்துத் தரவேண்டும். விஸாவுக்கு விண்ணப்பித்தால், உங்கள் பெற்றோர், தாத்தா, பாட்டி பெயர்கள் என எல்லாவற்றையும் அறிய விரும்புவார்கள். முந்தைய கடவுச் சீட்டையும் தேடுவார்கள், அது இல்லையெனில் இன்னொரு கத்தை காகிதங்களை

நிரப்ப வேண்டியிருக்கும். எங்கும் பாதுகாப்பும் கண்காணிப்பும், நான் சந்தித்ததில் மிகவும் ஒடுக்கு முறையான சமூகங்களில் ஒன்று. மாறாக, சீனாவில் எல்லாம் நேரடியாக இருக்கும். மேற்கத்திய பரப்புரை எதுவாயினும், பணியாற்றிட எளிதான நாடுகளில் ஒன்று; இந்தியாவுடன் ஒப்பிட முடியாதது.

## நோம் சாம்ஸ்கி

சீனாவில் ஒரு வாரமே இருந்தேன். கௌரவ பட்டம் பெற்றிட பெய்ஜிங் பல்கலைக் கழகத்தினால் அழைக்கப்பட்டிருந்தேன். வழக்கமாக உரை நிகழ்த்துமாறு கூறுவார்கள், என்னிடமோ அரசியல் உரை நிகழ்த்துமாறு கேட்டனர். அது எனக்கு அதிர்ச்சியாயிருந்தது. பெரும்பாலும் அதிருப்தியாளர்களான என் நண்பர்கள் என் கருத்தை மட்டுப்படுத்திக் கொள்ளுமாறு ஆலோசனை தந்தனர், அது என்னை பாதிக்காது என்றாலும் பல்கலைக்கழகத்தினரைப் பாதிக்கும் என்பதால். எனவே நான் தூண்டும்படி பேசவில்லை. ஆனால் உரை முடிந்ததும், மாணவர்களிடமிருந்து வந்த கேள்விகளுள் ஒன்று, "சீனாவுக்கு முன்மாதிரியாக இருக்க முடியும் என எந்த நாட்டை சிந்திக்கின்றீர்கள்?" அப்போதுதான் தைவான் போயிருந்தேன்; அருகிலுள்ள தென் கொரியா, தைவான் போன்ற நாடுகளைப் பார்க்கலாம் என்றதும் பலத்த கைதட்டல், அப்புறம் நான் சுதந்திரமாகப் பேசினேன்.

## ஆண்ட்ரே வில்செக்

சீனாவை ஆச்சரியமான இடமாகப் பார்க்கிறேன், நன்றாகச் செயல்படும் மாதிரியாயும் பார்க்கிறேன். வேறெங்கிலும் அதனை நகல் செய்ய முடியுமா என்று தெரியவில்லை, ஆனால் அது கோடிக் கணக்கானவர்களை வறுமையிலிருந்து மீட்டிருக்கிறது. மேற்கின் பரப்புரையெல்லாம் சீனாவை, முதலாளித்துவ நாடுகளை விடவும் அதிக முதலாளித்துவமுள்ள நாடாக முன்வைக்கிறது; அதனை நான் ஏற்பதில்லை, சீனா செல்வந்த நாடில்லை என்றாலும், தன் சமூக மேம்பாட்டிற்கு பெரும் நிதிகளை ஒதுக்கித் திட்டமிடுகிறது. மேற்கு ஆதரவுடைய காட்டுமிராண்டித்தனமான முதலாளித்துவமுள்ள தென்கிழக்காசிய பகுதியில் வசித்துள்ளேன். அங்குள்ள சில நாடுகள் சீனாவை ஒத்திருக்கும் மனித மேம்பாட்டு குறியீட்டைக் கொண்டுள்ளன; சீனாவை பிரான்சுடனோ அல்லது பெய்ஜிங்கை பாரிசுடனோ நாம் ஒப்பிட வேண்டும் என்று நான் கருதவில்லை. ஜகார்த்தா, மணிலா, பாங்காக்குடன் ஒப்பிடுகிறேன். மருத்துவ அமைப்பு, கல்வி, வீட்டு வசதி, குடிதண்ணீர், சுகாதார வசதி, பொதுவெளிகள், போக்குவரத்து வசதியுடன் ஒப்பிடுகிறேன்; சீன நிலை

மிக மேம்பட்டதாக இருக்கிறது. பொதுப் போக்குவரத்திற்கு ஆச்சரியகரமான திட்டங்கள் உள்ளன அவை பெரிதும் சுற்றுச் சூழல் கவனமுள்ளவை. சுரங்கப் பாதைகள், அதிவிரைவு ரயில்கள், பூங்காக்கள், நடை பாதைகள், தடுப்பு மருந்துகள்... எல்லாம் வியப்பூட்டுகின்றன.

## நோம் சாம்ஸ்கி

நான் அங்கிருந்த ஒரு வாரத்தில் ஒரு நாள் ஷியான் சென்றேன் ஆனால் பெரிதும் பெய்ஜிங்கில் இருந்தேன். நகரை நன்றாகச் சுற்றி வந்தேன், ஒரு மூன்றாம் உலக நாட்டுக்குச் சென்றதும் கூட மனதில் தைத்திடும் துயரமான வறுமை அங்கில்லை; பாஸ்டனில் கூட நகர் மையத்தில் உண்டு ஆனாவில் சீனாவில் இல்லை எங்கேனும் இருக்கலாம் ஆனால் நான் பார்க்கவில்லை.

## ஆண்ட்ரே வில்செக்

அதிகமில்லை என்பதுதான் விஷயம். அது மறைந்துள்ள இரகசியம். சீனாவிலுள்ள என் சிறந்த நண்பர் யுவான் ஷெங், பியானோ கலைஞர். நான் அங்கு போகும் போதெல்லாம், கச்சேரி முடிந்ததும் அருடைய காரில் ஏறி சீனாவினூடே பயணித்து, அந்நாட்டை கண்டறிந்து கொண்டிருப்போம். சமயங்களில் சீனாவெங்கும் சுற்றி 5000 கி.மீ வரை போய் விடுவோம். எல்லாம் தன்னெழுச்சியாயிருக்கும். எப்போதேனும் வரைபடத்தில் ஓரிடத்தைத் தொட்டு அங்கே போவோம்.

இப்போது அங்குள்ள கிராமங்களிலும் வீட்டுக் கூரைகள் மீது சூரியமின்சாரத் தட்டுகள் உள்ளது மனதைத் தொடுகிறது; நல்ல சாலைகள் உள்ளன, நல்ல ரயில் பாதைகள் இருக்கின்றன; மருத்துவ வசதி நிறைந்துள்ளது. அது கச்சிதமான நாடு என்று நான் கூற மாட்டேன். ஆனால் உலகெங்கும் சுற்றி வந்துள்ள நிலையில், தனிநபர் வருமானம், நாட்டின் மொத்த வருவாய் மனிதவளக் குறியீட்டு ரீதியில், சீனாவை பிற நாடுகளுடன் ஒப்பிட முடியும்; சீனா ஒரு முதலாளித்துவ நாடு என்று யாரும் என்னை நம்ப வைத்திட இயலாது. அந்த அரசாங்கம் கூறுவது போல, அது சீனப் பாணியிலான சோசலிசம். மத்திய திட்டமிடலுடன், பொருளாதாரத்தின் பெரும்பான்மை அரசாங்கத்தின் கைகளில் இருக்கின்ற, தனித்துவமான முன்மாதிரி. பெய்ஜிங்/ஷாங்காய்/ சீனாவின் மேற்கிலுள்ள கிராமங்கள் இவற்றிற் கிடையே ஏற்றத் தாழ்வுகள் இல்லை என்று நான் சொல்ல மாட்டேன். நான் சொல்ல விரும்புவதெல்லாம், கிராமங்கள் கூட இப்போது பல தரமான சூழலியல் திட்டங்கள், கண்ணியமான மருத்துவமனைகள், தரமான கல்வியைப் பெற்றிருக்கின்றன; கிராமப்புறங்கள் எஞ்சிய

சீனத்துடன் இணைக்கப்படுவது அதிகரித்து வருகிறது என்பதே. அரசாங்கத்தின நிதி வசதி நகரங்களிலிருந்து கிராமப்புறத்திற்கு நகர்கின்றது என்பதே.

இப்போது சீனாவெங்கிலும் பெரும் மருத்துவச் சீர்திருத்தங்கள் நடந்து கொண்டிருக்கின்றன. திறந்த மனதுடன் சீனா செல்பவர்கள் மிகவும் ஈர்க்கப்படுகின்றனர். அம்மக்களின் நன்னம்பிக்கையால் நானும் ஊக்கம் பெற்றேன்.

## நோம் சாம்ஸ்கி

ஆம், அதுதான் என்னையும் கவர்ந்தது. நான் பெரிதும் மாணவர்களைச் சந்தித்தேன், அவர்கள் எதிர்காலம், வாய்ப்புகள் குறித்து மிக பரபரப்பு கொண்டுள்ளனர். அவர்கள் கட்டுப்பாடுகளை விரும்பவில்லை ஆனால் அவர்களின் நன்னம்பிக்கை உற்சாக உணர்வு மற்றவர்களிடம் தொற்றக் கூடியது.

## ஆண்ட்ரே வில்செக்

ஒருநாள் பெய்ஜிங்கில் ஓரிடத்தில் நண்பர்களுடன் எதிர்ப்புகள் பற்றிப் பேசிக் கொண்டிருந்தேன் Herald Tribune வாசித்தால் சீனா முழுதும் அரசாங்கத்திற்கு எதிராக எழுந்து நிற்பதாகத் தோன்றும். என் நண்பர்கள் சுவையான சிலவற்றைக் கூறினார்கள். சீனமெங்கிலும் ஏராளமான எதிர்ப்புகள் உள்ளன ஆனால் எதிர்ப்பாளர்களை கவனமாகப் பாருங்கள்; அவர்கள் கைகளில் என்ன இருக்கின்றன என்று பாருங்கள். சீனக் கம்யூனிஸ்ட கட்சியின் கொடிகள்தான் இருக்கும். அவர்கள் எதிர்க்கின்றனர் எனில், மேற்கத்திய பாணியிலான முதலாளித்துவ அமைப்பையோ மேற்கத்திய பாணியிலான அரசியல் அமைப்பையோ விரும்புகிறார்கள் என்றாகாது. அவர்கள் விரும்புவது கம்யூனிசம் / சோசலிசம் பெரும்பான்மையினரைப் பிரதிநிதித்துவம் செய்யும் அமைப்பையே. சந்தை சார்பான சீர்திருத்தங்களுக்குப் பதிலாக இன்னும் சோசலிசத்தை விரும்புகிறார்கள். அவர்கள் வென்றால், அது சோசலிசத்தின் சீனக் கலவையாக இருக்கும்.

மேற்கில் சீனா, சோசலிஸ்டோ இல்லையோ, சோசலிசம் என்ன என்பதன் மேற்கத்திய விளக்கம் சார்ந்து முடிவு கட்டப்படுகிறது. ஆனால் புவிப்பரப்பின் மேலுள்ள இம்மிகப் பெரியநாடு தனக்கேயான அளவீடுகளையும் தர நிர்ணயங்களையும் கருத்துக்களையும் பெற்றுள்ளது. ஐரோப்பாவிலும் அமெரிக்காவிலும் சீனா மதிப் பிடப்படும் முறை அகந்தை மிக்கது, முற்றிலும் சுயநலச் சார்புள்ளது.

# 6. லத்தீன் அமெரிக்கா

## ஆண்ட்ரே வில்செக்

இப்போது லத்தீன் அமெரிக்கா பக்கம் திரும்ப விரும்புகிறேன். முற்போக்கு அரசாங்கங்களது சமீபத்திய வெற்றிகள் ஆச்சரியகரமாய் உள்ளன. ஒன்றை அடுத்து ஒன்றாக, ஃபாசிச மேற்கத்திய ஆதரவு அரசாங்கம் வீழ்ந்துள்ளது. வெனீசுலா தலைமை தாங்கிச் செல்கிறது ஆனால் ஈக்வடார், பொலீவியா போன்ற நாடுகளும் இருக்கின்றன - இவை தென்னமெரிக்காவில் மிக வறிய பூர்வகுடி சார்ந்த நாடுகள் இக்கண்டம் எழுச்சி கொண்டிருக்கிறது. உருகுவே, அர்ஜென்டினா, பிரேசில் போன்றவை ஓரளவுக்கு, சர்வதேச வங்கிகள் கம்பெனிகளை விடவும் தம் மக்களைப் பற்றி அதிக அக்கறை கொண்டுள்ளன. இரு தசாப்தங்களுக்கு முன் நிலைமை தலைகீழாய் இருந்தது. ஒருமைப் பாட்டுணர்வும் அதிகரித்துக் கொண்டிருக்கிறது.

இம்முன்னேற்றம் கடும் சரிவுகளையும் கொண்டுள்ளது, மேற்கினால் திட்டமிடப்பட்ட இரு திடீர் புரட்சிகளில் ஹோண்டுராஸும் பராகுவேயும் வீழ்ந்தன. இக்கண்டத்தை அலைக்கழித்து வரும் மன்ரோ கருத்தியலின் ஒட்டுமொத்தமான பயங்கரத்தன்மை இருக்கவே செய்கிறது.

நான் சல்வடார் போய் வந்து நீண்ட நாளாகிவிடவில்லை. இப்போது எல் சல்வடார் முன்னேற்ற அரசாங்கத்தைப் பெற்றுள்ளது. ஆனால் அதன் கைகள் கட்டப்பட்டிருப்பதாகத் தெரிகிறது. ஏனெனில் கடந்த காலத்திற்குப் பொறுப்பேற்றிட அமெரிக்கா எவ்வகையிலும் தயாராயில்லை. இழப்பீடு எதுவும் தரப்படவில்லை.

போரின் போது இடது சார்பு கொரில்லாக்களுடன் சண்டை யிட்டுக் கொண்டிருந்த மரண கும்பல்களை அமெரிக்கா ஆதரித்ததால் இன்னும் பயங்கர வன்முறை நிலவுகிறது. இன்று சல்வடாரில் வன்முறை திடுக்கிட வைப்பதாக கண்டனத்துக்குரியதாக உள்ளது. நான்கூட சுடப்பட்டேன்; நான் படமெடுத்துக் கொண்டிருந்த போது என் கார் சுடப்பட்டது; அப்புறம் போரில் 30 பேர் கொல்லப்பட்ட கொடூரமான படுகொலையில் உயிர் பிழைத்த நபரினை, நேர்காணல் செய்ய ஒரு கிராமத்திற்குச் சென்றேன். ஒரு குடும்பம் அப்படியே துடைத்தழிக்கப் பட்டிருந்தது. நான் அந்நபருடன் பேசிக்கொண்டிருந்த போது வெளியேறிவிடுமாறு எச்சரிக்கை வந்தது, சூரியன் மறைந்து கொண்டிருப்பதால், அப்பகுதி மராஸ் கும்பல்களின் ஆளுகைக்குள்

வந்துவிடும் என்பதால். நல்வாய்ப்பாக அங்கிருந்து உயிருடன் தப்பிவிட்டேன். படுகொலையில் உயிர் பிழைத்த அந்த நபர் கடைசியில் குறிப்பிட்டது, உள்நாட்டுப் போரின்போது அமெரிக்காவால் ஆரம்பிக்கப்பட்ட வன்முறை கலாச்சாரத்தின் தொடர்ச்சியே இவை யனைத்தும்.

ஆக, பல லத்தீன் அமெரிக்க நாடுகளில் சில முற்போக்கு சக்திகளும் முற்போக்கு அரசாங்கங்களும் கூட இருக்கையில், தசாப்தங்களாக நீடித்து வரும் வன்முறையினை அவர்கள் சமாளிக்க வேண்டியுள்ளது. பனாமாவின் கோலோன் நகரில் இதே நிலவரத்தைப் பார்த்தேன்; அது பற்றி யாரும் எழுதுவதில்லை. கோலோன் இன்னொரு பிரச்சனைக் குரிய நகரமாகப் போகிறது என்றெண்ணினேன். இரண்டொரு கட்டுரைகள் தவிர்த்து வேறெந்த விபரமும் எனக்குக் கிட்டவில்லை; மேற்கின் புவிக்கோளத்தில் அதுதான் மிக அபாயகரமான நகரம் என்கிறது அதிலொரு கட்டுரை; அங்கு நான் போய்ப் பார்த்தபோது, ஒரு நகரின் சிதைபாடாயிருந்தது.

10. போரில் நாசமாக்கப்பட்ட, பனாமா நாட்டின் கோலோன். அமெரிக்க ஆக்கிரமிப்புக்கு கிட்டத்தட்ட கால் நூற்றாண்டுக்குப் பிறகு. (காப்புரிமை: ஆண்ட்ரே வில்செக்)

அமெரிக்க இராணுவக் கப்பல்கள் நங்கூரமிட்டிருக்க, சாலை யோரங்களில் பத்து வயது பாலியல் தொழிலாளர்கள் காத்திருக்க அழிவு உங்களிடம் கூக்குரலிடும்... பனாமா அமெரிக்காவுக்கு இடையிலான உடன்படிக்கைகளின்படி நீண்ட காலத்திற்கு முன்பே வெளியேறியிருக்க வேண்டியவை இக்கப்பல்கள், பிலிப்பைன்சிலிருந்து வெளியேற வேண்டியிருந்தது போன்றே, ஆனால் பயங்கரத்தின் மீதான போர் என்ற போர்வையில் இன்னும் அங்கே இருக்கின்றன.

ஆக, புகழ்பெற்ற பனாமா கால்வாயிலிருந்து சில மைல் தொலைவில் உயர்மட்ட வளர்ச்சி பெற்று, ஐநாவின் மனித வள வளர்ச்சி குறியீடு 58 பெற்றுள்ள நாட்டின் இரண்டாவது பெரிய நகரம் இருக்கிறது, அங்கே நீங்கள் பார்க்கக் கூடியதெல்லாம் நாசமாக்கப்பட்ட நகர வெளியே. நகரின் எலும்புக் கூட்டையே காண முடியும்.

## நோம் சாம்ஸ்கி

பனாமா மீதான அமெரிக்கப் படையெடுப்பைப் பற்றி உங்களால் உண்மைகளைத் திரட்ட இயலாது. குவைத் மீதான ஈராக் படையெடுப்பை விட மோசமானது அது என்று தோன்றியது. ஏராளமானோர் கொல்லப்பட்டனர். மனித உரிமைகள் கண் காணிப்பின் படி குவைத்தில் ஈராக்கியரால் கொல்லப் பட்டவர்கள் சில நூறுகளாக இருக்க, பனாமாவில் இரண்டாயிரம் பேர் இருக்கக் கூடும் Codehuca என்னும் மனித உரிமைகள் அமைப்பு 2000 பேர் என மதிப்பிடுகிறது.

## ஆண்ட்ரே வில்செக்

3500 பேர் என்பது ஒப்புக் கொள்ளப்பட்ட எண்ணிக்கை. ஒட்டுமொத்த சான்றையும் எப்படித் துடைத்தழித்தனர் என்பதே ஊன்றி கவனிக்கத்தக்கது. பல காரணங்களால் 'கோலோன்' பூமியில் மிகவும் நாசமாக்கப்பட்ட நகரங்களில் ஒன்றாய் இருக்கிறது. குற்றவியல் கும்பல்களால், வறுமையால், நிர்வாகச் சீர்கேட்டால் அப்படியிருக்கிறது. ஆனால், குண்டு வீச்சுகள் தொடர்பாகவும் அமெரிக்கப் படையெடுப்பு சார்ந்தும் சான்றுகளை அவர்களால் துடைத்தழிக்க முடிந்துள்ளது. படை யெடுப்பில், நகரின் மிக உயரமான நிர்வாக அலுவலகத்தின் மீதும் குண்டு வீசினர். நான் அதனைப் புகைப்படம் எடுத்துள்ளேன் அது மக்கள் வாழும் குடியிருப்பு பகுதி என்பதை மறுக்க முடியாது.

படையெடுப்பு பெரிதும் மிருகத்தனமாய் இருந்தது, ஆனால் பனாமா, எல் சல்வடார், நிகரகுவா, ஹோண்டுராஸில் இருந்தது போல நிரூபிக்கச் சிரமமான விஷயங்கள் சில உள்ளன. எல்லாம் மறைக்கப்பட்டன. ஒவ்வொரு நாட்டிலுமான தாக்கத்தை ஆய்வு செய்து முடிக்க பல ஆண்டுகள் ஆகும். பல பத்திரிகையாளர்களாலும் விஞ்ஞானிகளாலும் செய்ய முடியாதது அது.

பனாமாவைப் பொறுத்தவரை, அதன் மக்கள் மீதான வன்மம், பனாமா கால்வாய் நிர்மாணத்திலிருந்து இருந்து வருவது. கோலோனுக்கு அருகே நான் தங்கியுள்ள ரெய்ன்போ நகரில் இனப்பாகுபாடு சாதாரணமானது. அமெரிக்க கட்டுமான குழுக்கள் வந்திருந்த, மோசமான பழைய நாட்களில் இவ்வெறுப்பும் காழ்ப்

புணர்வும் எவ்வளவு மோசமாயிருந்தது என தமது பெற்றோரும் தாத்தா பாட்டிகளும் அடிக்கடி கூறுவதுண்டு என எனது பனாமா சகாக்கள் நினைவு கூர்ந்தனர். அமெரிக்கர் கொண்டு வந்திருந்த இனவாதமும் நிறப்பாகுபாடும் பனாமா நாட்டவருக்கு அதிர்ச்சியூட்டுவதாய் இருந்துள்ளன. ஆக, சமத்துவம், சுதந்திரம், விடுதலை, மனித உரிமைகள் என்னும் கொள்கைகளை இலட்சியங்களைப் பாதுகாப்பதாகக் கூறிக் கொள்ளும் நாடு, மத்திய அமெரிக்கா வந்து, கால்வாய் கட்டத் தொடங்கி, உள்ளூர் மக்களை பிரித்து வைக்கிறது, வெவ்வேறு இனங்களுக்கென்று வெவ்வேறான கடைகளையும் பல்பொருள் அங்காடிகளையும் வீடுகளையும் கட்டுகிறது.

### நோம் சாம்ஸ்கி

இது உலகெங்கிலும் நடக்கின்றது. தன்னர்வ குழுக்கள் ஒரு தினுசாக இருப்பதற்கு இதுவொரு காரணம் அனைத்தும் அப்படியில்லை எனினும் பல அப்படியுள்ளன. ஹைத்தி, கிழக்கு திமோர் என எங்கு பார்த்தாலும். அவர்கள் முற்றிலும் வேறாக, உள்ளூர் மக்களிடமிருந்து மாறுபட்டவர்களாக வசிக்கின்றனர். மக்கள் பட்டினி கிடக்கையில், அவர்கள் நட்சத்திர ஓட்டல்களில் உணவருந்துகின்றனர், உயரிய கார்களில் செல்கின்றனர்.

### ஆண்ட்ரே வில்செக்

அத்துமீறல்கள் ஆக்கிரமிப்புகளின் போது, உள்ளூர் மக்களை ஐரோப்பிய - அமெரிக்கப் படையெடுப்பாளர்கள் எவ்வளவு வன்மத்துடன் நடத்தினர் என்பதையும் இந்த "நாம்-அவர்கள்" அணுகுமுறை விளக்குகிறது.

### நோம் சாம்ஸ்கி

உண்மையிலேயே மறைக்கப்படவேண்டியவை நிறைய இருந்தன. மானுவல் நோரிகாவுக்கு எதிரான குற்றச்சாட்டுகள், அவர் CIA யின் சொத்தாக திகழ்ந்து வந்துள்ள காலத்தைச் சேர்ந்தவை நிகரகுவாவில் காண்ட்ராஸ்களுக்கான ஆதரவுக்கு அவர் ஒத்துழைக்காததால், அவர் எதிரியாகிவிட, அவருக்கு எதிராகத் திரும்பினார்கள்; ஆனால் 1984 இல் அவர் வென்ற ஆச்சரியகரமான தேர்தல்கள் என அமெரிக்காவால் புகழப்பட்ட 1980 களின் ஆரம்பத்தைச் சேர்ந்தவை அக்குற்றச் சாட்டுகள்; கொலை, வஞ்சனை, வாஷிங்டனின் ரகசிய நிதியுதவியால் நோரிகா வெல்ல முடிந்தது. ஜனநாயக நடைமுறையை ஆரம்பித்து வைப்பதற்காக நோரிகாவைப் பாராட்டும் பொருட்டு, அமெரிக்க உள்துறைச் செயலர் ஜார்ஜ் ஷூல்ட்ஸ் பறந்து வந்தார். மைய நீரோட்ட ஊடகத்தில் இது விமர்சனமின்றி கடந்து போனது. சதாம் உசைன் விவகாரத்திலிருந்து இது வேறுபட்டதில்லை.

**ஆண்ட்ரே வில்செக்**

*பனாமாவிலும் எல் சல்வடாரிலும் சமூகங்களின் மீது இத்தகைய நாசகரமான தாக்கத்தைக் கொண்டிருந்த, அமெரிக்காவின் இவ்விரு விவகாரங்களைப் பற்றி அமெரிக்காவில் இப்போது எந்த அளவு அறியப்பட்டிருக்கிறது?*

**நோம் சாம்ஸ்கி**

*சாராம்சத்தில் எதுவுமில்லை. பாஸ்டனில் ஆஸ்கார் ரோமெரோவின் படுகொலையின் 25 வது ஆண்டு தினத்தின் போது, எனக்குத் தெரிந்து ஒரு நினைவேந்தல் நடந்தது, பிற இடங்களிலும் இதே நிலைதான். பெரிதும் லத்தீன் / கருப்பர் பகுதியான ஜமாய்கா ப்ளெய்ன் என்னும் வறிய பகுதியிலுள்ள தேவாலயத்தில் நிகழ்ந்தது. பாதுகாப்பு படையினரால் கொல்லப்பட்ட, மனித உரிமைகள் செயல்பாட்டாளர் ஹெர்பர்ட் அனயாவின் மனைவி, அப்போது பேசியவர்களில் ஒருவர். போஸ்டனில் வேறெங்கும் இல்லை.*

*ஏசு சபை பாதிரியர்களது படுகொலையின் 20 வது ஆண்டு தினத்தின்போது, மிகவும் பழமைவாத ஏசுசபை கல்லூரியான போஸ்டன் கல்லூரியில் ஒரு நினைவேந்தல் நடந்தது. இங்கும் நானொரு பேச்சாளர். இன்னொருவர் 1989 ஏசு சபை பாதிரியார் படுகொலையிலிருந்து தப்பிப் பிழைத்த ஒரே நபரான ஜான் ஸோப்ரினோ. அவர், எந்தச் சாட்சியமுமின்றி கொல்லப்பட்ட வீட்டுப் பராமரிப்பாளர் மற்றும் அவரது மகளின் பொருட்டுதான் நாம் துக்கப்பட வேண்டும் என்று நெகிழ்ச்சியுடன் பேசினார். எல் சல்வடார் மற்றும் உலகெங்கிலுமுள்ள மக்களின் துயரத்தின் அடையாளங்களாக அவர்கள் உள்ளனர் என்றார். அதுதான் நாம் அக்கறை கொள்ள வேண்டியது. கல்லூரியிலிருந்து கணிசமானோர் வந்திருந்தனர், ஆனால் வெளியிலிருந்து ஒருவருமில்லை.*

*அந்நினைவு நாளில் ஐரோப்பாவில் பேசினேன், யாரும் அடையாளங்கண்டு கொண்டதான முணுமுணுப்பு கூட இல்லை. அயர்லாந்தில் மட்டும் வித்தியாசம் இருந்தது. அவர்கள் புரிந்து கொண்டனர், நெருங்கிய தொடர்புகள் இருந்தன அயர்லாந்து பாதிரியார்கள் நிறைய பேர் மத்திய அமெரிக்காவில் இருந்தனர்; அப்போது என்ன நடந்து கொண்டிருந்தது என்றும் பிரதான தகவல் ஆதாரங்களுள் ஒன்றாக இருந்தது, அயர்லாந்து அச்சு ஊடகமே. அவர்களுக்கு பாதிரியார்க ளிடமிருந்து தகவல் வந்து கொண்டிருந்தது.*

**ஆண்ட்ரே வில்செக்**

*சில முற்போக்குப் பாதிரியார்கள் இருந்தார்கள்.*

**நோம் சாம்ஸ்கி**

ஆம், ஆனால் அவர்களெல்லாம் உண்மையில் முற்போக்கானவர் களில்லை; ரோமிரோவைப் போன்றவர்களே. பழமைப் போக்கினரான ரோமிரோ, தனது பாதிரியார்களே கொலை செய்யப்படத் தொடங் கியதும், ஆழ்ந்து ஈடுபாடு கொண்டார். அவர் தீவிரமிக்க நேர்மையான நபர். இப்பாதிரியார்களும் அப்படி இருந்தனர்.

நிகரகுவாவில் கத்தோலிக்க துறவுக்கன்னியர் செயல்துடிப்புடன் விளங்குகின்றனர் அவர்கள் பிரிவுக்கு Religious of the Assumption என்று பெயர். முந்தைய அரசாங்கத்தின் கீழ் மரண மிரட்டலுடன் வாழ்ந்த வர்கள் என்று கூறப்பட்டது. நான் அங்கிருந்த போது என் நண்பர் செஸார் ஜெரெஸ், மிக சிறிய கிராமொன்றுக்கருகிலுள்ள, அவர்களின் மடாலயங்களில் ஒன்றிற்கு என்னை இட்டுச் சென்றார். தயக்கம் கொண்டிருந்த குடியானவர்களை தடுப்பூசி போட்டுக் கொள்ளுமாறு ஊக்கப்படுத்தி, Mother Superior சுற்றி வந்து கொண்டிருந்தார். கிணறு வெட்டுவதில் ஒத்துழைக்குமாறு கிராமத்தினரை ஈடுபடச் செய்ததில் முதல் முறையாக துறவுக் கன்னியர் வெற்றி பெற்றிருந்தனர். அந்தக் கிணறு ஒரு குன்றின் மேலிருந்தது. கழுத்தில் சுற்றிய கயிறுடன் ஓர் எருது குன்றில் ஏறிற்று, கிணற்றுக்குள் சென்ற வாளியை அக்கயிற்றால் இழுத்தது, அது குன்றின் கீழே வந்ததும் அவர்களுக்கு தூய நீர் கிடைத்து விடுகிறது. ஆனால் என்னை ஈர்த்த விஷயம் அவர்கள் ஒருங்கிணைந்து இயங்கியதே.

சீனப் புரட்சியின் ஆரம்ப நாட்களில் என்ன நடந்தது என்பது குறித்த வில்லியம் ஹின்டனின் விவரிப்பை அது எனக்கு நினை வூட்டிற்று. ஒருவருக்கொருவர் சச்சரவிட்டுக் கொண்டிருந்த குடியான வர்களை (ஒரு பாறையை இரு அங்குலங்கள் நகர்த்தினால், உனக்கு அருகிலுள்ளவனிடமிருந்து சிறிது நிலத்தைப் பெறலாம் என்பது போல) ஒத்துழைத்து சேர்ந்து பணியாற்ற வைத்ததுதான் முக்கியமானது. மடாலயத் துறவுக் கன்னியர் அதனையே செய்து கொண்டிருந்தனர். அவர்கள் பெரிய முற்போக்காளர்கள் இல்லை, சாதாரண மனிதர்களே. நிறைய தேவாலய நடவடிக்கைகள் அப்படியானவை.

இங்குள்ள ஆதரவுக் குழுக்கள் விஷயத்திலும் இதேதான் நிலைமை. 1980 களில் கணிசமான மத்திய அமெரிக்க ஆதரவுக் குழுக்கள் இருந்தன; பிரதான நகரங்களை விடவும் கான்ஸாஸ், அரிசோனாவின் கிராமச் சமுதாயங்களில் அதிகம் இருந்தன. பெரிதும் தேவாலய அடிப்படைமிக்கவை; அதிகமும் மதப்பரப்புரை மேற் கொண்டி ருப்பவை. அமெரிக்கா நிகரகுவாவை நாசப்படுத்திய பின்னர், விடாமல் இயங்கியவர்கள் அவர்களே. 1990 இல் வயோலெடா

சமோர்ரோ அதிபராகத் தேர்ந்தெடுக்கப்பட்ட பின்னர், தம் ஒன்றிணைப்பு பணியைத் தொடர்ந்த குழுக்கள் சிலவே. பெரும்பாலானவை கலைக்கப்பட்டன, இவை மட்டுமே இயங்கின; உண்மையிலேயே அர்ப்பணிப்பு மிக்கவை இவை, இவற்றால் பெரிதும் ஈர்க்கப்பட்டேன்.

**ஆண்ட்ரே வில்செக்**

நோரிகா தன் நாட்டில், ஒப்பீட்டளவில் கண்ணியமிக்க சமூகக் கொள்கைகளை வற்புறுத்தியும் மேற்கொண்டும் இருந்தது அமெரிக்கா படையெடுக்க ஒரு காரணமாயிருந்தது என்றெண்ணுகிறீர்களா? நிச்சயமாக அவரை இடது சாரியாகக் கூறமாட்டோம்; ஆனால் சதாம் உசைன் / கடாஃபி விஷயத்தில் இருந்தது போல, சமூக ஈவிரக்க மின்மைக்கு பெயர் பெற்ற உலகின் பகுதியில் சமூக அமைப்புகளின் எலும்புக் கூட்டையாவது நடைமுறைப்படுத்திக் கொண்டிருந்த ஒரு நாட்டைப் பற்றிப் பேசிக் கொண்டிருக்கிறோம்.

**நோம் சாம்ஸ்கி**

இருக்கலாம், அது மட்டும் இல்லாதிருக்கலாம், அவர் அந்த அளவுக்குச் செயல்படவில்லை. இப்பக்கம் திரும்பினார், அவ்வளவே. 1980 களின் ஆரம்பத்தில் அமெரிக்காவுக்கு ஆதரவாக செயல்பட்டுக் கொண்டிருந்தார், காண்ட்ராஸ்களுக்கு ஆதரவளித்தல் போல, அடிப்படையில் CIA சொத்தாக விளங்கினார்; அமெரிக்கா அவரைச் சார்ந்திருந்தது. அமெரிக்க அரசின் தளமாக பனாமா இருந்தது. ஆனால் 1980 களின் பிற்பகுதியில் நோரிகா, சுதந்திரம் மிக்கவராக ஆகிக் கொண்டிருந்தார், எனவே தாக்குதல்கள் தொடங்கின: போதை மருந்து கடத்துபவர் பயங்கரவாதி, சித்திரவதையாளர் என. இறுதியில் அவர் விசாரணைக்குள்ளானபோது, குற்றச்சாட்டுகள் பெரிதும், அவர் அமெரிக்க ஆதரவாளராக விளங்கிய காலத்தைச் சேர்ந்தவையாய் இருந்தன. நோரிகாவின் சுதந்திரப் போக்கு அதிகரித்து வந்ததே, அமெரிக்கப் படையெடுப்புக் காரணம் என்றெண்ணுகிறேன்.

**ஆண்ட்ரே வில்செக்**

உலகின் கேந்திர முக்கியத்துவம் வாய்ந்த கால்வாய்களில் ஒன்றான பனாமா கால்வாயும் அங்கிருந்தது.

**நோம் சாம்ஸ்கி**

நிச்சயமாக. மேற்கு புவிக்கோளத்தில் இப்போது மிக மோசமான நாடாக இருப்பது ஹோண்டுராஸ், அங்கே கட்டுப்பாட்டை மீறியதாக இருக்கிறது வன்முறை. மேற்கு புவிக்கோளத்தில் கடந்த தசாப்தத்தில்,

அமெரிக்கா தன் திடீர் புரட்சிகளில் வென்ற இருநாடுகள் இருந்தன. வெனிசுலாவில் அதன் முயற்சி பலிக்காது தோற்றது. அடுத்த முயற்சி ஹைத்தியில் - ஹைத்தியை மரபார்ந்து வதைத்து வந்த அமெரிக்காவும் பிரான்சும் அடிப்படையில் படையெடுத்து, தங்களுக்குப் பிடிக்காத அதிபரைக் கடத்திச் சென்றன; மத்திய ஆப்பிரிக்காவுக்கு அவரை அனுப்பிவிட்டு, இன்னும் அவரது கட்சி ஹைத்தி தேர்தல்களில் நிற்க முடியாமல் செய்து வருகின்றன.

மூன்றாவது ஹோண்டுராஸ். ஒபாமா ஆட்சியில் ஹோண்டுராஸில் நடந்த இராணுவப்புரட்சியில் அதிபர் கடத்தப்பட்டார். சம்பிரதாயமான விமர்சனங்களைப் பொருட்படுத்தாமல், புதிய இராணுவச் சர்வாதிகாரம் நடத்திய தேர்தல்களுக்கு ஆதரவளித்து இப்போது வரை நடந்து வரும் அதிக்கிரமங்களுக்குத் துணை நிற்கிறது, அமெரிக்கா. மனித உரிமைச் செயல்பாட்டாளர்களையும் தொழிலாளர் நலச் செயல் வீரர்களையும் கொன்று குவிக்கிறது. நாடு நார் நாராக கிழிபடுகிறது. ஆனால் புவி அரைக் கோளத்தில் அமெரிக்காவின் கடைசி தளம்; அமெரிக்காவின் பெரிய விமானதளத்தைக் கொண்டுள்ள அது, அமெரிக்க முதலீட்டை ஆதரிக்கிறது, ஆதலின் அதிக்கிரமங்கள் ஏற்கப்படுகின்றன.

உண்மையில் இப்போது எல் சல்வடாரில் நிகழ்ந்து கொண்டிருப்பது, முன்னர் நீங்கள் குறிப்பிட்ட மறைமுக அழிப்புக்கு கச்சிதமான எடுத்துக்காட்டாகும். அங்கு இப்போதைய அரசாங்கம் சுற்றுச் சூழல் பேரழிவிலிருந்து நாட்டின் சில பகுதிகளைப் பாதுகாத்திடும் பொருட்டு, சில சட்டங்களைக் கொண்டுவர முயன்றுள்ளது. ஆனால் அது தங்கச் சுரங்கங்களிலிருந்து கிட்டும் ஆதாயத்தை இல்லாமலாக்கி விடும். அங்குள்ள மிக நாசகரமான சுரங்கத் தொழில், பன்னாட்டு தங்கம் எடுக்கும் நிறுவனம் சார்ந்தது. இப்பன்னாட்டு நிறுவனம், உலக வர்த்தக அமைப்பின் விதிகளின்படி, எல் சல்வடார் மீது வழக்குத் தொடுத்தது; தங்கம் எடுப்பதால் ஏற்படும் அழிவிலிருந்து சில பகுதிகளின் சுற்றுச் சூழலைப் பாதுகாக்கும் முயற்சியாக, சட்ட விரோதமாக எல் சல்வடார் ஆதாயமடைந்து வருகிறது என்று குற்றஞ் சாட்டியது. நீதிமன்றத்தில் பன்னாட்டு நிறுவனம் வென்றது.

பன்னாட்டு நிறுவனங்கள் ஒரு நாட்டை அழிக்கையில் அவர்களது ஆதாயங்களை அபகரிப்பதாக அந்நாட்டு அரசாங்கங்கள் மீது வழக்கு தொடுப்பதை அனுமதிக்கவே உலக வர்த்தக அமைப்பு விதிகள், சர்வதேச விதிகள் ஏற்படுத்தப்பட்டுள்ளன. இது வெட்டுக் கத்தியால் ஒருவரைக் கொல்வதைப் போன்றில்லை, ஆனால் விஷயம் அதுதான். அதுவே பெரிதும் போற்றப்படும் நவதாராள அமைப்பின்

விதிகளில் சேர்ந்துள்ளது; சர்வதேச அதிகாரிகளாலும் பொருளியலாளர் களாலும் பாராட்டப்படுகிறது. இத்தகையதில் இது முதலாவதில்லை, ஆனால் இக்கணத்தில் நிகழ்ந்து கொண்டிருப்பது. உலகமெங்கிலும் சுரங்கத்தொழில் கொடூரமான நாசத்தை விளைவிக்கின்றது, இந்தியாவில் பாதிப்பகுதி இதற்கு எதிராகப் போராடுகிறது. கொலம்பியாவில் எதிர்ப்பு போராட்டங்கள் நடக்கின்றன. ஆஸ்திரேலி யாவில் பூர்வகுடியினர், தமக்கென எஞ்சியுள்ள பகுதி அழிக்கப்படு வதினின்றும் தடுத்திட முற்படுகின்றனர். எங்கும்.

## ஆண்ட்ரே வில்செக்

லத்தீன் அமெரிக்க இடதுசாரி அரசுகளிடையே ஒத்துழைப்பு அதிகரித்துக் கொண்டிருக்கிறது. இவற்றில் மிக முக்கியமானது, பொலிவியாவின் செல்வமிக்க வெள்ளையர் மாகாணமான சாந்தா க்ரூஸ் பல ஆண்டுகளுக்கு முன் சுதந்திரத்தை அறிவிக்கப் போவதாக மிரட்டல் விடுத்தது. அதில் மேற்கு ஈடுபட்டிருந்ததும் வர்த்தக நலன்கள் சேர்ந்திருந்ததும் உள்ளூர் மேட்டுக் குடியினர் உந்தையாயிருந்ததும் **வெளிப்படை** அது பொலிவியாவை புண்படுத்தி அழிக்கவும் அதிபர் **எவோ மோரலெஸின்** இடதுசாரி சீர்திருத்தங்களை அழிக்கவுமான **முயற்சியே.** தனது அண்டை நாட்டின் ஒருங்கிணைப்பைப் பாதுகாக்க [illegible] அனுப்பப் போவதாக பிரேசில் அறிவித்தது. ஒரு விதத்தில் பிரேசில் பொலிவியாவையும் அதன் சோசலிச அரசாங்கத்தையும் காப்பாற்றியது. இதுவே இரு தசாப்தங்களுக்கு முன் கற்பிதம் செய்ய முடியாது இருந்திருக்கும்.

## நோம் சாம்ஸ்கி

இது மிகச் சுவையானது. சமீபத்தில் உருவாக்கப்பட்டுள்ள தென்னமெரிக்க குடியரசுகள் ஒன்றியம் (UNASUR) இதற்கு எதிரான வலுவான நிலைப்பாட்டை எடுத்துள்ளது. அது செய்த முதல் வேலை, அதிபருக்கு ஆதரவு தெரிவித்தது. இங்கு இது அரிதாகவே குறிப்பிடப்படுகிறது. ஆனால் இதுவும் முக்கியமானதே.

கொலம்பியாவின் கார்டஜெனாவில் நடந்த அமெரிக்க நாடுகளின் உச்சி மாநாடும் சுவையானதே. உளவுத்துறை பாலியல் தொழிலாளருடன் சென்றது என்பது பதிவானது. ஆனால் உண்மையில் நடந்தது முக்கியத்துவமுள்ளதாகும். இருபெரும் பிரச்சனைகள் இருந்தன. ஒன்று கியூபாவை அனுமதிப்பது. அமெரிக்கா மறுத்தது, எஞ்சிய கண்டம் வற்புறுத்தியது, கனடாவைத் தவிர. கடைசியில் இப்போதைக்கு அதனை ஒத்திவைக்க முடிவானது, ஆனால் அது மீண்டும் நிகழுமா என்பது சாத்தியமில்லாததே. ஆக கியூபா அனுமதிக்கப்படும், அமெரிக்காவும் அதனைப் பின்பற்றிடும் கனடாவும் வெளியேற்றப்படும்.

11. கொலம்பியா நாட்டின் பொகோட்டாவில், "சுதந்திரம்" என முழங்கும் சுவரெழுத்துக்கு அருகில் போலீஸ் (காப்புரிமை: ஆண்ட்ரே வில்செக்)

இன்னொரு பிரச்சனை போதைப்பொருள் போர். மொத்தத்தில் அதை முடிவுக்குக் கொண்டுவர விரும்புகின்றனர். கொலம்பிய பாராளுமன்ற உறுப்பினர்கள் போதை மருந்துகளையெல்லாம் குற்றவியல் தன்மையிலிருந்து விலக்கிட சட்டம் கொண்டுவரும் அளவுக்கு சென்றுவிட, பிற இடங்களிலும் இத்தகைய முயற்சிகள் நடக்கின்றன. போதை மருந்து போர் ஆதாயமளிப்பது அமெரிக்காவுக்கே என்பதை அனைவரும் நன்றாகவே அறிந்துள்ளனர். போதை மருந்துக்கான தேவை இருக்கிறது, ஆயுத சப்ளை இருக்கிறது (மெக்சிகோவில் மக்களைக் கொன்று தீர்க்கப் பயன்படுத்தப்படும் பெருமளவிலான ஆயுதங்கள் அரிசோனாவிலிருந்தும் டெக்சாஸிலிருந்தும் வருகின்றன) ஆனால் அது மத்திய, தென்னமரிக்காவை அழித்துக் கொண்டிருக்கிறது. எது எப்படியிருப்பினும் போதை மருந்தை பயன்படுத்துவது குறையவில்லை அல்லது மோசமாகுகிறது. ஆகவே தம் சமூகங்களைப் பாழடித்துக் கொண்டிருக்கும் இந்த அமெரிக்க போரிலிருந்து வெளியேற லத்தீன் அமெரிக்க நாடுகள் விரும்புகின்றன. அவர்தம் எதிர்ப்பில் அமெரிக்காவும் கனடாவும் முழுதாக தனிமைப் படுத்தப்பட்டு விடுகின்றன.

அரைக்கோளம் ஒன்றுபட்டுள்ள இரு பிரச்சனைகளுடன் ஒரு அரைக்கோள மாநாடு நடக்கிறது, அமெரிக்காவும் கனடாவும்

லத்தீன் அமெரிக்கா 111

வெளியில் நிற்கின்றன; இது உலக விவகாரங்களில் பெரும் மாறுதலாகும். இது அமெரிக்காவின் கொல்லைப்புறமாக, விளையாட்டுப் பொருளாக இருந்து வந்தது "இங்கே நாங்கள் விரும்பியதைச் செய்கிறோம்." இப்போது அதுதீவிர சுதந்திரத்தை நோக்கிச் சென்று கொண்டிருக்கிறது. உண்மையில் சுமார் ஓராண்டுக்கு முன்னர், ஏற்கனவே வெனிசுலாவில் CELAC (Caribbean and Latin Amercan Countries) என்ற அமைப்பு இருந்துள்ளது, அது அமெரிக்காவையும் கனடாவையும் விலக்கியது, அமெரிக்கா கனடா இல்லாத அரைக் கோளமே, பத்தாண்டுகளுக்கு முன் நினைத்துப் பார்க்க முடியாததாய் இருந்தது.

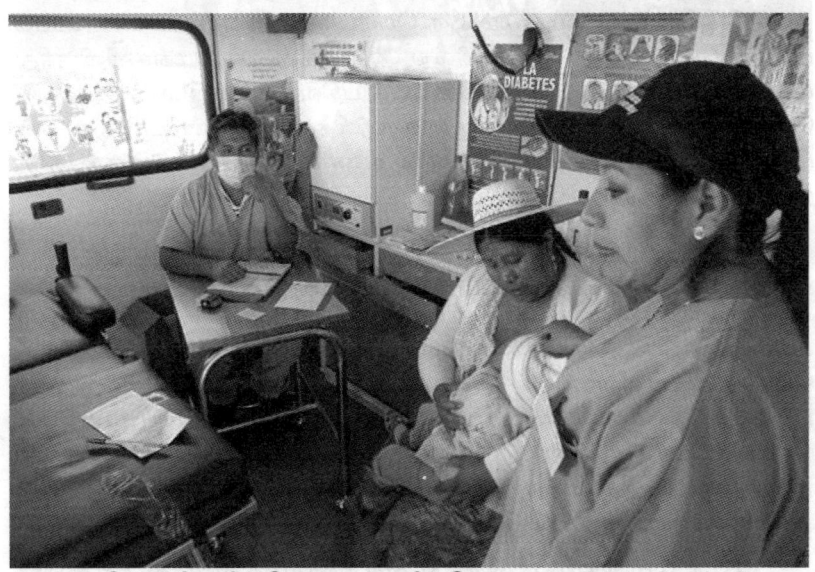

12. பொலிவியாவின் கொச்ச பாம்பாவில் இலவச நடமாடும் மருந்தகங்கள் (காப்புரிமை: ஆண்ட்ரே வில்செக்)

## ஆண்ட்ரே வில்செக்

ஒத்துக் கொள்கிறேன். போதை மருந்துகள் வருவது கொலம்பியா விலிருந்து, அது தென் அமெரிக்காவில் அமெரிக்காவின் கடைசிச் சகாக்களுள் ஒன்று. அங்கு மட்டுமே வலதுசாரி அரசாங்கம் இருக்கிறது, சிலியில் இருப்பது தவிர்த்து, அது நீண்ட நாள் நீடிக்காது.

சமீபத்தில் பொலிவியாவில் இருந்த நான் பெரிதும் ஈர்க்கப் பட்டேன். ஒரு நாள் முழுதையும் கொச்சபம்பாவின் பிரதான சதுக்கத்தில் மருத்துவர்களை கவனித்தபடி இருந்தேன், அதில் பொலிவிய மருத்துவர்களும் கியூப மருத்துவர்களும் இருந்தனர். முன்னர் பயங்கர இனப்பாகுபாடு நிலவியிருந்த பொலிவியாவில்

இப்போது நடமாடும் மருத்துவமனைகளைப் பார்ப்பதும் வெள்ளையின மருத்துவர்கள் பூர்வகுடி மக்களுக்கு சிகிச்சையளிப்பதை பார்ப்பதும் மனதில் பதிந்தன. ஆயிரக்கணக்கில் பெண்கள் தம் குழந்தைகளுடன் வந்து பதிந்து கொண்டிருந்தனர். அக்குழந்தைகள் திருமண பந்தத்துக்கு வெளியில் பிறந்தவை. பல தசாப்தங்களாக உரிமைகளின்றி இருந்தவர் களை, சமூக நன்மைகளைப் பெற்றிட ஏதுவாகப் பதிந்து கொள்ளுமாறு அரசாங்கம் கேட்டுக் கொண்டிருக்கிறது. நாடும் கிராமங்களும் உற்பத்தி செய்பவற்றில் ஆரோக்கிய உணவுமுறையை தெரிவித்து டஜன் கணக்கில் ஊட்டச்சத்து நிபுணர்கள் பணியாற்றிக் கொண்டிருந்தனர். ஒட்டுமொத்த நகர மையமும் ஒரு பெரிய சமூக மருத்துவ வளாகமாக மாற்றப்பட்டிருந்தது. பொலிவிய அரசாங்கம் கிராமங்களிலிருந்து மக்களை வரவழைத்து நகரத்துக்கு வந்து பதிவு செய்து இலவச மருத்துவ சேவை பெற்றுக் கொள்ளுமாறு ஊக்குவித்துக் கொண்டிருந்தது. லா பாஸ் நகருக்குப் புறப்பட்ட நான் உணர்ச்சி வசப்பட்டிருந்தேன், நம்பிக்கை மிகுந்திருந்தேன்.

பல விதங்களில் என்னை ஈர்த்த இன்னொரு நாடு வெனீசுலா. இரண்டாண்டுகளுக்கு முன் அங்கு சென்ற நான், மாராகைபோ என்ற சாவேஸ் எதிர்ப்பு நகரில் பணியாற்றினேன். அவர்கள் பிற்போக்கு வாதிகள், எப்படிச் சிந்திக்கின்றனர் என்றறிய விரும்பினேன். மெரிடா, சியுதாத் பொலீவார், கரகாஸ், மற்றும் காட்டின் மத்தியிலுள்ள பூர்வகுடி நிலம் கனெய்மாவுக்கும் சென்றேன். எதிர்ப்பாளர்கள் நிரம்பிய வாகனத்தில் சியுதாதை நெருங்கிக் கொண்டிருந்தேன். அவர்களிடம் தொடர்ந்து வினவிக் கொண்டிருந்தேன். என்னிடம் அமெரிக்க கடவுச் சீட்டு இருந்ததால், நட்பாக இருந்தனர்.

“ஓ, நீ வெளிநாட்டிலிருந்து வருகிறாய்; உன்னால் சாவேசை ஆதரிப்பது சுலபம். நீ வெளியேறியதும் உன் தாயகத்தில் ஜனநாயகம் இருக்கும். இங்கே எங்களுக்கு ஜனநாயகமே இல்லை” என்றான் ஒருவன். “உனது நாட்டின் ஜனநாயகத்தையும் எனது நாட்டின் ஜனநாயகத்தையும் ஒப்பிடுவது, இதே சாலையில் இதே வாகனத்தில் அமர்ந்திருப்பது போன்றது... ஆனால் அமெரிக்காவில் நான் வாக்களித்தால், ஒரே திசையில் ஆனால் வலது அல்லது இடது சந்தில், பயணிப்பதற்கான தெரிவுக்கிடையே, இருக்கும். ஆனால் இங்கே நீ சாவேசுக்கு ஆதரவாக அல்லது சாவேசுக்கு எதிராக வாக்களிப்பது அது முன்னோக்கிப் போவதா அல்லது பின்னோக்கிச் செல்வதா என்பது போன்றது” என்றேன். அதனைக் கேட்க விரும்பாத அவர்கள், உருவகத்தை ரசித்தனர். சிரித்துக் கொண்டிருந்தனர். உண்மையில் அப்படித்தான் அது இருக்கிறது என்றெண்ணுகிறேன்.

சிலியில் 20 ஆண்டுகளாக கன்ஸெர்டாஸியன் அரசாங்கம் உள்ளது. அது மிகவும் இடதுசாரியிலானது இல்லை, ஆனால் பினோசே சர்வாதிகாரத்திலிருந்து கூர்மையாக விலகியிருப்பது. லத்தீன் அமெரிக்கா எங்கிலுமுள்ள நிலவரம் சிலியில் தாக்கம் செலுத்திற்று; இடது பக்கமாகத் திருப்பிற்று. அப்புறம் மிச்சேல் பச்செலெட் ஜெரியா அதிபராகத் தெரிவானார்; சர்வாதிகாரத்தின் போது சித்திரவதைக்குள்ளான அவர் ஒரு சோசலிஸ்ட், ஒரு பெண்; அவரது தந்தை கொலை செய்யப்பட்டிருந்தார். மிகுந்த செல்வாக்கு பெற்றிருந்தும் இரண்டாம் முறை தேர்தலில் போட்டியிட முடியவில்லை, அரசமைப்புச் சட்டம் தொடர்ச்சியான இரண்டாம் பதவிக் காலத்தை தடுப்பதால்; எனவே பழமைவாதியான வர்த்தகர் செபாஸ்டியன் பினேரா அதிகாரத்திற்கு வந்தார். ஆனால் சிலி, சோசலிச ஜனநாயக நாடாகவே இருக்கிறது. அக்கணத்தில் சோசலிஸ்டாக இல்லாமல், சமூக ஜனநாயகமாக விளங்கியது. நான்கே ஆண்டுகளில் நிகழ்வுப் போக்கினை நிறுத்து வதற்கோ பின்னோக்கித் தள்ளிவிடவோ, அந்த அரசாங்கத்தினால் எதுவும் செய்திட இயலாது. மக்கள் இப்போது இலவசக் கல்வியையும் இலவச மருத்துவத்தையும் கோருகின்றனர், நன்னம்பிக்கை நிலவுகிறது, போராட்டம் இருக்கிறது. லத்தீன் அமெரிக்காவில் மிக முன்னேறிய நாடான சிலி, மாபெரும் சோசலிச மரபுகளுடனும் பிரம்மாண்டமான முற்போக்குப் பண்பாட்டுடனும் முக்கியத்துவம் பெற்று விளங்குகிறது.

பினோசே பதவி விலகுமாறு நிர்ப்பந்திக்கப்பட்ட பிறகு, நாடு முற்றிலும் தனியார் கைகளில் இருந்தது. நீண்ட சர்வாதிகாரத்திலிருந்து சுவீகரித்திருந்த போக்கினை திருப்புவது மெல்லத் தொடங்கியது. "நாசகரமான நோய்" மருத்துவத் திட்டத்தை அரசாங்கம் ஆரம்பித்தது மிகவும் நாசகரமான நோய்க்கான செலவினத்தை அரசு ஏற்கும் என்பது இத்திட்டம். ஆரம்பத்தில் நான்கைந்து நோய்களே இருந்தன. அநேகமாக ஒன்றுமில்லாதது அத்திட்டம். இப்போது அதில் நூற்றுக்கு மேற்பட்ட நோய்கள் இருக்கின்றன. ஆரம்பத்திலிருந்தே சமூக வயப்பட்ட மருத்துவ சிகிச்சை அளிப்பது முடியாதாகையால், ஒவ்வொன்றாக நோய்களைச் சேர்த்துள்ளனர்.

இப்போது சிலியில் நல்ல பொது மருத்துவ மனைகள் இருக்கின்றன. விஷயங்கள் அவ்வளவு கச்சிதமாயில்லை நீங்கள் பதிவு செய்து கொள்ள வேண்டும், சிறிது தொகை சிகிச்சைக்குத் தரவேண்டும் - சமயங்களில் அது சிறிதாக, சமயங்களில் பெரிதாக இருக்கும். கல்வியைப் பொறுத்த வரை சில பிரச்சனைகள் உள்ளன; மெக்சிகோ, அர்ஜென்டினா போல, பல்கலைக் கழக அளவில் இலவசமாயில்லை. ஆனால் சிலி நாட்டவர்

இப்போது முழு இலவச மருத்துவ வசதி கோரி போராடுகின்றனர்; மேற்கு அரைக்கோளத்தின் செல்வந்த நாடுகளில் ஒன்றான அது, இரண்டு இலக்குகளையும் சீக்கிரம் எட்டிவிடும்.

## நோம் சாம்ஸ்கி

சிலிக்கு நான் முதலில் சென்றது, பினோசே வீழ்ச்சிக்கு இரண்டாண்டுகளுக்குப் பிறகு. சுமார் 1995 னை ஒட்டி இருக்கலாம். கன்ஸெப்சியான் என்னும் அழகிய நகரில் இருந்தேன். இனிய இடம். அங்குள்ள என் நண்பர்கள், தம் நண்பர்களுடன் பேசவே அஞ்சுவதாகத் தெரிவித்தனர். ஓர் அச்சச் சூழல் நிலவியது. யார் தகவலாளி என யாருக்கும் தெரியாது. பத்திரிகையாளரிடம் நான் பேசிய போது, அருகில் படைவீரர்கள் நின்றிருந்தால், அவர்கள் பேசுவதை நிறுத்தி விடுவார்கள். ஒருமுறை நண்பர்களுடன் பெரிய பல்கலைகழக வளாகத்தில் நடந்து கொண்டிருந்த போது, ஒரு காலியான கட்டிடத்தைக் கடந்து போனோம். அது ஏன் காலியாயிருந்தது என்று நான் கேட்க, அது தங்கும் விடுதி என்றும், வளாகத்தில் மாணவர்கள் தங்கலாகாது என இராணுவம் கூறியுள்ளதால், காலியாயிருந்தது என்றனர். அதுபற்றி தம்மால் ஏதேனும் செய்ய முடியுமா என்று அவர்கள் யோசிக்காதது என் மனதைத் தைத்தது.

## ஆண்ட்ரே வில்செக்

சர்வாதிகார அரசு வீழ்ந்து இரண்டல்லது மூன்றாண்டுகளுக்குப் பின் முதல் முறையாக சிலி சென்றேன். சுமார் 3 ஆண்டுகள் அங்கு வசித்தேன். முதலில் நீங்கள் குறிப்பிட்டது போல பயங்கரமாய், உறைய வைப்பதாய் இருந்தது. மக்கள் பீதியிலிருந்தனர். அநேகமாக வாயில் காப்போரெல்லாம் தகவலாளிகள். ஆனால் அச்சமூகம் எப்படி புத்துயிர்ப்பு கொள்ளப் போகிறது என்பதை உணர முடிந்தது.

சிலியிலுள்ள எனது சிறந்த நண்பர் அலெஜாண்ட்ரோ வாக்னர் ஒரு கட்டிடக் கலைஞர், புகைப்படக் கலைஞர். நாங்கள் காரில் போகும் போது, போலீஸ் தென்பட்டால் போதும், கலவரப்பட்டு விடுவார். இவ்வளவுக்கும் எங்கள் கார் வெளிநாட்டு அனுமதி யுடையது. ஆனால் அவர் சிலி நாட்டவராதலால், நிறுத்துவதற்கு அஞ்சினார்.

இப்போதெல்லாம் சாந்தியாகோவில் வெளிப்படையான அரசியல் போராட்டங்கள் நிகழ்கின்றன. அவ்வப்போது மாணவர்கள் போலீசாருடன் மோதுகின்றனர், ஆனால் இப்போது இருதரப்பு களிலும் காயமேற்படுகிறது. ஆர்ப்பாட்டக்காரர்களுக்கு மட்டுமில்லை.

இதனை அநேகமாக சமமான போராட்டம் எனலாம். ஆனால் எத்தகைய மாறுதல், கடந்த காலத்திலிருந்து எத்தகைய விலகல்!

## நோம் சாம்ஸ்கி

நிகரகுவாவில் அது போன்றதைப் பார்த்தேன். 1980 களில் நிகரகுவாவில் எனது நெருங்கிய நண்பர்களுள் ஒருவராயிருந்த செஸார் ஜெரெஸ் மத்திய அமெரிக்கப் பல்கலைகழகத் தலைவராயிருந்தார். அவர் குவாத்தமலா நாட்டவர், ஏசு சபையின் உயரிய பொறுப்பிலிருந்தவர். ஏசு சபையினரை கொல்லப் போவதாக தன் நாட்டில் செய்தி உலவவும் அங்கிருந்து அவர் வெளியே வேண்டியதாயிற்று. எல் சல்வடாருக்குத் தப்பிச் சென்றார், ஆஸ்கர் ரொமிரோவுக்கு நெருக்கமானார். ரொமிரோ அநேகமாக குடியானவரைப் போன்றிருக்க, செஸார் அவருக்கு நெருக்கமான அறிவு ஜீவியாகிவிட்டார். ரொமிரோ, அதிபர் ஜிம்மி கார்ட்டருக்கு ஒரு கடிதம் எழுதினார். இராணுவ கும்பல், மக்களின் ஆதார உரிமைகளையெல்லாம் அழிக்க இருப்பதால், அதற்கு இராணுவ உதவி செய்ய வேண்டாம் என்ற அதில் கோரியிருந்தார் - உண்மையில் அதனை எழுதியது செஸாரே.

கார்ட்டருக்கு அக்கடிதம் கிடைத்திருக்கக் கூடிய மறுநாளே ரோமுக்கு வருமாறு வாடிகனிலிருந்து செஸாருக்குக் கட்டளை. கார்ட்டர் நிர்வாகம் அந்த அளவு கண்காணித்தது. குற்றமிழைத்தவர் அவரே என்றறிந்து, அதிகாரிகள் பிரச்சனைக்குரிய இப்பாதிரியாரை நிசப்தப்படுத்த வேண்டும் என விரும்பியிருக்கலாம். ரோம் திரும்பிய செஸார் ஏசுசபை தலைவரைச் சந்தித்தார். அப்புறம் போப்பைக் காணச் சென்றார். போப் பட்டும் படாமலும் இருந்தார்; 'ஆம்' என்றும் சொல்லவில்லை, 'இல்லை' என்றும் சொல்லவில்லை. எனவே அதனை அனுமதியாக செஸார் எடுத்துக் கொண்டார். அவர் எல் சல்வடார் திரும்பினார், இருதினங்களில் ரொமிரோ கொலை செய்யப்பட்டார்.

எனவே செஸார் நிகரகுவாவுக்குத் தப்பிச் சென்றார் அப்போது அது 1930 களின் பாரிஸ் போன்றிருந்தது. அமெரிக்க ஆதரவுள்ள கொலைகார அரசுகளிடமிருந்து பாதுகாப்பின் பொருட்டு மக்கள் அங்கு தப்பியோடினர். அங்கே அவர் பல்கலைகழகத் தலைவரானார். ஒருமுறை மனாகுவா தெருக்களினூடே அவருடன் நடந்து கொண்டிருந்தேன்; சின்ன விஷயத்திற்காக நாங்கள் போலீசால் நிறுத்தப்பட்டபோது, அவர் நட்பாயிருக்க முற்பட்டார் - போலீஸ் அதிகாரியுடன் பேசிவிட்டு பிற்பாடு என்னிடம் கூறினார்: "மத்திய அமெரிக்காவில் இங்கு மட்டுமே நீங்கள் போலீசாருக்கு அஞ்ச வேண்டியதில்லை. அவர்கள் நம்மை நிறுத்தினால், அவர்களுடன் பேசினால் போதும்." வேறெங்கும் நீங்கள் நடுங்க வேண்டியிருக்கும்.

## ஆண்ட்ரே வில்செக்

சமீபத்தில் நான் நிகரகுவா சென்றபோது, நிதானமிக்கதும் சந்தோஷமானதும் இதமானதுமான உணர்வு இருந்தது - அர்னோல்டோ அலெமன் அரசின் பாரம்பரியத்தை மீறி மிக உன்னத சமூகமாகத் தோன்றியது. எங்கு பார்த்தாலும் கவிஞர்களின் சிலைகள், கவிதைகள் பூங்கா மரங்களில் தொங்கின மற்றும் பெஞ்சுகளில் பொறிக்கப் பட்டிருந்தன. எல் சல்வடார் அல்லது பனாமாவுடன் ஒப்பிடுகையில், மண்டலத்தில் வேறெங்கிலும் கூட மக்கள் அதிக படிப்பறிவு பெற்றிருந்தனர்.

13. நிகரகுவாவில் அமெரிக்க ஆதரவு காண்ட்ராக்கள் மூழ்கடித்த Hope என்ற கப்பலின் சிதைவுகள். (காப்புரிமை: ஆண்ட்ரே வில்செக்)

## நோம் சாம்ஸ்கி

1990 களில் என் மகள் அங்கு வசித்து வந்தாள், ஒரு குடும்பம் அங்கிருந்தது, ஆனால் அங்கு போவது சோர்வூட்டுவதாயிருந்தது. நம்பிக்கையிழந்த உணர்வு வரும். 1980 களில் அவ்வளவு பரபரப்பு டையதாய் இருந்தது; மக்கள் உற்சாக மிகுந்திருந்தனர், எதனையோ சாதிக்கப்போவதாக எண்ணினர், ஆனால் 80 களின் கடைசியில், கதை வேறாக இருந்தது. மக்கள் சோர்ந்து போயினர், அவர்களால் அமெரிக்காவுடன் போரிட இயலவில்லை. 1990 களில் இடது சாரிகள் தேர்தலில் தோற்பார்கள் என்று சிலரே நினைத்தனர். அது அச்சத்தின்

காரணமாக. ஆனால் 1990 களில் நாசமுற்ற சமூகம் போன்று தோன்றியது. ஆண்கள் குடிகாரர்களாயினர்; காலையில் அவர்களை வீதிகளில் இருந்து அவர்தம் மனைவியர் இழுத்துச் சென்றனர். உண்மையில் சிதைந்த சமூகங்களில் நாம் பார்ப்பதையெல்லாம் பெண்கள் செய்தனர்.

ஓர் எடுத்துக்காட்டு, என் மகள் நடுத்தர வர்க்கச் சமுதாயத்தில் வசித்தாள். அதுவொரு மோசமான சேரியின் அருகில் இருந்தது; ஆனால் நல்ல மேற்கூரைகளும் கான்கிரீட் தரையும் நாளொன்றுக்கு இரண்டு மணிநேர மின்சாரமும், இரவில் மட்டும் தண்ணீரும் இருந்தது. அருகில் விளையாட்டு மைதானம் இருந்தது; ஆனால் வெப்ப மண்டல தட்ப வெப்பத்தில், மைதான விளையாட்டு சாதனங்கள் துருப்பிடித்து, சிறுவர்கள் பயன்படுத்த முடியாதிருந்தது. அண்டையிலிருந்த ஆண்களில் பாதிப்பேர் பற்ற வைப்பாளர்கள், தச்சர்கள் அல்லது அது போன்றவர்கள், ஆனால் அங்கு சமுதாய உணர்வு துளியும் இல்லாததால், ஒரு பிற்பகலில் அங்கு போய், சாதனங்களைச் சரிசெய்து, தம் குழந்தைகளை விளையாடச் செய்ய முடியவில்லை. இது பத்து வருடத்திற்கு முன்னதாக இருந்திருந்தால், அருகிலுள்ள ஏதேனும் குழு அதனைச் செய்து முடித்திருக்கும். ஆனால், "கடினமாக முயன்றோம், தோற்கடிக்கப் பட்டோம், எம்மால் எதுவும் செய்ய இயலாது", என்ற உணர்வு நிலவிற்று.

## ஆண்ட்ரே வில்செக்

அது ஞாபகமிருக்கிறது. பத்தாண்டுகளுக்கு முன்னர், கோஸ்டாரிக்காவில் வசித்தபோது பழைய சாண்டினிஸ்டாவிடம் பேசிப்பார்க்கவும், அவர்களுக்கு என்ன நிகழ்ந்து கொண்டிருந்தது என்று காணவும் நிகரகுவா செல்வேன். எடென் பஸ்டோரா, டேனியல் ஆர்டெகா (2007 லிருந்து திரும்பவும் நிகரகுவாவின் அதிபராக விளங்கியவர்)வுடன் பேசினேன், ஆனால் நம்பிக்கை தரவில்லை. தேர்தல்களுக்கு முன்னர் அமெரிக்கத் தூதர், சாண்டினிஸ்டாக்கள் வென்றால், பயங்கரம் முடுக்கி விடப்படும் என வெளிப்படையாகச் செய்தியைப் பரப்பி விடுவார். அது ஒரு மாஃபியா கும்பலின் அணுகுமுறை; "நாங்கள் சொல்வதைச் செய், இல்லாவிடில் உன் காலை உடைத்து விடுவோம்." ஆதலால் மக்கள் அச்சத்தில் வாக்களித்தனர்.

மக்கள் மனமுடைந்து போயுள்ள, இந்தோனேசியாவிலிருந்து பிலிப்பைன்ஸ், இந்தியா வரையிலான தெற்கு - தென்கிழக்கு ஆசிய நாடுகளில் கூட இவ்வுணர்வைக் காணமுடியும். ஆப்பிரிக்காவில் இதனைப் பார்க்கிறீர்கள். அந்த அளவுக்கே முயன்று பார்க்க முடியும்.

நீங்கள் முயன்று முயன்று பார்க்க, தோற்கடிக்கப்பட்டால், நம்பிக்கையிழந்து, போராடும் வல்லமையினை இழந்து விடுகிறீர்கள். நல்வாய்ப்பாக, லத்தீன் அமெரிக்காவெங்கும் நிலைமை பெரிதும் மாறியிருக்கிறது!

ஐந்தல்லது ஆறாண்டுகளுக்கு முன்னர், மோண்ட்விடியோ விலுள்ள அவரது அபிமானமிக்க காபி விடுதி பிரேஸிலெய்ரோவில், மாபெரும் உருகுவே எழுத்தாளர் எடுவர்டோ காலியானோவைச் சந்தித்தேன். பல மணிநேரம் பேசிக் கொண்டிருந்தோம். அவர் குறிப்பிட்ட ஒரு விஷயத்தை அடிக்கடி நினைத்துப் பார்ப்பேன்: "ஏழைகளுக்கு நீங்கள் செய்யக் கூடிய மோசமான விஷயம், அவர்தம் நம்பிக்கையை இழக்க வைப்பது." அது ஒருவரைக் கொல்வதை விடவும் மோசமானது என்றார். ஒரு முறை இறந்து விட்டால், இறந்துவிட்டீர்கள். ஆனால் நம்பிக்கையே ஏழைகளிடம் இருப்பது, அவர்களைத் தக்கவைத்திருப்பது. அதனை விளக்கினார்: "தோழர்களே, மக்களின் நம்பிக்கையுடன் விளையாடாதீர்கள்! உங்கள் வாக்குறுதிகளை நிறைவேற்றுங்கள் என்று எனது இக்கண்டத்து மக்களிடமெல்லாம் கூறுகின்றேன்." தம் மக்களின் நம்பிக்கைகளை பொய்ப்பிக்காதிருக்கும் பொருட்டு, பல லத்தீன் அமெரிக்கத் தலைவர்கள் தம்மால் முடிந்ததையெல்லாம், செய்து கொண்டிருப்பதை முதல் முறையாக நம்புகிறேன்.

## 7. மத்திய கிழக்கும் அரபு வசந்தமும்

**ஆண்ட்ரே வில்செக்**

நாம் பேச வேண்டிய விஷயம் மத்திய கிழக்கு பற்றியது. மத்திய கிழக்கு குறித்து புகழப்பட்ட பிரதமர் வின்ஸ்டன் சர்ச்சில் கூறியவற்றில் இருந்தும் மற்றும் இரண்டாம் உலகப் போர் முடிந்ததுமே அப்பிராந்தியத்தில் அவரது ஈடுபாட்டில் இருந்தும் தொடங்கலாம்.

**நோம் சாம்ஸ்கி**

அவரை குரூரமானவராக, இனவாதியாக எண்ணினேன், பிரித்தானிய ஆளும் வர்க்கமே அப்படித்தான் இருந்தது. கிராமத்தினருக்கு எதிராக விமானங்களைப் பயன்படுத்துவதை முன்னெடுத்துச் சென்றவர்கள் பிரித்தானியர். நஞ்சூட்டப்பட்ட வாயுவை சர்ச்சில் ஆதரித்தார்: மிகவும் அபாயகரமானதில்லை, "நாகரிகமடையாத பழங்குடியினர்" இருதயங்களுக்குள்ளே "உயிரோட்டமான பீதியை" ஏற்படுத்தப் போதுமானது. முதல் உலகப் போருக்குப்பின் இத்தகு விஷயங்கள் நிகழ்ந்தன, குர்திஸ், ஆஃப்கன், ஈராக் மக்கள் மீது குண்டு வீச, மன்னரின் விமானப்படை பயன்படுத்தப்பட்டது. பிரித்தானியரின் நலன்களுக்காக உருவாக்கப்பட்டது ஈராக். அங்கே ஷியா பிரிவினரின் கலகம் இருந்தது, விமானம் மூலம் அதனை நசுக்கினர். மக்களுக்கு எதிராக

14. பெருவின் லீமாவைச் சூழ்ந்துள்ள சேரிகள் (காப்புரிமை: ஆண்ட்ரே வில்செக்)

விமானத்தைப் பயன்படுத்துவதைத் தடுத்திட, ஆயுதங்களைக் கைவிடும் மாநாடு நடந்தது, அதனை ஒன்றுமில்லாமல் செய்ததில் பிரித்தானியர் வென்றனர். அப்போதைய லாயிட் ஜார்ஜ் நாட்குறிப்பை நோக்கினால், இதனை அவர் புகழ்ந்திருந்தது தெரிய வரும். "கருப்பர் மீது குண்டு வீசும் உரிமையை" நாங்கள் தக்க வைத்துக் கொள்ள வேண்டி யிருப்பதால், அது நல்லது என்றார்.

ஆம், சர்ச்சில் குரூரமானவர்தான், அப்படியே தான் ஒவ்வொரு வரும் சில விதிவிலக்குகள் தவிர. ஆனால் இனவாதம் நம்ப முடியாத தாயிருந்தது அது நீடிக்கிறது. மத்திய கிழக்கு மீது பிரித்தானியர் பிடிமானத்தை இழந்து வந்தனர். ஏனெனில் முதல் உலகப் போருக்குப் பின் பிரிட்டன் பலவீனமாகி வருகிறது; முன்னர் இருந்தது போல இல்லாத போதும், இரண்டாம் உலகப் போர்வரை, மத்திய கிழக்கு உள்ளிட்ட நாடுகளின் பெரிய ஏகாதிபத்தியமாக இருக்கவே செய்தது. இரண்டாம் உலகப் போரினூடேயும், சவூதி அரேபியா தொடர்பாக, அமெரிக்காவுக்கும் பிரிட்டனுக்கும் இடையில் ஒருவித சிறு போர் நிகழ்ந்து கொண்டிருந்தது. 1930களின் இறுதியில் அமெரிக்க எண்ணெய் நிறுவனங்கள் சவூதி அரேபியாவில் எண்ணெயைக் கண்டறிந்தன. அது எவ்வளவு பிரம்மாண்டமானது என்று அறியவில்லை எனினும், பிரம்மாண்ட அளவில் இருந்ததை உணர்ந்திருந்தனர். பிரித்தானியரும் அங்கிருக்கவே இரண்டாம் உலகப் போரின்போது, அதனைக் கட்டுப்படுத்துவது யார் என்னும் முரண்பாடு நிலவிற்று. பிரித்தானியர் முயன்றனர், அவர்களிடம் வசதி வாய்ப்பும் பின்புலமும் நபர்களும் இருந்தனர்.

இதனால் அமெரிக்கா கவலைப்பட்டது. ஒரு கட்டத்தில் அமெரிக்கத் தூதர் பிரித்தானியர், "அமெரிக்க நிறுவனங்கள் உரிமம் பெறுவதினின்றும் ஏமாற்றிட முற்படுகின்றனர், சவூதி அரேபியாவில் அமெரிக்க உரிமங்களை கைப்பற்ற முற்படுகின்றனர்" என எச்சரித்தார். இதனைத் தடுப்பதற்கான ஒரே வழி, நாஜிஸத்திற்கு அல்லது அது போன்ற ஒன்றிற்கு எதிரான போர்க்களத்தின் முன்னணியிலிருந்த ஜனநாயக சகா சவூதி அரேபியா என்று அதிபர் ரூஸ்வெல்ட் அறிவிக்க வேண்டும். தலைமை தாங்கிடும் ஜனநாயகமாகவும் நாஜிகளுக்கு எதிராகப் போராடுவதாகவும், சவூதியின் நன்றியைப் பெற்று ஆளும் குடும்பத்தை வாங்கிவிடக் கூடியதாக அமெரிக்காவை ஆக்கிவிடும். அமெரிக்காவின் கட்டுப்பாட்டில் போர் முடிந்தது. இரண்டாம் உலகப் போரின் முடிவில் அமெரிக்கா உலகைப் பங்கிட்டுக் கொண்டிருந்த போது, இதேபோல பிரெஞ்சுக்காரரை துரத்திவிட்டது, விச்சி மூலமாக,

பிரெஞ்சுக் காரர்கள் ஃபாசிஸ்டு களுக்கு உடந்தையாயிருந்தனர்; வெற்றி கொள்ளப்பட்டதால் அவர்கள் தம் உரிமையை இழந்தனர்; அமெரிக்கா வெளியுறவுத் துறையில் சில சட்ட தந்திரங்களைச் செய்தது. பிரித்தானியர் இளைய பங்குதாரராக இருக்க அனுமதிக்கப்பட்டனர்.

1953 இல் ஈரானில் திடீர் புரட்சி நடத்த பிரித்தானியர் முற்பட்டனர், ஆனால் முடியவில்லை. அவர்களுக்கு அமெரிக்க ஆதரவு தேவைப்பட்டது. அய்ஸனோவரின் ஆதரவு கிடைக்கவே, ஈரானில் அரசாங்கத்தை கவிழ்க்க முடிந்தது. பிரித்தானிய உரிமத்தில் 40% னை அமெரிக்க எண்ணெய் நிறுவனங்கள் எடுத்துக் கொள்ள வேண்டும் என்பது நிபந்தனை. எண்ணெய் அதிகமாயிருந்ததாலும் சவூதி எண்ணெய் மலிவாகக் கிடைத்ததாலும் அமெரிக்க கம்பெனிகள் இதனை ஏற்கவில்லை. ஈரானிடம் நகர்ந்தால் சவூதிகளுக்கு எரிச்சல் ஏற்பட்டுவிடும் என்பதை அறிந்திருந்தன; எனவே மறுதலித்தன. உரிமத்தை ஏற்றுக் கொள்ளுமாறு அரசாங்கம் உத்தரவிட்டது, உத்தரவை மதித்து 40% ஈரான் உரிமத்தை ஏற்காது போனால் வழக்கு தொடரப்படும் என அய்ஸனோவர் நிர்வாகம் அச்சுறுத்திற்று. கூட்டு நிறுவனங்களை அரசு அதிகாரம் அடக்கி வைத்த அரிய நேர்வு இது; குறுகிய கால ஆதாயத்தை வைத்து மட்டுமின்றி, நெடுங்கால நோக்கில் செயல்பட்டது அமெரிக்க அரசு.

உண்மையில், கியூபா அப்படியிருந்தது. அமெரிக்க கூட்டு நிறுவனங்கள் நீண்ட நாளாக கியூபாவுடன் இயல்பான உறவு வைத்துக் கொள்ள விரும்பின; வேளாண் வணிகம், எரிசக்தி, மருந்து துறைகளில். அவை சிறு நிறுவனங்கள் இல்லை. ஆனால் அரசு அனுமதிக்கவில்லை, ஏனெனில் 150 ஆண்டுகளுக்கு முன், 1823 இல் மன்றோ கருத்தியல் என்னும் அமெரிக்கக் கொள்கையின் வெற்றிகரமான மீறல் என வாஷிங்டனால் அழைக்கப்பட்டதன் பொருட்டு, அமெரிக்கா கியூபாவை தண்டிக்க வேண்டியிருந்தது.

இப்போதும் ஈரானைப் பொறுத்து இது உண்மை என்றே கருதுகிறேன். இது உடனிகழ்காலத்து சம்பவம் என்பதால், நம்மிடம் ஆதாரங்கள் இல்லை, அவை வெளிவரும் வேளையில் எரிசக்தி நிறுவனங்கள் ஈரானுக்குள் செல்ல விரும்பியிருந்ததை, எடுத்துக் காட்டும் என்று பந்தயம் கட்டுவேன். அது சீனர்களிடம் செல்வதை அவை விரும்பவில்லை, ஆனால் தண்டிக்க வேண்டியிருப்பதால் அவ்வாறு செய்வதை அரசாங்கம் தடை செய்யப் போகிறது.

எதுவாயினும் இரண்டாம் உலகப் போருக்குப் பிந்தைய மத்திய கிழக்கு நிலைமைக்குத் திரும்பலாம். ஈரானில் பிரித்தானியரின்

பாத்திரம் சுருக்கப்பட்டு விடவும், அமெரிக்கா அதனைக் கைக் கொள்ள ஆரம்பித்தது. 1958 இல் ஈராக்கில் சுதந்திர அரசாங்கம் எனப்பட்டது இருந்தது, ஆனால் அடிப்படையில் அது பிரித்தானியர் நிர்வாகமாயிருந்தது, அது இராணுவப் புரட்சியில் தூக்கி எறியப் பட்டது. இரண்டாண்டுகளுக்குப் பின்னர், அமெரிக்கா ஒரு திடீர் புரட்சிக்கு திட்டமிட்டு நாசர் பாணியிலான தேசியவாத அரசாங்கத்தைக் கவிழ்த்தது - அப்போது வருகிறார் சதாம் உசைன். புதிய பாத்திஸ்ட் அரசாங்கத்திடம் கம்யூனிஸ்டுகள் தீவிரவாதிகள், ஆசிரியர்கள் அடங்கிப் பட்டியலை CIA தந்தது; அப்புறம் அவர்கள் படுகொலை செய்யப்பட்டனர். நிகழ்கால நிலவரத்திற்கு வந்தால், ஈராக்கை நிர்வகிக்க முடியுமென்று அமெரிக்கா எதிர்பார்க்கிறது. சவூதி அரேபியாவில் பிரித்தானியர் இளைய பங்குதாரராய் இருந்தனர். இறுதியில் பிரித்தானியர், அமெரிக்காவிடம் விட்டுவிட்டு, வெளியேறினர்.

## ஆண்ட்ரே வில்செக்

சவூதி அரேபியா உலகில் பயங்கரமான நிலை குலைக்கும் சக்தியாக இருப்பதால், அதன் செல்வாக்கு பஹ்ரைனிலிருந்து இந்தோனேசியா வரை பரவுகின்றது. சவூதி அரேபியாவினால் ஆக்கிரமிக்கப்பட்டு விடுவோமே என்னும் பீதி பஹ்ரைனில் உள்ளது. சவூதி ராணுவம் பஹ்ரைனின் உள்ளே போவதும் வருவதுமாக இருந்து வருகிறது.

## நோம் சாம்ஸ்கி

வஹாபியம் எனப்படும் தீவிர இஸ்லாமின் மிகவும் பிற்போக்கான வடிவங்களை எல்லா இடங்களிலும் முன்னிறுத்த, சவூதிகள் பணத்தை வாரி இறைக்கின்றனர் பாகிஸ்தானின் மதறசாக்களில்; எகிப்தில் தீவிர இஸ்லாமிய சக்திகளான சலாஃபிகளை ஆதரிக்க அவை எல்லாம் தீவிர இஸ்லாமிய சக்திகள் இதில் அமெரிக்கா அகமகிழ்கிறது; அதனைத் தடுக்க முற்படவில்லை.

தீவிர இஸ்லாத்திற்கு அமெரிக்கா எதிரானது என்பது முட்டாள் தனமானது. உலகில் அதீத அடிப்படைவாத இஸ்லாமிய அரசாக இருப்பது சவூதி அரேபியா. அது அமெரிக்காவின் அபிமானத்திற் குரியது. பிரிட்டனும் தொடர்ச்சியாக தீவிர இஸ்லாத்தை ஆதரித்து வருகிறது. காரணம், சமயச் சார்பற்ற தேசியவாதத்தை எதிர்ப்பதே. இஸ்ரேல் சமயச் சார்பற்ற தேசிய வாதத்தை நொறுக்கி, தீவிர இஸ்லாத்தைப் பாதுகாத்த காரணத்தால் இஸ்ரேலுடனான அமெரிக்க உறவுகள் 1967 இல் நெருங்கி வந்தன.

சில ஆண்டுகளுக்கு முன் Secret Affairs: British Collusion with Radical Islam என்னும் நூலை பிரித்தானிய வரலாற்றாளர் மார்க் குர்டிஸ் எழுதினார். இஸ்லாம் பற்றிய பிரிட்டிஷ் பதிவுகளை அவர் ஆய்வு செய்தார். அமெரிக்கா செய்து கொண்டு வருவதைப் போல, பிரிட்டன் தொடர்ச்சியாக தீவிர இஸ்லாமிய சக்திகளை ஆதரித்திருந்தது அவரது ஆய்வில் தெரியவந்ததுள்ளது. அவர்கள் அதனை விரும்பாது போனாலும், சமயச்சார்பற்ற சக்திகளை விட அவர்களை விரும்பு கின்றனர். சமயச் சார்பற்ற தேசியவாதிகள், இயற்கை ஆதாரங்களை கைப்பற்றி, உள்நாட்டு வளர்ச்சிக்குப் பயன்படுத்தப் போவதாக அச்சுறுத்துவதால், தீவிர இஸ்லாமியரை ஆதரிக்கிறோம்.

### ஆண்ட்ரே வில்செக்

ஆஃப்கனிலுள்ள முஜாஹிதீன்களுக்கான அமெரிக்க ஆதரவு நன்கு ஆவணப்படுத்தப்பட்டுள்ளது. ஆனால், தென் கிழக்கு ஆசியாவிலுள்ள அநேகமாக அனைத்து தீவிரதவாத இஸ்லாமும் ஒரு விதத்தில், ஆஃப்கன் போருடன் தொடர்புடையது என்பது நன்கறியப்படாதது. தென் கிழக்கு ஆகிய தீவிர இஸ்லாமிய அணிகள் வெறியேற்றப் பட்டதும் மூளைச் சலவை செய்யப்பட்டதும் ஆஃப்கனின் போர்க் களங்களிலேதான். அவர்கள் மேற்கின் சார்பில் சண்டையிட்டுக் கொண்டிருந்தனர்; மேற்கத்திய பணத்தைப் பெற்றனர்; வாஷிங்டன், லண்டனிடமிருந்து ஆயுதங்கள் கிடைத்தது.

### நோம் சாம்ஸ்கி

லிபியாவில், அல்ஜீரியாவில்... எல்லா இடங்களிலும்.

### ஆண்ட்ரே வில்செக்

அரபு வசந்தமே மிகச் சிக்கலான, சர்ச்சைக்குரிய விஷயம். எகிப்திலும் துனிஷியாவிலும் உள்ள நிலவரத்தை எப்படிப் பார்க்கிறீர்கள்?

### நோம் சாம்ஸ்கி

முதலில், நிகழ்ந்தது வரலாற்று ரீதியில் முக்கியமானது. ஏராளமான பிரச்சனைகள், ஆனால் சாதித்திருப்பது முக்கியமானது. இஸ்லாமிய சக்திகள் சாராம்சத்தில் பாராளுமன்ற அமைப்பை ஆக்கிரமித்து விட்டன. அவை பல தசாப்தங்களாக திரட்டப்பட்டு வந்தவை. சவூதி அரேபியாவின் பண மழையால் வலுவாக ஆதரிக்கப்பட்டவை. அவை அடிப்படையில் நவதாராளவாதிகள் யிருப்பதால், அமெரிக்கா, பிரிட்டன், பிரான்ஸ், ஆகியவை, இஸ்லாமிய முஸ்லீம் பிரதர்ஹூட்டை சகித்துக் கொள்கின்றன.

துனீஷியாவில் மிதவாத இஸ்லாமியக் கட்சி என்னஹ்டா சாராம்சத்தில் அதிகாரத்தைப் பெற்றது. எகிப்தில் இன்னும் நிகழ்வுப் போக்கில் இருக்கிறது. மிகவும் முன்னேறிய ஆற்றல்மிக்க போராட்ட குணமுள்ள தொழிலாளர்களை உடைய, தொழிலாளர் உரிமைகளைப் பெற நீண்ட காலம் போராடியவை எகிப்தும் துனீஷியாவும் என்பது கவனத்துக்குரியது. எகிப்தின் தாஹ்ரீர் சதுக்க ஆர்ப்பாட்டங்கள் ஏப்ரல் 6 இயக்கம் எனப்படும் ஒன்றின் தலைமையில் முன்னெடுக்கப் பட்டன. இளைய தொழில் முறையாளர்களின் இயக்கம் அது. ஏப்ரல் 6 ஏன்? ஏப்ரல் 6, 2008 அன்று, மஹல்லா தொழில் பேட்டையில் பெரும் தொழிலாளர் போராட்டங்கள் நடந்தன, பிற இடங்களில் ஆதரவு தெரிவிக்கும் சம்பவங்கள் நடந்தன; அவை சர்வாதி காரத்தால் நசுக்கப்பட்டன. இளம் தொழில் முறையாளர்களின் குழு, அப்பெயரின் கீழ் ஒன்றிணைந்து போராடி எகிப்தின் அரபு வசந்தமான ஜனவரி 2011 எழுச்சிகளை தாண்டிவிட்டது.

15. கெய்ரோவில் அதிபர் மாளிகை முன்பு போராட்டம், பிப்ரவரி 2013.
(காப்புரிமை: ஆண்ட்ரே வில்செக்)

எகிப்தின் அரபு வசந்தத்தின் உண்மையான சாதனங்களுள் ஒன்று, தொழிலாளர் அமைப்பாவதிலுள்ள கட்டுப்பாடுகளை குறைத்து, அகற்றியது என்றுகூடக் குறிப்பிடலாம். முதல்முறையாக அவர்களால் சுதந்திரமான சங்கங்களை திரட்ட முடிந்திருந்தது, அதற்கு முன் அது சாத்தியமானதே இல்லை. மேலும் சுதந்திரத்தை நோக்கி நகர்ந்திருக் கலாம். தொழிலாளர்கள் ஆலைகளை கைக்கொண்ட நிகழ்வுகளும்

உண்டு. அது நேர்மறையானது. ஆனால், அது இன்னும் பாராளுமன்ற அமைப்புக்குள் வடிவம் கொள்ள வேண்டியுள்ளது.

எகிப்தி - துனிஷியா இரண்டிலும் இன்னொரு சாதனை, பேச்சுரிமை - எழுத்துரிமை சார்ந்த கட்டுப்பாடுகள் பெருமளவு தளர்த்தப்பட்டமை. இப்போது புத்தக வெளியீடும் ஊடகச் செயல்பாடும் சுதந்திரமாக, வெளிப்படையாக உள்ளன; சுதந்திரமான வெளிப்படையான விவாதம் இருக்கிறது. இவையெல்லாம் முக்கிய மேம்பாடுகள் ஆனால் கிளர்ந்துள்ள இவ்வாவேசம் இன்னும் மேலே செல்லும் என்று சந்தேகிக்கிறேன். இப்போது தொடக்கக் கட்டம்தான்.

அமெரிக்காவையும் மேற்கையும் பொறுத்தவரை, இம்மண்டலத்தில் ஜனநாயகம் செயல்படுவதை அனுமதிப்பது சகித்துக் கொள்ள முடியாததாயிருக்கும். யாரேனும் காரணம் அறிய விரும்பினால், கண்டறிவது எளிது. அரபு வசந்தம் வெடிக்கும் முன்னர் நடந்த தேர்தல்களைக் கவனித்தால் போதும். 2010 இன் கடைசியில் அரபு வசந்தத்தையொட்டி, அரபு உலகில் குறிப்பாக எகிப்தில் கருத்துக் கணிப்பு நடைபெற்றது பிரதான மேற்கத்திய தேர்தல் முகமைகளால் மேற்கொள்ளப்பட்டது. அதன்பிறகு அதே முடிவுகளையுடைய இதர கருத்துக்கணிப்புகள் நடந்தன. எடுத்துக்காட்டாக, மிக முக்கிய நாடான எகிப்தில், மக்கள் தொகையில் 80% பேர், அமெரிக்காவையும் இஸ்ரேலையும் தாங்கள் எதிர்கொள்ளும் அச்சுறுத்தல்களாகக் கருதுகின்றனர். 10% ஈரானை அச்சுறுத்தலாக எண்ணலாம். உண்மையில், அமெரிக்கக் கொள்கைக்கான எதிர்ப்பு வலுவாக உள்ளது, கணிசமானவர்கள், அமெரிக்க இஸ்ரேலிய அதிகாரத்தை வீழ்த்திடும் அணு ஆயுதங்களை ஈரான் பெற்றிருந்தால், அப்பிராந்தியம் மேம்பட்டிருக்கும் என்றெண்ணினர், அரபுலகு முழுவதும் முடிவுகள் இது போலவே இருந்தன.

இயங்கிடும் ஜனநாயகம் இருப்பின், மக்கள் அபிப்பிராயங்கள் கொள்கையில் செல்வாக்குச் செலுத்தும். ஆதலின் இது நிகழுமாறு லண்டன், பாரிஸ், வாஷிங்டன் ஆகியவை அனுமதிக்கப் போவதில்லை என்பது தெளிவு. அரபு வசந்தத்தின் ஜனநாயக அம்சங்களை பலவீனப்படுத்திட, தம்மால் இயலக் கூடியதையெல்லாம் அவர்கள் செய்ய வேண்டியுள்ளது. அதையே செய்து கொண்டிருக்கின்றனர். அது இப்பிராந்தியத்தில் மட்டுமின்றி, கடந்த கால நடைமுறையுடன் ஒத்துள்ளது. அவர்கள் பெரிதும் கவனம் காட்டிடும் எண்ணெய் சர்வாதிகாரங்களில் மாற்றமே இல்லை. அங்குள்ள எழுச்சிகள் சட்டென்று ஒடுக்கப்பட்டு விடுகின்றன. பஹ்ரைனில் சவூதி அரேபிய இராணுவம் மருத்துவமனைகளில் நுழைந்தும் இதர சித்திரவதைகளாலும் எதிர்ப்புகளை மன்னர் நசுக்கிட வழிவகை செய்தது. மேற்கிலிருந்து

இரு விமர்சன வார்த்தைகள் வந்தனவேயொழிய, கணிசமாக ஏதுமில்லை. கிழக்கு சவூதியிலுள்ள ஷியா பிரிவினர் கடுமையாக அடக்கப் படுகின்றனர், பெரும்பகுதி எண்ணெய் அங்கு கிடைப்பதால், அது கூருணர்வுப் பகுதியாய் விளங்குகிறது.

எகிப்திலும் துனீஷியாவிலும் அமெரிக்காவும் அதன் சகாக்களும் மரபார்ந்த விளையாட்டை ஆடுகின்றன; அபிமானத்திற்குரிய சர்வாதிகாரியால் தாக்குப் பிடிக்காத போது இது மீண்டும் மீண்டும் ஆடப்படுகிறது. சோமோஸா, மார்கோஸ், டுவாலியெர், சுகார்த்தோ, மொபுடு போன்றவர்களுக்கு எதிராக ராணுவம் திரும்பியது போன்ற இடங்களில். கடைசித் தருணம் வரை அவரை அனுப்பிவிட்டு, பழைய நிலையைக் கொண்டுவர முற்படுதல்; ஜனநாயகத்தை எந்த அளவு நேசிக்கிறீர்கள் என்னும் பேச்சு நிச்சயமாக இடம் பெறும். அது வழமை. இதனைக் காணாதிருக்க மேதைமை வேண்டும்.

கிழக்கு ஐரோப்பாவில் ஒரு சுவையான நிகழ்வு: கம்யூனிஸ்ட் சர்வாதிகரிகளில் மிக மோசமானவரான செசேஸ்கு மேற்கின் செல்லப்பிள்ளை. ரீகனும் தாட்சரும் அவரை விரும்பினர். இறுதி நிமிடம் வரை அவரை ஆதரித்தனர், அது சாத்தியப்படாத போது, (உண்மையில் அவர் தூக்கி எறியப்பட்டார். எகிப்திலும் துனீஷியா விலும் அதையேதான் அவர்கள் செய்து வந்தனர். ஏதோ ஒரு விதத்தில் அதனைப் பார்க்க முடியாது போயிற்று. உள்ளார்ந்த காலனியப் படுத்தலுக்கு இது இன்னொரு எடுத்துக்காட்டு. எத்தனை தடவைகள் அது நிகழ்ந்தாலும் அதைப் பார்க்க முடியாது. நாம் காணக்கூடிய ஒன்றே ஒன்று, ஜனநாயகத்தின் மீதான நமது நேசமே.

### ஆண்ட்ரே வில்செக்

அரபு வசந்தம் எனப்படுவதில் இல்லாததாக நான் உணரும் ஒன்று, அரபு நாடுகளுக்கிடையிலான ஒருமைப்பாடு. அவர்தம் கலகம் துண்டுபட்டதாகத் தோன்றுகிறது. மக்கள் செல்வாக்குள்ள நேர் மறையான கலகங்களும் துண்டாக்கப்பட்டதாகத் தெரிந்தன.

### நோம் சாம்ஸ்கி

அரபு வசந்தம் இன்னும் அதன் ஆரம்ப நிலையிலேயே இருப்பதாகக் கருதுகிறேன். ஸ்பானிய வெற்றியாளர்களுக்குப் பிறகு, முதல் முறையாக கடந்த தசாப்தத்தில் லத்தீன் அமெரிக்கா ஒருங்கிணைப்பையும் சுதந்திரத்தையும் நோக்கி நகர்ந்தது. மிகக் கொடுமையான தனது உள்நாட்டு சமூகப் பிரச்சனைகளைச் சமாளித்துக் கொண்டிருந்தது. இவை வரலாற்று முக்கியத்துவமிக்க வளர்ச்சி நிலைகள்; அதே திக்கில் அரபு வசந்தம் நகர்ந்திருப்பின், உலக அமைப்பை கணிசமாக மாற்றியிருக்கும். இன்னும் மாற்ற முடியும்

எனவேதான் இதனை நிறுத்திட மேற்கு அனைத்தையும் செய்து கொண்டிருக்கிறது.

அரசாங்கம் சீக்கிரமே நம்பகத்தன்மையை இழந்து விடும், அடிப்படைப் பிரச்சனைகளைத் தீர்க்க முடியாது போகும் என்பது எனது சந்தேகம்; இப்பிரச்சனைகள் நவதாராளவாத கொள்கை களாலும் அவற்றின் தாக்கத்தாலும் எழுந்தவை. அது பேரழிவை தொடரும்; கடந்த சில ஆண்டுகளிலான அனுபவம், வரம்புக் குட்பட்ட வெற்றிகள் புதிய எழுச்சிக்கு இட்டுச் செல்லக் கூடும்.

### ஆண்ட்ரே வில்செக்

சிரியாவுக்கு எதிரான ஐ.நா. தீர்மானத்தை வெற்றி பெற வைக்கும் அமெரிக்க முயற்சி ரஷ்யா - சீனாவால் எதிர்க்கப்பட்டது. சீனா - ரஷ்யா இரண்டுமே மேற்கின் கட்டளைகளை நிறைவேற்ற விரும்பவில்லை, மேற்கத்திய ஏகாதிபத்தியத்தை எதிர்ப்பதில் ஒத்துழைக்க ஆயத்தமா யிருக்கின்றன என்பதன் தெளிவான அறிகுறியாக அது இருந்தது. அது ஒரு மிக முக்கிய வளர்ச்சி, ஆனால் மைய நீரோட்ட ஊடகத்தில் மிகக் கடுமையாக விமர்சிக்கப்பட்டது.

### நோம் சாம்ஸ்கி

ரஷ்யா, சீனா மட்டுமில்லை, பிரேசில், இந்தியா, தென்னாப்பிரிக்கா உள்ளிட்ட அனைத்து பிரிக்ஸ் நாடுகளும் ராணுவத் தலையீட்டை எதிர்த்தன. ரஷ்யாவும் சீனாவும் அதிகாரபூர்வ எதிரிகளாதலால், அவற்றை பழிப்பது வசதியாய்ப் போகும், பரப்புரைப் படிமத்திற்குப் பொருத்தமாய் இருக்கும். ரஷ்யாவும் சீனாவும் ஐ.நா. தீர்மானத்தை

16. துருக்கியில் ஹடாய்க்கு அருகில் சிரிய "எதிர்ப்பியக்கத்துக்கான" பயிற்சி முகாம்.
(காப்புரிமை: ஆண்ட்ரே வில்செக்)

தோல்வியடையச் செய்திருப்பதில், அமெரிக்க உள்துறையும் ஒபாமாவும் மகிழ்ச்சி அடைந்திருப்பர் என்பது நம்மிடம் ஆவணங்கள் இருந்திருப்பின் உறுதிப்பட்டிருக்கும். "தலையிட விரும்புகிறோம், உதவ விரும்புகிறோம், ஆனால் நாங்கள் என்ன செய்ய முடியும்?" என்பதற்கான வாய்ப்பை அது வழங்குகிறது.

அமெரிக்கா தலையிட விரும்பியிருந்தால் ஐ.நா. பாதுகாப்பு குழு தீர்மானிக்கும் எது பற்றியும் கவலைப்பட்டிருக்காது. திரும்பத் திரும்ப அதை புறக்கணித்துள்ளது. ஆனால் அது வசதியான சந்தர்ப்பத்தைத் தந்திருக்கிறது. அது நேரடியாகத் தலையிட விரும்பவில்லை என்பது தெளிவாகி உள்ளது. ஏனெனில் ஆதரிப்பது யாரை, விளைவு என்னவா யிருக்கும் என்பது தெளிவில்லை. கடந்த காலத்தில் ஆசாத் பற்றி என்ன கருதியிருந்தாலும், அவர் அமெரிக்க இஸ்ரேலிய நலன்களுக்கு இணங்கிப் போனார்; நிலைமையைத் திடமாக வைத்திருந்தார்; வணிக வர்க்கங்களைப் பொறுத்தவரை ஆசாத்திற்கு பிந்தைய அரசு அவர்தம் நலன்களுக்கு குறைந்த அளவிலேயே இணக்கம் காட்டியிருக்கும். ஆக அவர்கள் வெளியில் இருக்கத் தீர்மானித்து, இவ்வழியில் ரஷ்யாவையும் சீனாவையும் விமர்சிக்கலாம், BRICS இன் பங்கு பற்றி அமைதி காட்டலாம், ஏதேனும் செய்ய விரும்பினால், எதையும் குறித்து கவலைப்பட மாட்டோம்.

### ஆண்ட்ரே வில்செக்

தீர்மானத்தை எதிர்க்க, பொலிவியா போன்ற பிற லத்தீன் அமெரிக்க நாடுகள் இருந்தன. லத்தீன் அமெரிக்க புரட்சிகர அரசாங்கங்கள் உலகெங்கிலும் செல்வாக்குமிக்கவை என்பதை ஏற்கிறேன். சீனாவையும் ரஷ்யாவையும் அவமானப்படுத்த அனைத்து முயற்சிகளையும் மேற்கொள்ளும், மேற்கிற்கு இத்தீர்மானத்தைக் குற்றஞ்சாட்டுவது எளிது.

### நோம் சாம்ஸ்கி

லிபியாவைப் போல, பெரும்பாலான விஷயங்களில் இது உண்மையே. பிரிட்டன், பிரான்ஸ், அமெரிக்கா என்னும் மரபு வழியிலான ஏகாதிபத்திய அரசுகளுக்கு வெளியே குண்டுவீச ஆதரவில்லாதிருந்தது. ஆப்பிரிக்க ஒன்றியம் பேச்சு வார்த்தைகளுக்கும் ராஜ தந்திரத்திற்கும் அழைப்பு விடுத்தது; பிரிக்ஸ் நாடுகளும் இதனைக் கோரின. பிரதான தன்னார்வ முகமையான சர்வதேச நெருக்கடி குழு இதே நிலைப்பாட்டை மேற்கொண்டது. மற்றும் லத்தீன் அமெரிக்காவில், அணிசேரா நாடுகளில், துருக்கி, ஜெர்மனியிலும் இதே நிலை. குண்டு வீச்சுக்கு ஆதரவே இல்லை. "சர்வதேச சமுதாயம்" என்றழைக்கப்பட்ட அது எதனையும் குறிக்கவில்லை. ஆதரவு வரம்புக்குட்பட்டதாயிருந்தது.

அதற்குக் காரணம் இருந்தது. "பறந்து செல்ல அனுமதி இல்லாத மண்டலம்," மக்களைப் பாதுகாத்தல், பேச்சு வார்த்தையும் போர் நிறுத்தமும் ஆகியவற்றிற்கு அழைப்பு விடுக்கும் ஐ.நா. தீர்மானம் மார்ச் 2011 இல் நிறைவேற்றப்பட்டது. ஏகாதிபத்திய அரசுகள் அது எதையும் ஏற்கவில்லை. போரில் நுழைந்து தம் அரசாங்க வடிவத்தைத் திணிக்க விரும்பின. உலகம் அதற்கெதிராய் இருந்தது. ஏனெனில் அது பெரிய போருக்கு இட்டுச் சென்று மானுட அழிவில் முடியும் என்று பயந்தது, இறுதியில் அதுதான் நடந்தது. அது குறித்து இப்போது யாரும் பேச விரும்பாமைக்கு அதுவொரு காரணம். லிபியா மோசமாகச் சிதைந்தது. லிபியாவில் மிகப் பெரும் பழங்குடியினரின் தளமாயுள்ள ஸர்ட்டேயைச் சுற்றிலும் இறுதிக் குண்டு வீச்சுகள் நடந்தன - அவர்களுக்கு என்ன நேர்ந்தது? பயங்கரமான விளைவுகள். அது க்ரோஸ்னியை ஞாபகப்படுத்தியதாகச் சிலர் குறிப்பிட்டனர்.

ஈரானில் இதே நிலைமைதான். உலக அமைதிக்கான மிகப் பெரும் ஆபத்து அது எனக் கூறிவந்திருப்பவை அமெரிக்காவும் ஐரோப்பாவும் யுரேனியத்தைச் செறிவூட்ட ஈரானுக்கு உரிமைகள் உண்டு என பல ஆண்டுகளாக அணிசேரா நாடுகள் உறுதியாக ஆதரித்து வந்தன; BRICS நாடுகள் மீண்டும் இயைந்து செல்லவில்லை. இந்தியா உடன்பட வில்லை. அது ஈரானுடன் வர்த்தகத்தை அதிகரிக்கிறது. துருக்கி ஈரானுடன் வர்த்தக உறவுகளை அதிகரித்துக் கொண்டிருந்தது.

மிகவும் சுவையானது அரபு உலகம். ஈரான் மீதான அமெரிக்க கொள்கைக்கான அரபு ஆதரவை அமெரிக்கா அறிவித்தது. அது சர்வாதிகாரிகள் பற்றிய கவனமிக்க குறிப்பாயிருந்தது. கொள்கையை ஆதரிப்பதாக சர்வாதிகாரிகள் சொல்ல, மக்கள் ஆதரிக்கவில்லை. மீண்டும் மீண்டும் நடந்த கணக்கெடுப்புகளில், ஈரானை தாங்கள் விரும்பாத போதும், அதனைத் தீவிர அச்சுறுத்தலாகக் கருதவில்லை என்றனர். அமெரிக்காவையும் இஸ்ரேலையும் அச்சுறுத்தலாகக் கருது கின்றனர். அரபு வசந்தத்திற்குச் சற்று முன்னர், எகிப்தின் பெரும்பான் மையினர், தாம் ஈரானை விரும்பவில்லை எனினும் அது அணு ஆயுதங்கள் பெற்றிருந்தால் இன்னும் நன்றாயிருக்கும் என்றனர்.

## ஆண்ட்ரே வில்செக்

ஈரான் பிழைத்திருக்க வேண்டுமானால் அது அணு ஆயுதங்களை உருவாக்க வேண்டும்.

## நோம் சாம்ஸ்கி

எகிப்தியரைப் பொறுத்தவரை தாஹிர் சதுக்கத்திற்கு முன்னர், தமது பிரதான எதிரிகள் அமெரிக்காவிடமிருந்தும் இஸ்ரேலிட

மிருந்தும் தம்மைப் பாதுகாத்துக் கொள்ள அதுவே வழியாயிருந்தது. எனவே ஈரான் மீதான தாக்குதலுக்கு ஆதரவில்லை. அதுவொரு போர்; ஏற்கனவே போராயிருந்தது. இணையபோர் போர்தான். பொருளாதாரத் தடைகள் மெய்நிகர் முற்றுகையே, அது போர் நடவடிக்கையே. அது உலகினுடையதல்ல, அமெரிக்கா ஐரோப்பாவினுடையது. சந்தர்ப்ப வசமாக, பிரச்சனையினைத் தீர்க்க, மிக இயல்பான வழி குறித்து விவாதமில்லை, இப்பிராந்தியத்தில் அணு ஆயுதமற்ற பிரதேசத்தை நோக்கிய காலடிகளை எடுத்து வைக்க முயற்சி இல்லை. பல ஆண்டுகளாக எகிப்தின் தலைமையில் அதற்கு மிகுந்த ஆதரவு இருந்தது. அது நல்ல கருத்துதான், ஆனால் இஸ்ரேலின் காரணமாக, இப்போதில்லை என்று கூறுமாறு அமெரிக்கா முறையாக கோரப் பட்டது. ஆனால் இப்பிராந்தியத்தில் அணு ஆயுதங்கள் குறித்த தீவிர உணர்வு இருப்பின், அதுதான் வழி.

இதற்கிடையே அமெரிக்க உளவுப் பிரிவு, ஈரானின் அணு ஆயுதத் திட்டம் எதுவுமில்லை, அப்படி ஒன்று நிலவுமாயின், இலக்கினை அடைந்திட பல ஆண்டுகள் பிடிக்கும் என்று தொடர்ந்து வற்புறுத்தி வருகிறது. ஆக, அச்சுறுத்தல் எதுவாயினும் அது உடனடியாக இல்லை. உண்மையில் மிகவும் சுவையான கேள்வி: "என்ன அச்சுறுத்தல்?" உலக அமைதிக்கு அது எத்தகைய மோசமான அச்சுறுத்தல் என்பது குறித்து நிறையப் பேச்சு நடக்கிறது. ஆனால் துல்லியமாக என்ன அச்சுறுத்தல் அது? வெளியில் வராத அதிகாரபூர்வ பதில் உள்ளது. உலக பாதுகாப்பு நிலவரம் குறித்து அமெரிக்க உளவுத் துறையும் பென்டகனும் ஆண்டுதோறும் ஒரு பகுப்பாய்வை நாடாளுமன்றத்தில் முன் வைக்கின்றன, ஆனால் அது செய்தியில் வருவதில்லை, அது இராணுவ அச்சுறுத்தல் இல்லை என்கிறது. அப்பிராந்தியத்தின் தரநிர்ணயங் களின்படி பார்த்தாலும், ஈரான் மிகக் குறைந்த இராணுவச் செலவினத்தை உடையது. ஈரானின் போர்ச் சிந்தாந்தம் தற்காப்பு ரீதியிலானது என்று பார்க்கின்றன. "அவர்களிடம் அணு ஆயுதத் திட்டம் இருப்பின் அது அவர்தம் தடுப்பு உத்தியின் அங்கமாக இருக்கும்" என்கின்றனர். அமெரிக்கா இஸ்ரேலின் தாக்குதலை தடுக்கவே அவர்கள் முற்படுகின்றனர், ஆக உண்மையான அச்சுறுத்தல், தடுப்பு நடவடிக்கை என்பதே. ஈராக், ஆஃப்கன் ஆகிய அண்டை நாடுகளை நிலைகுலைக்கவும் முயலுகின்றன என்று கூறியுள்ளன. அண்டை நாடுகளில் தம் செல்வாக்கினைச் செலுத்திட முயலுகின்றனர் என்பது அதன் பொருள். இந்நாடுகள் மீது நாம் படையெடுத்து அழித்தால் அது நிலைத்தன்மை. நமது எதிரிகள், வர்த்தக, அரசியல் உறவு நிலைகளை வலுப்படுத்த முற்பட்டால் அது "நிலைகுலைத்தல்." ஆக அதுவே ஈரானின் அச்சுறுத்தல்.

**ஆண்ட்ரோ வில்செக்**

வெனீசுலா மற்றும் இதர இடதுசாரி லத்தீன் அமெரிக்க நாடுகளைப் போல மேற்கு அழிக்க முற்படும், நாடுகளுடனான அணிசேர்க்கைகளை ஈரான் வார்த்தெடுக்கிறது என்பதே இன்னொரு "அச்சுறுத்தலாயிருக்கும்."

**நோம் சாம்ஸ்கி**

அது பிரச்சனையை இன்னும் மோசமாக்குகிறது. ஆனால் பொதுவாக, கியூப விவகாரத்தில் இருந்ததுபோல, மிக மோசமானது "உத்தரவுகளைப் பின்பற்றாமலிருப்பது" உத்தரவுகளைப் பின்பற்றா திருந்தால் அவை தண்டிக்கப்பட வேண்டும்.

**ஆண்ட்ரே வில்செக்**

ஈரானுக்கான மேற்கின் படிக்கல்லாக சிரியா இருப்பதாக நீங்கள் பார்க்கவில்லையா? ஒரு தீர்மானகரமான முறையில் மேற்குலகு சிரியாவை நிலைகுலையச் செய்து வருகின்றது.

**நோம் சாம்ஸ்கி**

அப்படியிருப்பதை மேற்கு விரும்பலாம், ஆனால் அதற்கான அறிகுறியையோ அரைகுறை உருவாக்கத்திலுள்ள திட்டத்தையோ நான் காணவில்லை. இராணுவ கும்பல்களுக்கும் சுதந்திர சிரிய இராணுவம் எனப்படுவதற்கும் மறைமுகமாக அவை உதவியை

17. சிரியாவின் கோலன் ஹைட்ஸ் பகுதியை பிளந்து செல்லும் இஸ்ரேலிய தடுப்பு வேலிகள் (காப்புரிமை: ஆண்ட்ரே வில்செக்)

அனுப்புகின்றன; யதார்த்தத்தில் அவை நேரடியாக கத்தாரிலிருந்தும் சவூதி அரேபியாவிலிருந்தும் வருகின்றன, அமெரிக்கா அத்திட்டத்தை வகுத்தளித்திருக்கலாம். நேரிடையாகத் தலையிடும் நாட்டம் அதற்கு இருப்பதாகத் தெரியவில்லை. இராணுவ ரீதியில் அது சிரமமானது மட்டுமின்றி விளைவு என்னவாயிருக்கும் என்பது மேற்கத்திய பார்வைக் கோணத்திலிருந்து தெளிவுபடவில்லை. அவர்களால் இராணுவத்தை வைத்து சிரியாவை ஆக்கிரமிக்க இயலாது. குண்டு வீச முடியும், எப்போதும் குண்டுவீச முடியும், ஆனால் அதனால் சாதிக்கப் போவது என்ன?

சமீபத்தில் சுவையான அறிக்கைகள் அதிக அளவில் வருகின்றன. ஹூலா படுகொலை குறித்து ஜெர்மானிய தினசரி Frankfurter Allgemeine zeitung புலனாய்வு செய்து, கொல்லப்பட்டவர்கள் இரு ஷியா-அலாவிட் குடும்பங்களைச் சேர்ந்தவர்கள் என்று சுட்டிக்காட்டியது. அவர்கள் பீதியடைந்திருந்ததால் பெயர் குறிப்பிட விரும்பாத பல சாட்சியங்களின் கூற்றுகளை மேற்கோள் காட்டியிருந்தது. சுதந்திர சிரிய இராணுவத்தால் வழி நடத்தப்படும் இஸ்லாமியக் கொள்ளை யரால் அது நிகழ்த்தப்பட்டது என்றது.

## ஆண்ட்ரே வில்செக்

மேற்கத்திய ஊடகத்தாலும் அரசியல் அமைப்பாலும் "சுதந்திரப் போராட்ட வீரர்கள்," "எதிர்ப்புப் படையினர்" என்றழைக்கப்படும் இவர்கள் எவ்வளவு மிருகத்தனமானவர்கள் என்பதை, இங்கிருந்து வரும் துணிகரமான அறிக்கைகள் உறுதிப்படுத்துகின்றன. இச்சக்திகள் மேற்காலும் சவூதியாலும் ஆதரிக்கப்படுகின்றன என ரஷ்ய வெளியுறவு அமைச்சர் லாவ்ரோவ் குற்றஞ்சாட்டி நீண்ட நாளாகி விடவில்லை.

சமீபத்தில் இப்பகுதிக்குப் போயிருந்தேன். சிரிய எல்லை - அலெப்போ நகரத்திற்கு அருகிலுள்ள நாட்டின் தென்கிழக்கு மூலை யிருக்கும், ஹடாய் என்ற துருக்கி நகரைச் சுற்றிலும் சில முகாம்களைப் பார்வையிட்டேன். அவை நிச்சயம் அகதிகளுக்கானவை. அபாய்டின் போன்றவை இராணுவ முகாம்கள் அங்கு துருக்கி உறுப்பினராயுள்ள நேட்டோ, சிரிய இராணுவ கும்பல்களுக்கு ஆயுதமளித்து, பயிற்சி தருகின்றது. இரவில் சிரியாவுக்கு எல்லை தாண்டிப் போகின்றனர், சிலர் விடியலில் திரும்புகின்றனர். எல்லை அவர்களுக்கு மட்டுமே திறந்துள்ளது; துருக்கியின் குடிமக்கள் கூட அங்கு தாண்ட முடியாது. அடானா நகருக்கு வெளியிலுள்ள பெரிய விமானப்படைத் தளமான அய்ஸன்லிக் கூட "சிரிய எதிர்ப்பாளர்களுக்கு" பயிற்சிக் களமாக பயன்படுத்தப்படுகிறது.

## நோம் சாம்ஸ்கி

ஆச்சரியமாயுள்ளது. நான் முதலில் பார்த்த விபரமான அறிக்கைகள் இவையே, Frank furter Allgemeine Zeitung செய்தியை லண்டனிலுள்ள விமர்சன பூர்வ ஊடகக்குழு Medialens க்கு அனுப்பினேன், அவர்கள் அதனை கார்டியனுக்கு அனுப்பிவைக்க, கார்டியன் வெளியிட மறுத்து விட்டது.

## ஆண்ட்ரே வில்செக்

இது மிகவும் "கூருணர்வு" வாய்ந்தது. அய்டின்லிக் உலுஸால் தொலைக்காட்சியின் துருக்கி செய்தியாளர்களுடன் பணியாற்றிக் கொண்டிருக்கிறேன்; அவர்கள் பட்டவர்த்தனமாவர்கள், தைரியசாலிகள், அவர்கள் நீண்ட நாட்களாகவே இம்முகாம்களைப் புலனாய்வு செய்து வருகின்றனர். சிரிய எல்லையிலுள்ள குறிப்பாக ஹடாய் நகரைச் சுற்றியுள்ள முகாம்களுக்குச் சென்றனர். துருக்கிப் பிரதேசத்தில் பயிற்சி பெற்ற வீரர்களைப் பின் தொடர்ந்து சிரியா, டமாஸ்கஸ் வரை சென்று விட்டனர்.

## நோம் சாம்ஸ்கி

அவர்களால் அதைச் செய்ய முடிந்ததா?

## ஆண்ட்ரே வில்செக்

ஆமாம், தம் படச்சுருள்களையும் நிழற்படங்களையும் என்னுடன் பகிர்ந்து கொண்டனர். உலகின் பிறபகுதிகள் குறித்த எனது பகுப்பாய்வையும் படச்சுருளையும் நான் அவர்களுடன் பகிர்ந்து கொண்டேன். தம் பணியை என்னுடன் பகிர்கின்றனர். அவர்கள் செய்து வருவது முக்கியமானது என்றெண்ணுகிறேன். சிரிய எதிர்ப்பணி எனப்படுவதன் உண்மையான முகத்தை திரைவிலக்கி, அவர்கள் அம்பலப்படுத்துகின்றனர். உண்மையில் அவர்கள் யார், அவர்களை ஆதரிப்பது யார் அவர்களின் இலக்குகள் என்ன என்ற ரீதியில். இது மேற்கில் அரிதாகவே வெளியிடப்படும்.

துருக்கியே ஒரு சுவைமிக்க, தனித்துவமான நாடு. மத்திய கிழக்கில் அமெரிக்காவின் நெருங்கிய சகாக்களான இஸ்ரேலும் துருக்கியும் வார்த்தைச் சச்சரவில் ஈடுபட்டிருப்பதாகத் தோன்றும். ஆனால் இஸ்தான்புல்லில் உள்ள என் நண்பர்களும் சகாக்களும் தமது அரசாங்கம் உண்மையிலேயே இஸ்ரேலுடன் மோதுவதில் தீவிரம் கொண்டதில்லை என்கின்றனர். துருக்கி இன்னும் அமெரிக்காவின் நெருங்கிய சகாவாக இருக்கிறது. துருக்கியில் அமெரிக்காவின் போர் தந்திர முக்கியத்துவமிக்க இராணுவ தளங்கள் உள்ளன.

## நோம் சாம்ஸ்கி

துருக்கி இப்போது பலவிதங்களில் சுதந்திரமான திசை வழியில் செல்கின்றது என்றெண்ணுகிறேன். எடுத்துக்காட்டாக, 2003 இல் ஈராக்கிற்கு எதிரான போரில் இராணுவத் தளமாகப் பயன்படுத்திக் கொள்ளும் அமெரிக்க கோரிக்கையை துருக்கி நிராகரித்தது. அது கடுமையாக இருக்கவே, அமெரிக்க அரசாங்கம் அதிருப்தியடைந்தது. பொருளாதாரத் தடைகள் விதிக்கப் போவதாக துருக்கியை மிரட்டியது. மாபெரும் ஜனநாய வழக்குரைஞர் என்று கருதப்பட்ட, அப்போதைய பாதுகாப்புத்துறை துறைச் செயலர் பால் உல்ஃபோவிட்ஸ் துருக்கி இராணுவத்திடம் விரிவுரையாற்றினார்; துருக்கி நாட்டவரது கடமை அமெரிக்காவை ஆதரிப்பது என்பதை உணர்ந்து, அவர்கள் மன்னிப்புக் கேட்க வேண்டும் என்றார். இது அங்காராவுடனான உறவுகளில் நிரடலை எற்படுத்தியது.

கிழக்கில் அவர்கள் தளங்கள் வைத்திருந்தது உண்மையே. இஸ்ரேல் தொடர்பான வகையில் எர்டோகன் கிழக்கின் பக்கம் திரும்பியதில் ஒரு பகுதி, 2008/09 குளிர்காலத்தில் காசா மீதான இஸ்ரேலியத் தாக்குதலுக்கு எதிராக, வலுவான நிலைப்பாட்டை மேற்கொண்ட ஒரு சர்வதேச தலைவராகத் தோற்றமளிப்பதாய் இருந்தது. காசாவின் இஸ்ரேலிய கடற்படை முற்றுகையை உடைத்துச் செல்ல முயன்ற துருக்கி ஆதரவு பெற்ற கப்பல் மவி மர்மரா மீதான தாக்குதலையும் அவர் வன்மையாகக் கண்டித்தார். இஸ்ரேலின் அதிரடிப் படையினரால் சர்வதேச நீர்ப்பரப்பில் மேற்கொள்ளப்பட்ட அத்தாக்குதலில், பெரிதும் துருக்கியரும் ஓர் அமெரிக்கருமாக 9 பேர் கொல்லப்பட்டனர். துருக்கி மன்னிப்பு கோரியது. ஏனெனில் அமெரிக்காவுக்கு வெளியே, இஸ்ரேலின் பிரதான அணியினராக துருக்கி இருந்தது. 1958 இல் இரண்டுமே அரபு எதிர்ப்பு நிகழ்ச்சி நிரலைக் கொண்டிருந்தன; ஷாவுடன் இஸ்ரேல் நெருங்கியிருந்தது போல, அதே காரணங்களுக்காக அவர்களும் துருக்கியுடன் நெருங்கிய அணியாக இருந்தனர். உங்கள் நண்பர்கள் சரியாக இருக்கலாம், எனக்கு விபரங்கள் தெரியாது, ஆனால் அது அப்போது இருந்தது போல இல்லை, அது முறியலாம்.

## ஆண்ட்ரே வில்செக்

இப்போது துருக்கியில் தீவிரமான கவலைகளின் வரிசையே இருக்கிறது. குறிப்பாக இஸ்தான்புல்லில், கடந்த சில ஆண்டுகளில் மேற்கொள்ளப்பட்டு வரும் கைதுகளால், சமயச்சார்பற்ற இடதுசாரி அறிவார்த்த சமுதாயத்தின் பெரும்பாலானவர்கள் திகிலடைந் துள்ளனர், நூற்றுக்கணக்கில் மாயமாகியிருக்கின்றனர்; பலர் சித்திரவதை

செய்யப்பட்டதாக கூறப்படுகிறது. நேட்டோவை விமர்சித்து, துருக்கி கிழக்கு நோக்கிப் பார்க்க வேண்டுமென்று விரும்பும் தளபதிகள், இராணுவத்திலிருந்து களையெடுக்கப்பட்டுள்ளனர். தடுப்புக் காவலில் இருக்கும் தளபதிகளின் குடும்பங்களைச் சமீபத்தில் சந்தித்தேன், நிலவரம் மோசமாயிருக்கிறது.

## நோம் சாம்ஸ்கி

ஆம், சமீபத்தில் இஸ்தான்புல்லிலுள்ள Freedom of Speech Conference க்கு காணொளி வாயிலாக ஓர் அறிக்கை தந்தேன். நடந்து கொண்டிருப்பது கடுமையானது, வருத்தமளிக்கிறது ஏனெனில் 1990 களில் நிலவரம் கொடூரமாய் இருந்தது. முதல் முறை அங்கு நான் சென்றது 2000 இல், அது மிகக் குரூரமான காலத்தின் இறுதிப் பகுதி. ஆனால் அதிலிருந்து நிலைமையில் முன்னேற்றம் இருக்கிறது. எனினும், 2005 லிருந்து சரிவுகளின் வரிசைதான்.

முதல் முறை நான் துருக்கிக்குச் சென்றது, எனது நூலின் துருக்கிப் பதிப்பின் வெளியீட்டாளரின் வழக்கு விசாரணையில் கலந்து கொள்ளும் பொருட்டாகும். துருக்கி தொடர்பாக அந்நூலில் 3-4 பக்கங்கள் இருந்தமையால், தடை செய்யப்பட்டிருந்தது. 1990 களின் குற்றங்கள் தொடர்பான விமர்சனத்தை முன்வைத்திருந்தேன். விசாரணைக்குச் சென்ற நான், இணை பிரதிவாதியாக இருக்க சம்மதித்தேன். இவை இராணுவ விசாரணைகள், முற்றிலும் கேலிக் கூத்தானவை. நிறைய பேசப்படவே, அரசாங்கம் விசாரணையை விலக்கிக் கொண்டது. கெடுவாய்ப்பாக வெளியீட்டாளர் பின்னர் கைது செய்யப்பட்டார்.

நான் சென்றிருந்த முதலிரு தடவைகள் மோசமாயிருந்தன. ஆனால் அது மேம்பட்டது. ஒடுக்குமுறை இப்போது தீவிரமாயிருந்தது. ஆனால் துருக்கியின் அறிவாளிகள் போராடிக் கொண்டிருந்தனர்; உலகில் அவர்கள் தனித்துவமிக்கவர்கள்; தொடர்ந்து குற்றங்களுக்கு எதிராக நின்றனர்; ஒத்துழையாமைப் போராட்டத்தில் தொடர்ந்து ஈடுபட்டனர்.

## ஆண்ட்ரே வில்செக்

பெரிதும் தகவலறிந்தவர்களும் கூட. உங்கள் புத்தகங்கள் எத்தனை அங்கு மொழிபெயர்க்கப்பட்டுள்ளன என்றெனக்குத் தெரியாது. டஜன் கணக்கில் இருக்க வேண்டும்.

## நோம் சாம்ஸ்கி

பல. அங்கே வெளியீட்டாளர் கூட்டமைப்பு வலுவானது. அவர்களின் கூட்டமொன்றுக்குப் போயிருந்தேன், பேச்சுரிமை விருது எனக்கு வழங்கப்பட்டது. தணிக்கை, ஒடுக்குமுறைக்கு எதிராக வலுவான

நிலைப்பாட்டை மேற்கொண்டுள்ள அவர்கள் தடை செய்யப்பட்ட, கைதான எழுத்தாளர்களை ஆதரித்து நின்றனர்.

**ஆண்ட்ரே வில்செக்**

இப்போது அவர்கள் தென்னமெரிக்காவுடன் தொடர்பு கொள்ள முற்படுகின்றனர். நிலவரத்தை ஆய்வு செய்ய, எந்தவொரு எழுத்தாளரும் தென்னமெரிக்கா செல்வது அவசியம். எனவே நிலைமை ஆட்டம் காண்பதாக எண்ணுகிறேன். ஆனால் நான் பேசிக் கொண்டிருப்பது இஸ்தான்புல் பற்றியும் அதன் படித்த வர்க்கத்தினரது வட்டாரங்கள் பற்றியும்தான்; நிச்சயமாக, நாடும் நாட்டுப்புறமும் மிகச் சிக்கலாயிருக்கிறது.

**நோம் சாம்ஸ்கி**

சிக்கலானதாய் இருக்கிறது. குர்தீஸ் பிராந்தியங்களின் அதிகார பூர்வமற்ற தலைநகர் தியார்பக்கிர் வேறொரு உலகமாய் உள்ளது, ஆனால் துருக்கி தனித்துவமான நாடுதான்.

**ஆண்ட்ரே வில்செக்**

இஸ்ரேலுக்கு ஞானம் பிறந்து தனது அரக்கர்களைச் சமாளித்து, கடைசியில் பாலஸ்தீனியர்களுக்கு நிலப்பகுதியைத் தந்துவிடுமோ?

18. ஆக்கிரமிக்கப்பட்ட கோலன் ஹைட்ஸ் பகுதியில் உள்ள கைவிடப்பட்ட ஒரு சிரிய கட்டிடத்தில் பயிற்சி எடுக்கும் இஸ்ரேலிய அதிரடிப் படையினர். (காப்புரிமை: ஆண்ட்ரே வில்செக்)

**நோம் சாம்ஸ்கி**

தராது. அமெரிக்கா ஆதரிக்கும் மட்டிலும் இஸ்ரேல் எதனையும் செய்யாது. ஏன் செய்ய வேண்டும்? அதற்கு என்ன தேவையோ அதனைப் பெற்றுக் கொண்டிருக்கிறது. இப்போது மேற்குக் கரையின் மதிப்புவாய்ந்த பகுதிகளை எடுத்துக்கொண்டிருக்கிறது. காஸா கடுமையான முற்றுகையில் உள்ளது. நாள்தோறும் புதுப்புதுக் குற்றங்கள்.

மேற்குக் கரையின் வளர்ச்சித் திட்டங்களை ஆதரிக்கும் நல்லதொரு தன்னார்வ நிறுவன நண்பர்களிடமிருந்து எனக்கொரு அறிக்கை கிடைத்தது. இன்னும் பாலஸ்தீன நகரமாயுள்ள ஹெப்ரோனுக்கு அருகிலுள்ள பாலஸ்தீனக் கிராமத்தில் அவர்கள் செயல்பட்டுக் கொண்டிருந்தனர். அங்கே வன்முறைமிக்க, கண்ணியமற்ற குடியேறிகள் இருந்தபோதும். இவர்களைப் பார்த்திருக்கிறேன்; அப்படியே திடுக்கிடச் செய்து விடுவார்கள். இஸ்ரேலிய இராணுவம் இவர்களைப் பாதுகாக்கிறது, அப்போதுான் இவர்கள் மக்களை அடித்துதைத்து, பாலஸ்தீன இல்லங்களைச் சிதைத்து, பழக் கடைகளை தூக்கி எறிவார்கள்; மக்கள் ஆயிரம் ஆலிவ் மரக் கன்றுகளை நடவும், பழத் தோட்டத்தை நிறுவவும் இந்த தன்னார்வ நிறுவனத்தினர் உதவினர்; திடீரென ஒருநாள் அங்கு நுழைந்த இராணுவம், அறிவிக்காமலேயே அந்த ஆலிவ் மரங்களைப் பிடுங்கி எறிந்தது. அது சரியாகச் செய்யப்பட்டதா என்பதை உறுதிப்படுத்தும் வேளாண் பொருளியலாளர் ஒருவர் இராணுவத்துடன் இருந்தார்; ஏனெனில் இம்மரங்களை யூதர் குடியிருப்புப் பகுதிக்குக் கொண்டு சென்று ஒரு பூங்காவை நிறுவேண்டும். இதற்கிடையே அக்கிராமத்தின் ஒட்டுமொத்த பொருளாதார அடித்தளத்தை, இல்லங்களை நாசப் படுத்தினர். இது நாள்தோறும் நடக்கின்றது. பாலஸ்தீன - இஸ்ரேலிய தினசரிகளை வாசிக்கும் போதெல்லாம், இது போன்று இன்னொரு செய்தி இருக்கும். அவர்கள் ஏன் நிறுத்த வேண்டும்? அவர்களைப் பாதுகாக்க அமெரிக்கா தயாராக இருப்பது வரை, அவர்கள் செய்து கொண்டே இருப்பார்கள்.

**ஆண்ட்ரே வில்செக்**

இஸ்ரேல் பாலஸ்தீனியர்களை ஒடுக்குகிறது, அவர்தம் நிலங்களை ஆக்கிரமித்துக் கொள்கிறது; மத்திய கிழக்கில் மேற்கின் துணைக்காவல் நிலையமாக பணியாற்ற, பெரும்பான்மை இஸ்ரேலியர் அரசியலில் ஆர்வமின்றி இருக்கின்றனர். டெல் அவிவ், ஹைஃபா நகரங்கள் உயர்தர வாழ்க்கைத் தரத்துடன் பெரிய அளவிலான நகர மையங்களாக

இருக்க, அவை மோதல் மண்டலத்தில் உள்ளன என்ற அறிகுறி இன்றி உள்ளன. அங்கிருந்து சில மைல்கள் தொலைவில் அரக்கத்தனமான சுவர்களும் முள்கம்பி வேலிகளுமாக எல்லைகள் தொடங்குகின்றன. ஆனால் ஒருவர் பவிசான காபி விடுதிகளிலோ கச்சேரிக் கூடங்களிலோ அமர்ந்திருந்தால் இவை புலப்படாது. மற்றும் இஸ்ரேலில் உள்நாட்டு எதிர்ப்பேதும் இல்லை என்றே தோன்றுகிறது.

## நோம் சாம்ஸ்கி

அவ்வளவாக இல்லையென்றே நினைக்கிறேன். கடைசி தேர்தல்களில் மக்களில் மூன்றில் இரண்டு பங்கினர் குடியேற்றங்களை நீட்டிப்பதற்கு ஆதரவளித்ததைப் பார்த்தேன். குடியேற்றங்களைப் பராமரித்து வருவது பற்றி இன்னும் அதிகம். அவை சட்டவிரோத மானவை; அதை ஒத்துக் கொள்கின்றனர். அதனை அப்படியே கொண்டு செல்ல முடிகின்றது எனில், ஏன் நிறுத்த வேண்டும்?

# 8. பூமியில் மிகவும் நாசமாக்கப்பட்ட பகுதிகளில் நம்பிக்கை

## ஆண்ட்ரே வில்செக்

மன்றோ கருத்தியல் அமெரிக்கப் பேரரசின் சவால் விட முடியாத வேதமாக இன்னும் இருந்து வருவதாகத் தோன்றினும், தென்னமெரிக்காவின் பெரும்பகுதி இப்போது சுதந்திரமாயுள்ளது, மத்திய அமெரிக்காவின் சில நாடுகள் கூட இறுதியில் சுதந்திரமடைந்து கொண்டிருக்கின்றன.

ஆண்டின் பெரும்பகுதியும் ஆப்பிரிக்காவிலும் ஆசிய பசிஃபிக்கிலும் இருந்துவரும் நான், உலகின் இப்பகுதிகளில் ஏகாதிபத்திய / நவகாலனிய அதிகாரம் உறுதியடைவதாக உணர்கிறேன்: அநேகமாக எதுவும் சுதந்திரமாக நகர முடியாது. தென்கிழக்கு ஆசியா, துணைக் கண்டத்தின் பெரும் பகுதிகள் அநேகமாக ஆப்பிரிக்கா முழுவதும் பீதியூட்டும், மாறா நிலவரத்தைப் பார்க்கிறேன்.

பிலிப்பைன்ஸ், இந்தோனேஷியா, தாய்லாந்து, கம்போடியா ஆகிய மேற்கின் வாடிக்கையாளர் அரசுகளில், மாற்று அரசியல்/சமூக அமைப்புகள் குறித்த விவாதமே இல்லை. சிங்கப்பூரில் கூட சந்தை அடிப்படைவாதம் ஓரளவு வேரூன்றியுள்ள அதே நேரம் அரசாங்கம், வணிகம், மக்களுக்கிடையிலான சமூக ஒப்பந்தம் படிப்படியாக கலைக்கப்பட்டு வருகிறது. பிலிப்பைன்ஸில் மிருகத்தனமிக்க நிலபிரபுத்துவ குடிகளே ஆட்சியாளர்களாக உள்ளனர்; அவர்கள் வாக்குகளை விலைக்கு வாங்குகின்றனர், எதிர்க்கட்சியினரை அச்சுறுத்துகின்றனர், தம் வழியில் குறுக்கிடுவோரை கொலை செய்கின்றனர், வல்லுறவுக்கு உட்படுத்துகின்றனர். ஈவிரக்கமற்ற நிலப்பிரபுத்துவ சமூகத்திற்கு இன்னொரு எடுத்துக்காட்டு இந்தோனேசியா. இராணுவ கைக்கூலிகளின் ஆதரவுடன், சிதைந்து போன ஊழல் மண்டிய இடைக்கால முடியாட்சியினால் தாய்லாந்து ஆளப்படுகிறது. ஏனெனில் அமெரிக்க மற்றும் அதன் அணியினருக்கு விரிவாக்கத்திற்கும் வியட்னாம் போருக்கும் அந்நாட்டில் இராணுவ தளங்கள் நிறுவிட இடமளிக்கும் அதன் மன்னர், அமெரிக்காவில் பிறந்து ஸ்விட்சர்லாந்தில் கற்ற நல்ல நபர். தாய்லாந்தின் இடதுசாரிகளை கொலை செய்ய விரும்பிடும் சில நம்பிக்கையளிக்கும் அறிகுறிகளையும் வெளிக்காட்டினார்-அப்படியே செய்தார்.

ஆப்பிரிக்காதான் உலகில் மிகத்துயரமான, நாசமாக்கப்பட்ட கண்டம். தென்னாப்பிரிக்கா தவிர்த்து நம்பிக்கைக்கு இடமில்லை என்றே தோன்றுகிறது.

**நோம் சாம்ஸ்கி**

எனக்குத் தெரியவில்லை. 20 ஆண்டுகளுக்கு முன் தென்னமெரிக்காவில் இருந்திருந்தால் இதனையே சொல்லியிருப்பீர்கள். 5 ஆண்டுகளுக்கு முன் மத்திய கிழக்கில் இருந்திருந்தால் இதனையே சொல்லியிருப்பீர்கள். நிலைமை மாறுகிறது. அதனைக் கட்டுப்படுத்தும் மேற்கத்திய அதிகாரம் கடுமையாகக் குறைத்துச் சுருக்கப்பட்டுள்ளது.

**ஆண்ட்ரே வில்செக்**

தென்னமெரிக்காவுக்கும் ஆப்பிரிக்கா அல்லது தென்கிழக்கு ஆசியாவுக்கும் இடையிலான ஒரு வித்தியாசம், சுமார் 20 ஆண்டுகளுக்கு முன்னர், லத்தீன் அமெரிக்காவின் "இருண்ட சகாப்த"த்தின் போது, மாற்றுச் சமூகத்திற்கான ஆற்றல் வாய்ந்த வேட்கை நிலவியது. தென்கிழக்கு ஆசியாவிலோ ஆப்பிரிக்காவிலோ மத்திய கிழக்கிலோ அதனை நான் காணவில்லை. உகாண்டா-கென்யாவிலிருந்து இந்தோனேசியா, பிலிப்பைன்ஸ் போன்ற அங்குள்ள பல நாடுகளில், "எதிர்ப்பு" எனப்படுவதே கூட மேற்கினால் முன்நிறுத்தப்படுவதாக இருக்கிறது. மாற்றத்திற்கான ஆசை, ஒரு நபரை இந்தோனேசியாவில் சுகார்த்தோவை அல்லது எகிப்தில் முபாரக்கை அதிகாரத்திலிருந்து இறக்குவதாக- தோன்றுகிறது. சமூக, பொருளாதார, அரசியல் அமைப்பு கூட மாறத் தேவையில்லை. லத்தீன் அமெரிக்கர்கள் அடைந்துள்ள நலன்களைப் பெற்றிட, உலகின் அப்பகுதியினருக்கு தசாப்தங்களின் பெரும் போராட்டங்கள் தேவைப்படும் என்றெண்ணுகிறேன்.

**நோம் சாம்ஸ்கி**

அதுபற்றி எனக்கு அவ்வளவு நிச்சயமில்லை. லத்தீன் அமெரிக்கா பெரிதும் கட்டுப்பாட்டில் இருப்பதாகத் தோன்றியது. அது நசுக்கப்பட்டிருந்தது, விடுதலை இறையியல் இயக்கம் நொறுக்கப்பட்டு அழிக்கப்பட்டிருந்தது. மக்கள் கொலை செய்யப்பட்டிருந்தனர். விமர்சனம் ஒரு மூலையில், ஆம் ஒரு மூலையில்தான் இருந்தது, வட ஆப்பிரிக்காவை விட எதுவும் மோசமாகத் தோன்றவில்லை ஓரிரு ஆண்டுகளில் அங்கு நிலைமை மாறிற்று.

**ஆண்ட்ரே வில்செக்**

பிரேசில், பொலிவியா, லத்தீன் அமெரிக்காவின் சில நாடுகளில் மாறியதைப் போல, ஆப்பிரிக்காவில் நிலைமை மாறப் போகிறது.

ஆனால் இப்போதைக்கு ஆப்பிரிக்காதான் உலகிலேயே மிகவும் நாசமாக்கப் பட்டுள்ள இடம். அங்கே காலனிய அதிகாரம் வலுப் பட்டிருப்பதாகத் தெரிகிறது, அங்கு நிகழும் குரூரங்கள் பதிலிகளால் நடத்தப்படுகின்றன-உள்ளூர் கூலிப்படையினரால்; ருவாண்டாவும் உகாண்டாவும் காங்கோ ஜனநாயகக் குடியரசை கொள்ளையடிக் கின்றன, எத்தியோப்பாவும் கென்யாவும் சோமாலியாவை அழிக்கின்றன. 2011 இல் கென்யா சோமாலியா மீது படையெடுத்தது. காலனியம் அதிகாரபூர்வமாக முடிவுற்றதிலிருந்து, இப்போது ஆப்பிரிக்கா மிகத் தாழ்ந்த நிலையில் இருந்து வருவதாகத் தோன்றுகிறது.

## நோம் சாம்ஸ்கி

இயற்கை வளங்கள் மிகுந்திருந்ததால் அதுமிக மோசமாக நாசமாக்கப்பட்டிருந்தது. இரண்டாம் உலகப் போருக்குப் பின்னே, அமெரிக்கா அபரிமிதமான அதிகாரம் பெறலாயிற்று. திட்டமிடுவோர் இதனைப் புரிந்து கொண்டதால், உலக அமைப்பை எப்படி ஒழுங்கமைப்பது என்பதற்கு விரிவான திட்டங்களை வகுத்தனர். ஜார்ஜ் கென்னான் தலைமையிலான அரசின் திட்டக்குழு, உலகின் ஒவ்வொரு பகுதிக்கும் "அதன் செயல்பாட்டை" ஒதுக்கீடு செய்தது. எடுத்துக் காட்டாக தென்கிழக்கு ஆசியாவின் செயல்பாடு, முந்தைய காலனிய அரசுகள் மறுகட்டமைப்பு செய்யத்தக்க வகையில், அவற்றிற்கு மூலப்பொருட்களையும் இயற்கை வளங்களையும் வழங்குவது. அப்புறம் அமெரிக்கத் தயாரிப்புகளை வாங்க அவர்களுக்கு வழிவகை கிடைக்கும்.

அத்திட்டக் குழு ஆப்பிரிக்காவுக்கு வந்த போது, அமெரிக்கா அங்கே ஆர்வங்கொள்ளவில்லை என்றெழுதினார் கென்னான்; எனவே தம் மறுகட்டுமானத்தின் பொருட்டு அதனை ஐரோப்பியரிடம் ஒப்படைக்கப்பட்டது. அப்படியே செய்யப்பட்டது. அதன் மூலம் அமெரிக்கா மேலாதிக்கம் செலுத்தும் அமைப்பின் அங்கமாக ஐரோப்பா ஆகும், அமெரிக்கச் சரக்குகள்-முதலீடுகளுக்கான சந்தையாகும் என்பது போல. ஆப்பிரிக்கா சுரண்டப்பட வேண்டும். மிகவும் சமீபத்தில் அமெரிக்காவுக்கு வேறு கருத்துக்கள் தோன்றி, அது ஆப்பிரிக்காவையும் சுரண்டியாக வேண்டும் என்ற நிலைக்கு வந்துள்ளது. எனவே அமெரிக்கா ஆப்பிரிக்காவிற்குள் நுழையத் தொடங்கியிருக்கிறது ஏனெனில், அங்கிருந்து நிறைய எண்ணெய், யூரேனியம் போன்ற தாதுக்களைப் பெறுகிறது.

ஆக அது ஐரோப்பியரால் மட்டுமின்றி அமெரிக்கராலும் இப்போது சுரண்டப்படப் போகிறது. ஆனால் சுரண்டலுக்கான

ஆதாரமாகவே ஆப்பிரிக்கா என்னும் கருத்து இயல்பானதே. பெரும் மனித நேயமிக்கவராகக் கருதப்படும் நபர் கென்னான், ஆனால் இதுபோன்ற ஒன்றை யாரும் குறிப்பிடவில்லை, ஏனெனில் அது இயல்பானது; நாம் ஏன் குறிப்பிட வேண்டும்?

**ஆண்ட்ரே வில்செக்**

இப்போது பிரான்ஸ் இதனை அப்பொருளில் எடுத்துக் கொண்டிருக்கிறது. டிஜிபவுடியிலிருந்து சோமாலியா வரை, மேற்கு சகாராவிலிருந்து லிபியா வரையில் ஆப்பிரிக்கா முழுவதும் பிரான்ஸ் வகிக்கும் பாத்திரம் நம்ப முடியாதது.

**நோம் சாம்ஸ்கி**

*பிரஞ்சுக்காரரின் பாத்திரம் பொதுவாக பயங்கரமானதாயிருக்கிறது. எழுச்சிகள் நடந்து நீண்ட நாட்களுக்குப் பிறகு, துனீஷிய சர்வாதிகாரி பென் அலியை பிரான்ஸ் ஆதரித்தது. கடைசியில் தருமசங்கடத்திற்குள்ளானது. ஆப்பிரிக்காவின் கொடூரமான ஆட்சியாளராக இருந்தது. இன்னும் அதைத் தொடர்கிறது.*

**ஆண்ட்ரே வில்செக்**

*பிரெஞ்சு நாட்டினர் எல்லா இடங்களிலும் தம் படைப்பிரிவு களைக் கொண்டுள்ளனர். டிஜிபவுட்டியில் பிரெஞ்சுப் படையினரைப் பார்த்தேன். வரலாற்றுரீதியில் அவர்கள் மிகவும் மிருகத்தனமான வர்கள் கண்டமெங்கிலும் நடவடிக்கைகள் மேற்கொள்ளும் பொருட்டு, பயிற்சி பெற அவர்கள் அங்கு இருந்தனர். இப்போது லிபியாவில் கொடுங்கனவிற்குள் விழித்தெழுந்திருக்கிறோம்; பிரான்ஸ் எத்தகு ஆற்றல் மிக்க பாத்திரத்தை மீண்டும் வகிக்கப்போகிறது என்பதை உணர்கிறோம்...அது ஆப்பிரிக்க மக்களுக்கு பயங்கரமான விதத்தில் நாசகரமாயிருக்கும். நிறைய எடுத்துக்காட்டுகளைத் தரமுடியும்.*

**நோம் சாம்ஸ்கி**

*மேற்கு சகாரா சுவையானது. அங்குள்ள சஹ்ராவி மக்கள் உண்மையிலேயே மக்களல்லாதவர்கள்! ஆப்பிரிக்காவிலுள்ள அதிகார பூர்வ கடைசிக் காலனியான அது, ஐ.நா. நிர்வாகத்தின் கீழிருந்தது காலனிய நீக்கத்திற்காக... ஆனால் 1975 இல் காலனிய நீக்கம் அறிவிக்கப்பட்ட மாத்திரத்தில் பிரெஞ்சு வாடிக்கையாளரான மொராக்கோவால் படையெடுக்கப்பட்டது. அங்கே மொராக்கோ நுழைந்தது, சுதந்திர அரசாங்கத்தைத் தூக்கியெறிந்தது, மொராக்கோ வாசிகளை குடியேற்றத் தொடங்கியது, அப்போதுதான், ஐ.நா. கோரியுள்ளபடி, கருத்துக்கணிப்பு நடக்கும் போது மொராக்கோ*

வாசிகள் ஆதிக்கம் செலுத்த முடியும். கொரில்லா சக்திகளின் பரவலான எதிர்ப்பு இருந்து வருகிறது, ஐ.நா.விடம் கோரிக்கைகளும் குற்றச்சாட்டுகளும் முன்வைக்கப்படுகின்றன.

மிகவும் சமீபத்தியது அரபு வசந்தத்தின் ஆரம்பத்திலேயே இருந்தது. உண்மையில் அரபு வசந்தம் துனீஷியாவில் எழும் முன்பு, மேற்கு சகாராவில் நிகழ்ந்தது. மேற்கு சகாராவில் அகிம்சைமுறை எதிர்ப்பாக, கூடார நகரங்கள் நிறுவப்பட்டன. உடனே மொராக்கோ படையினர் நுழைந்து அவற்றை அழித்தனர். சஹ்ராவி இதனை ஐநா.வில் எழுப்பினர். அமெரிக்க ஆதரவுடன் பிரான்ஸ் எந்த விசாரணை யையும் தடுத்தது. ஏனெனில் அவர்களின் வாடிக்கையாளரே இதனைச் செய்திருக்கிறார். இது அரபு வசந்தத்தின் ஒடுக்கு முறையினுடைய அங்கமாகப் பார்க்கப்படுவதில்லை, ஆனால் அதுதான் முதல் காலடி.

## ஆண்ட்ரே வில்செக்

மேற்கத்திய நலன்களின் பொருட்டு, ருவாண்டா- உகாண்டாவால் கொள்ளையடிக்கப்படும் காங்கோவில் இரண்டாம் உலகப் போருக்குப் பின் நடந்த மோசமான இனப்படுகொலைக்கு, மேற்கில் ஊடக கவனமே கிடையாது!

வட கென்யாவில் பெரிதும் சோமாலி அகதிகளைக் கொண்டுள்ள ததாப் அகதிகள் முகாம் என்ற இன்னொரு பயங்கர விஷயம் குறித்த படத்தை இப்போதுதான் முடித்துள்ளேன். உலகில் அதுவே மிகப் பெரும் அகதிகள் முகாம், சுமார் 6 இலட்சம் பேர் பாலைவனத்தில் வசிக்கின்றனர். சோமாலியா முற்றிலுமாக நிலைகுலைக்கப்பட்டு நொறுக்கப்பட்டு அழிக்கப்பட்டுள்ளது; அதன் கடற்கரை ஐரோப்பியக் கழிவால் நஞ்சேறியிருப்பதாகக் கூறப்படுகிறது.... முன்னாள் கென்ய பாராளுமன்ற உறுப்பினரான என் நண்பர், சோமாலி சமாதான ஒப்பந்தங்களை முன்னிறுத்த, கென்யா துணைபுரிய, மேற்கு எப்போதும் அம்முன்முயற்சிகளையெல்லாம் தகர்த்துவிட்டது, ஏனெனில் இஸ்லாமிய தேசியவாத ஆட்சியாளர் யாரையும் அங்கு விரும்பவில்லை என்று என்னிடம் கூறினார்.

## நோம் சாம்ஸ்கி

ஆம், ஒப்பீட்டளவில் அமைதியாயிருந்த காலகட்டங்களில் ஒன்றின் போது, இஸ்லாமிய நீதிமன்றங்களைத் தூக்கியெறிந்த எத்தியோப்பியப் படையெடுப்பை அவர்கள் ஆதரித்தனர். “பயங்கர வாதத்தை ஆதரித்துக்” கொண்டிருந்த பெரிய அறக்கொடை அமைப்பு அல்-பராக்கத்தை அமெரிக்கா அழித்தது பெரும் சாதனைகளாகக் குறிப்பிடப்பட்டவற்றுள் ஒன்றாயிருந்தது. அது ஒரு தவறென்று

பிற்பாடு ஒத்துக் கொண்டனர். உண்மையில் ஏராளமான சோமாலி உயிர்களைக் காப்பாற்றிட நிதியளித்தது அவ்வமைப்புதான். சோமாலி வங்கிகள், சோமாலி வர்த்தகம், மக்களுக்கு உணவு அளித்தல் என, அதனை குற்றவியல்பினதாக ஆக்கவும், அவையெல்லாம் நின்று போயின, அது எல்லா மட்டங்களிலும் வறண்டு கிடக்கின்ற நாட்டின் நொய்மையான இருப்பிற்கு இன்னோர் அடியாக விழுந்தது. சோமாலியாவின் கடற்பகுதிக்குள் நச்சுக் கழிவைக் கொட்டிடும் ஐரோப்பா, மீன்பிடிப்பரப்பை நாசமாக்கி வருகிறது ஆனால் மக்கள் கொள்ளையர்களாக மாறி வருகின்றனர் என்று புகார் செய்கின்றனர்.

19. கென்யாவின் ததாப் (Dadaab) அகதிகள் முகாமில் உள்ள தொடக்கப் பள்ளியில் சிறுமிகள் (காப்புரிமை: யாயோய் சேகி - Yayogi Segi)

## ஆண்ட்ரே வில்செக்

சோமாலியாவிலும் அதனைச் சுற்றிலும் நடந்து கொண்டிருப்ப தெல்லாம் பயங்கரமானது. மேற்குலகம் தனக்கேயான ரோட்வெய்லரை டிஜிபவுட்டியில் கொண்டுள்ளது-அது ஒருவித அமெரிக்க-பிரெஞ்சு இராணுவ தளமாகியிருக்கிறது-அதன் பாலைவனம் பிரெஞ்சு வீரர்களுக்கான பயிற்சித்தளமாகியிருக்கிறது. டிஜிபவுட்டி போல இவ்வளவு இராணுவமயமாக்கப்பட்ட இடத்தை பூமியில் எங்கேயும் நான் கண்டதில்லை! அது மாசுற்றதாக, ஆக்கிரமிப்பதாக, அடங்கிச் சேவகம் புரிவதாக உள்ளது. அங்குள்ள ஷெரட்டன் ஓட்டலில் காலை

வேளையில் உணவு தயார் செய்ய இராணுவத்தின் சமையற்காரர் தயாராக இருப்பார்!

பிரெஞ்சு விளையாட்டு மைதானமாகியுள்ள மேற்கு ஆப்பிரிக்கா இருக்கிறது. போனமுறை செனகலின் தக்காருக்கு சென்றபோது, பிரெஞ்சு இராணுவ சாகசங்களைக் கண்டேன்-பிரெஞ்சு காலனிய ஆட்சியாளர்களால் உலகமெங்கிலும் ஏற்றுமதி செய்யப்பட்ட; ஆப்பிரிக்க அடிமைகளுக்கான இடைநிலைப்புள்ளியாக விளங்கிய, வரலாற்றுச் சிறப்பு மிக்க கோர் தீவருகே, ஹெலிகாப்டரைத் தாங்கும் வாகனம், போர் விமானங்கள், இதர இராணுவ கலங்கள் கடந்து சென்றன. மிகவும் குறியீட்டுத் தன்மையிலானது என்பேன்- அவமானமில்லை. சகாரா அருகிலான ஆப்பிரிக்காவின் உள்ளே நேர்மறை வளர்ச்சிகள் இருப்பின், அது தென்னாப்பிரிக்காவிலேதான்.

**நோம் சாம்ஸ்கி**

இனஒதுக்கலுக்குப் பின்னே தென்னாப்பிரிக்கா நல்ல படியாக வளர்ந்துள்ளது-வர்க்கப் பிரச்சனைகளில் அல்ல-நீங்கள் நன்கறிவீர்கள். அது மட்டும் நிலைத்து விட்டதாக நீடிக்கிறது. சொகுசு வாகனங்களில் கருப்பு முகங்களைப் பார்க்க முடியும், ஆனால் வறுமைப்பட்ட பெரும்பான்மையினருக்கு துன்பகரமான நிலைகளே தொடர்கின்றன.

**ஆண்ட்ரே வில்செக்**

அது ANC யால் மட்டும் ஏற்பட்டு விடவில்லை. முதலாவது ANC அரசாங்கத்தின் மீது வெளிநாடுகளிலிருந்து பொருளாதாரத்தை நடத்திடும் விதிமுறைகள் திணிக்கப்பட்டது பகுதி காரணம். இம்மக்கள் மிகுதியான நேரத்தைச் சிறைகளில் கழித்தவர்கள், வெளி உலகம் தெரியாதவர்கள். இவர்கள் கோர்பசேவைப் போல தந்திரங்களுக்கு உள்ளானவர்கள் (மேற்கு முன் வைத்த நிதி-பொருளாதார நிபந்தனைகளை ANC பின்பற்றாவிடில் தண்டனை கிடைக்கும் என்ற அச்சுறுத்தல்கள் நிலவின.)

**நோம் சாம்ஸ்கி**

அதுபற்றி எனக்கு அவநம்பிக்கையே. மேட்டுக்குடியினர் அனுபவிக்கும் சிறப்புரிமைகளில் தமக்குப் பங்குண்டு என்று அவர்கள் உணர்ந்தனர் என்று நினைக்கிறேன். சீக்கிரமே நவ-தாராளச் சமுகத்தைக் கட்டியெழுப்பினர். அதனை மேற்கொள்ளுமாறு நிர்ப்பந்திக்கப்பட வில்லை என்றே கருதுகிறேன். பிற இடங்களிலும் இது நிகழ்ந்தது என்றே உணர்கின்றேன். சாண்டினிஸ்தா நிகரகுவாவை எடுத்துக் காட்டாகப் பார்ப்போம் அதன் தலைமை நிகரகுவாவின் மேட்டுக் குடியினர். அதிகாரம் கிடைத்த மாத்திரத்தில் மேட்டுக் குடியினர்

வாழ்ந்தது போன்றே வாழ ஆசைப் பட்டனர்...பிற்பாடு பினாடா வந்தது உங்களுக்குத் தெரியும்...அப்புறம் ஊழல் மண்டிய அரசாங்கம் ஹீம்பர்டோ ஆர்ட்டெகா, மணாகுவாவின் மத்தியில் பெரிய வேலியிடப்பட்ட சொத்தினை வைத்திருந்தார். புரட்சிகரத் தலைவர்கள் மேட்டுக்குடியைச் சேர்ந்தவர்கள். தீரமாகச் சண்டையிட்டனர், சர்வாதிகாரத்தை கவிழ்ப்பது எளிதான விஷயமில்லை; ஏராளமானோர் கொல்லப்பட்டனர்; தென்னாப்பிரிக்காவில் மக்கள் வதைபட்டனர், நாடுகடத்தப்பட்டனர். ஆனால் இத்தலைவர்கள் அதிகாரத்திற்கு வந்ததும், தாம் நீக்கியவர்களின் வகை மாதிரியிலேயே செல்லத் தொடங்கினார்கள்.

இனவொதுக்கல் முடிவுக்கு வந்ததும் கேப்டவுனில் இருந்தேன் அதிருப்தியாளர்களைச் சந்திக்க முடிந்தது. நகரின் ஆடம்பர ஓட்டலில் நடந்த மதுவிருந்திலிருந்து தற்போது தான் வருவதாக ஒரு கருப்பின செயல்பாட்டாளர் குறிப்பிட்டது நினைவில் இருக்கிறது. செல்வந்த ரெல்லாம் அங்கிருந்தனர், அது குறித்து ஒவ்வொருவரும் உற்சாகம் காட்டினர். அது பொதுவான மனநிலையாகத் தோன்றியது, ஆனால் தெற்கு ஆசிய பின்புலன் உடையவர்களிடையே அது குறைந்து காணப்பட்டது-அவர்கள் இன்னும் போராட்ட குணமிக்கவர்களாகத் தென்பட்டனர். ஸ்டீவ் பிக்கோ மற்றும் இயக்கத்தின் சாதிக்கப்படாத வாக்குறுதி பற்றி இன்னும் பேசிக்கொண்டிருந்தனர். வரம்புக்குட்பட்ட தனிப்பட்ட அனுபவங்களை வைத்து அதிகம் பேச விரும்பவில்லை; ஆனால் அதனடிப்படையிலும் நான் எதிர்ப்பியக்கம் மிக எளிதாக, மேட்டுக்குடியினரின் நவ-தாராள சட்டகத்தின் அதிகாரத்தில் வந்தமர்ந்து விட்டது என்று தோன்றுகிறது; அது பெரும்பான்மை மக்களை ஓரங்கட்டுகிறது

## ஆண்ட்ரே வில்செக்

அவர்கள் அதனை எளிதாகப் பெற்றுவிடவில்லை. உண்மை மற்றும் சமரச ஆணைய விசாரணையின் போது கேப்டவுனில் இருந்தேன்; வெள்ளையினத் தொழில் முறையிலானவர்கள் அதிகம் வெளியேறினர்; இனஒதுக்கலின்போது நாட்டை ஆள அனுமதிக்கப் பட்டவர்கள் அவர்கள் மட்டுமே. அவர்களெல்லாம் கனடா, ஆஸ்திரேலியா, அமெரிக்காவுக்குச் சென்றுவிட,. பொருளாதாரம் பாதிக்கப்பட்டது; நாட்டின் மொத்த வளர்ச்சி சரிந்தது, நாடு வடித்தெடுக்கப்பட்டது. எந்த அளவுக்கு சீர்திருத்தங்களை ANC முன்வைத்ததோ, அந்த அளவுக்கு தொழில் முறையிலானவர்கள், குறிப்பாக வெள்ளையர்கள், நாட்டை விட்டு வெளியேறி விடுவதாக அச்சுறுத்தினர்.

## நோம் சாம்ஸ்கி

ஆனால் அது வழமையானது. எடுத்துக்காட்டாக சாவேஸ் அதிகாரத்திற்கு வந்ததும், வெனிசுலாவிலிருந்து முதலீடு பெருமளவில் வெளியேறிற்று. அவர் சிறிது காலம் அதிகாரத்தில் இல்லாதுபோனதும் அது திரும்பிற்று. ஹைத்தியில் அரிஸ்டைட் விஷயத்தில் இதுதான் நிகழ்ந்தது. முதலீட்டுப் பாய்ச்சல் சுதந்திரமாயிருக்கும் மட்டும், எந்தவொரு சீர்திருத்தத்திற்கும் எதிரான பெரிய ஆயுதமாக அது இருக்கும். இது தொழில் நுட்பப் பொருளாதார நூல்களிலும் விவாதிக்கப்பட்டிருக்கிறது. அரசாங்கங்கள் எப்படி "இரட்டைத் தொகுதிகளை" கொண்டுள்ளன என்று அவை பேசுகின்றன. தம் மக்கள் உள்நாட்டு-சர்வதேச முதலீட்டாளர் சமுதாயம் என இரண்டை கொண்டுள்ளன- அது அரசாங்கக் கொள்கைகள் மீது "கணத்திற்கு கணம்" வாக்கெடுப்பு நடத்துகிறது; அக்கொள்கைகள் பிடிக்காமல் போனால், நாணய வீழ்ச்சி, முதலீட்டின் பாய்ச்சல், இதர நடவடிக்கைளின் அடிப்படையில் , அவற்றைத் தடுக்கின்றது. மற்றும் சர்வதேச முதலீட்டுச் சமுதாயமாகிய இரண்டாம் தொகுதி, மக்களை வென்று விடும் எப்போதுமல்ல, ஆனால் அது வலுவான சக்தியாகும். எனினும் இந்தச் சக்தியை கட்டுப்படுத்தவும் முடியும். மாபெரும் பொருளாதார வளர்ச்சியின் போது கொரியாவை எடுத்துக் கொள்ளலாம்; அவர்கள் முதலீட்டுப் பாய்ச்சலை தடுக்க மட்டும் செய்யாமல், அதற்கு மரணதண்டனை விதித்தனர். செய்யக் கூடியவை இருக்கின்றன.

மிகவும் நாசமாக்கப்பட்ட பகுதிகளில் கூட, விடுதலை இயக்கங் களுக்கு கணிசமான சாதனைகள் இருந்துள்ளன என்பதை நினைவில் கொள்ள வேண்டும். 1975 இல் இந்தோனேசியாப் படையெடுப்பையும் கிழக்கு திமோர் ஆக்கிரமிக்கப் பட்டதையும் எடுத்துக் கொள்ளலாம். போருக்குப் பிந்தைய காலத்திலான கொடூரமான அதிக்கிரமங்களை உடையது அது; இனப்பேரழிவுக்கு நெருக்கமானது. அமெரிக்கா ஆதரித்தது; பிரிட்டனும் ஆஸ்திரேலியாவும் ஆதரித்தன. மற்ற மேற்கத்திய அரசுகளும். ஆதரித்த இம்மேற்கத்திய நாடுகளுக்குள்ளே மக்கள் ஆக்கிரமிப்புக்கு எதிர்ப்பு தெரிவித்தனர். உங்களையும் வேறு பலரும் போல, இதில் நான் மிகவும் ஈடுபாடு கொண்டிருந்தேன், ஆனால் நம்மால் எதையும் சாதிக்க முடியவில்லை. கடைசியில் 1999 இல் 2,50,000 பேரை நகரிலிருந்து துரத்தியடித்த மிகப்பெரிய டிலி படுகொலைக்குப் பிறகு, போதுமான உள்நாட்டு-சர்வதேச அழுத்தம் வரவே, தாக்குதலை நிறுத்துமாறு இந்தோனேசிய தளபதிகளுக்கு கிளின்டன் உத்தரவிட்டார். ஒரு நாளுக்குள் அது ஓய்ந்தது. 25 ஆண்டுகளுக்கு முன்னரே அது நிறுத்தப்பட்டிருக்க முடியும், ஆனால்

போதுமான அழுத்தம் இருந்ததில்லை மேற்கில் இது எப்படிச் சித்தரிக்கப்பட்டது என்பது சுவையானது. இந்தோனேசிய இராணுவம் கிளம்பியதும், ஆஸ்திரேலியா தலைமையிலான ஐ.நா. சமாதானப்படை நுழைந்தது, அது மிகப்பெரிய மனிதாபிமான தலையீடுகளில் ஒன்றாகும் என்று சித்தரிக்கப்பட்டது.

**ஆண்ட்ரே வில்செக்**

இரண்டாவது விளக்கம் கூட இருக்கிறது-ஆஸ்திரேலியா ஆழ்கடலில் எரிவாயுவைக் கண்டறிந்தது, பெரிய இந்தோனேசியாவை விடவும் பலவீனமான கிழக்கு திமோரை சமாளிப்பது எளிது.

**நோம் சாம்ஸ்கி**

ஆஸ்திரேலியருக்கு எரிவாயு பற்றி எப்போதோ தெரியும். "இந்தோனேசிய பிரதேச கிழக்கு திமோரின் எண்ணெய்" எனப்படுவதற்கு, ஆஸ்திரேலியாவுக்கு வழிவகை செய்து தந்திடும் ஒப்பந்தத்தை ஆஸ்திரேலியாவும் இந்தோனேசியாவும் செய்திருந்தன. அது ஒன்றே, கிழக்கு திமோரை இந்தோனேசிய பிரதேசமாக அதிகார பூர்வமாக அங்கீகரித்தது. அப்போதைய ஆஸ்திரேலிய வெளியுறவுத் துறை அமைச்சர் கேரத் எவான்ஸ், இந்தோனேசிய வெளியுறவுத்துறை அமைச்சர் அலி அலாடசுடன் ஒப்பந்தத்தில் கையெழுத்திடும், புகழ்வாய்ந்த நிழற்படம் இருக்கிறது. இந்தோனேசியப்பிரதேசம் கிழக்கு திமோரில் எண்ணெய் எடுக்கும் உரிமத்தை ஆஸ்திரேலியா பெற்றதை அவர்கள் குடித்துக் கொண்டாடினர் இந்தோனேசிய படையெடுப்பையும் அதிக்கிரமங்களையும் ஆதரித்த அவமான கரமான பாத்திரத்தின் வெளிச்சத்தில் , ஆஸ்திரேலிய செயல்பாட்டு இயக்கத்தின் அழுத்தம் வந்தது; "உலகம் நீதியற்றதாக, வன்முறையில் ஆக்கிரமித்துக் கொள்வதான நிகழ்வுகளைக் கொண்டுள்ளது, அதில் இதுவும் ஒன்று எனவே பொருட்படுத்த வேண்டியதில்லை" என்று எதிர்வினை ஆற்றினார். அது "இனப்படுகொலைக்கு நெருக்கமானது" என்றால், "சம்பவங்கள் நிகழ்கின்றன" என்றார்.

இயக்கத்தைப் "பாதுகாக்கும் பொறுப்புணர்"வின் நாயகனாக கேரத் எவான்ஸ் இப்போது உள்ளார். The Economist அவர் துயரத்தில் அமர்ந்திருக்கும் நிழற்படத்துடன் ஒரு கட்டுரை வெளியிட்டது. ஏனெனில் அவரது ஆயுள் முழுதும் வழிகாட்டியாக இருந்துள்ள, பலவீனமானவரைப் பாதுகாத்திடும் "தீரமான ஆனால் வேட்கைமிக்க" அர்ப்பணிப்பு இருந்தும், உலகில் பயங்கரமானவை நிறையவே நடந்து கொண்டிருக்கின்றன. ஆனால் கிழக்கு திமோரில் அனேகமாக இனப்பேரழிவுக்கு அவர் அளித்த ஆதரவால் அலி அலாடாசுடனான படத்தை அவர்கள் வெளியிடவில்லை. ஏனெனில், உலகம் இத்தகு

சம்பவங்களால் நிறைந்துள்ளது. நல்லது, ஆஸ்திரேலியா எரிவாயு பெற வழி கிடைத்துவிட்டது.

ஆஸ்திரேலியா மிகச் சுவையானது. இரண்டாம் உலகப் போரினை திரும்பிப் பார்த்தால், ஜப்பானியர் தெற்கினை நோக்கிச் சென்று கொண்டிருந்தனர், ஆஸ்திரேலியா மீது படையெடுக்கத் திட்டமிட்டிருக்கக் கூடும். வழியில் இருந்தது திமோர். தீவிலிருந்த 200 ஆஸ்திரேலிய அதிரடிப் படையினர் ஜப்பானியரை விரட்டிக் கொண்டிருந்தனர்; திமோரிய மக்கள் ஆஸ்திரேலியரை வலுவாக ஆதரித்தனர், 60,000 திமோர் மக்கள் கொல்லப்பட்டிருக்கலாம். ஆஸ்திரேலியர் அதனை ஞாபகத்தில் வைத்துள்ளனர். 'என்தாத்தா அங்கிருந்தார், என் மாமா அங்கிருந்தார்' என்ற ரீதியில் ஆஸ்திரேலியா கிழக்கு திமோரை நடத்திய விதம் குறித்த சினத்தின் நீரோட்டம் இருந்தது. அது ஒரு துடிப்பான இயக்கமானது. ஜோஸ் தாமோஸ் ஹோர்டாவின் (நாடுநீங்கிய கிழக்கு திமோர் ஜனநாயக குடியரசின் வெளிவிவகார அமைச்சர்) அழைப்பின் பேரில், கிழக்கு திமோர் அகதியர் சங்கத்தில் உரையாற்றிட அங்கிருந்தேன். அப்போது அவர்களது முதலாவது கூட்டங்களாக அவை இருந்தன; சிட்னி,மெல்பர்ன் போன்ற இடங்களில் பெரும் கூட்டங்களுடன் மக்கள் ஆதரவு இருந்தது. ஆனால் எவான்சும் அரசாங்கமும் ஒப்பந்தத்தை இறுதி செய்தனர்.

ஆனால் 1999இல் கிளின்டன் தன் நிலையை மாற்றிக் கொள்ள, இது முறிந்துபோனது. கிளின்டன் மீது ஏகப்பட்ட அழுத்தம் விழுந்தது; சந்தர்ப்பவசமாக, கத்தோலிக்க சமுதாயத்திடம் நெருக்கமாயிருந்த அமெரிக்க வலதுசாரியின் செல்வாக்குள்ள நபர்களிடமிருந்து அது வந்து கொண்டிருந்தது. கிழக்கு திமோர் ஒரு கத்தோலிக்க நாடு. அத்துடன் சர்வதேச எதிர்ப்பும் இருந்தது. கிழக்கு திமோரின் ஆக்கிரமிப்புக்கான ஆதரவை அவர்களால் நீட்டிக்க இயலாதிருந்தது. அது ஒரு காரணி, வேறு பல காரணிகளும் இருந்தன என்றெண்ணுகிறேன்.

## ஆண்ட்ரே வில்செக்

இறுதியில் கென்னடிகளும் கிழக்கு திமோரில் ஈடுபட்டிருந்தனர். 1996 இல் எர்மெர படுகொலைக்குப்பின் கிழக்கு திமோரில் கைதான நான், உளவுத்துறை அலுவலத்திற்கு அனுப்பப்பட்டு, வதைக்கப் பட்டேன்; அமெரிக்கத் தூதுவரக தலையீட்டினாலேயே விடுவிக்கப் பட்டேன். அப்புறம் ஜகார்த்தா சென்ற என்னை ஒரு தூதரக நபர் சந்தித்தார். "கிழக்கு திமோர் விஷயத்தை எழுப்பிட இது நல்ல நேரம், ஏனெனில் கென்னடி குடும்பம் இதில் பெரும் ஆர்வம் காட்டுகிறது, ஈடுபட்டிருக்கிறது, கிழக்கு திமோரை இந்தோனேசியா ஆக்கிரமித்ததை கடுமையாக விமர்சிக்கின்றனர்."

இந்தோனேசிய துருப்புகள் கிளம்பியதும், திமோர் லெஸ்டியின் தலைமை, ஆஸ்திரேலியாவுடனும், சர்வதேச சமுதாயம் என அழைக்கப்பட்டதுடனும் எரிவாயு படிமங்கள் தொடர்பாக அவர்களது ஒப்பந்தங்கள் பற்றியும் ஆஸ்திரேலியா அவர்களை மிரட்டியது பற்றியும் மிக மோசமான விமர்சனங்களை எதிர் கொண்டனர் என்று என்னால் சொல்ல முடியும்.

**நோம் சாம்ஸ்கி**

இந்தோனேசியாவுடனான அமெரிக்க உறவுகளை உண்மையில் மாற்றியிருப்பதில் ஓர் அம்சம், 1998 இல் சுகார்த்தோ பதவியில் நீடிக்க முடியாமல் போனது என்றெண்ணுகிறேன். பெரும் மக்கள் எழுச்சி இருந்தது, மாணவர் போராட்டங்கள் நடந்தன, IMF சுகார்த்தோவிடம் அதிருப்தி அடைந்திருந்தது. IMF இன் பிரெஞ்ச் தலைவர் கைகளை குறுக்கே கட்டியபடி அமர்ந்திருக்க, சில கொள்கைகளை நிறைவேற்றுமாறு IMF ஆணையிட, தலைவணங்கும் சுகார்த்தோ அமர்ந்துள்ள நிழற்படம் இந்தோனேசியா எங்கிலும் சுற்றுக்கு விடப்பட்டது. அவ்வேளையில் அரசுச் செயலர் மேடலின் அல்பிரைட், "இந்தோனேசியாவில் ஜனநாயகத்துக்கு மாறுவதற்கான நேரம் அது" என்று கடிதம் எழுதினார். நான்குமணி நேரத்தில் சுகார்த்தோ பதவி விலகினார்.

**ஆண்ட்ரே வில்செக்**

ஆம், எனக்கு சொந்த கோட்பாடுண்டு. அவ்வெழுச்சிகளின் போது, திரிசக்தி பல்கலைகழகத்தில் மாணவர்களுடன் வசித்துக் கொண்டிருந்தேன். திரிசக்தி உயர்வகுப்பினரின் பல்கலைக்கழகமாகவும், புரட்சியை, அடிப்படை மாற்றத்தை இந்தோனேசிய சமூகத்தில் முன்னெடுத்துச் செல்வதில் ஆர்வங்காட்டாதவர்களாக மாணவர்கள் இருந்ததாலும் எனக்கு ஈர்ப்பு உண்டாகவில்லை. சுகார்த்தோ பதவிவிலக வேண்டும் என்றே கோரினர், தனியொருவரின் பதவி விலகல், ஒட்டுமொத்த அமைப்பைச் சரி செய்து மேம்படுத்திவிடும் என்பது போல இருந்தது. ஆழமான பொருளாதார- நிதி நெருக்கடியின் போது நிகழ்ந்தவை யெல்லாம், முக்கியமான சில தொழில்களை தன்னுடைய-தன் குடும்பத்தினர் கைகளிலே -இருத்திக் கொள்வதில் கடைசி வரை சுகார்த்தோ முனைப்பு காட்டினார்; அதே வேளையில் அவற்றை தனியார்மயமாக்கவோ அந்நிய முதலீட்டாளரிடம் விற்கவோ தயாராயில்லை.

இது IMF மேற்கு இரண்டிற்கும் அதிகபட்சமாயிருந்தது என்றெண்ணுகிறேன். இன்னும் வலதுசாரிச்சார்புள்ள அரசாங்கம்

இந்தோனேசியாவைக் கைக் கொண்டு, அனைத்து தொழில்களையும் இயற்கை வளங்களையும் மேற்கின் அந்திய கம்பெனிகளிடம் ஒப்படைத்து விட வேண்டும் என்றே அவர்கள் விரும்பினார்கள். கடைசியில் அது நடந்தது, ஏனெனில் சுகார்த்தோ பதவி விலகியதும், உயர் மட்டங்களிலிருந்து சமூகத்தின் அனைத்து மட்டங்களுக்கும் ஊழல் பரவிற்று, அநேகமாக எல்லாமும் தனியார் மயப்படுத்தப்பட இருந்தன. அளப்பரும் இயற்கை விளங்களுடைய ஒட்டுமொத்த நாடும் திடீரென விலைபோக இருந்தது. விலை மட்டும்தான் பிரச்சனை.

மேற்கத்திய ஆலோசகர்கள் எகிப்தில் இந்தோனேசிய முன் மாதிரியை பரப்புரை செய்து கொண்டிருப்பது முக்கியமானது. அரபு வசந்த நாடுகள் இந்தோனேசிய பொருளாதார- "ஜனநாயக" முன்மாதிரியை பின்பற்ற வேண்டும் என பெருந்திரள் ஊடகமும் ஆலோசனை கூறுகின்றது. இந்தோனேசியா நிலைகுலைந்து கொண்டிருக்கும் ஒரு நாடு, வறுமையில் உழலும் பெரும்பான்மை யினர் நலன்களைப் பாதுகாத்திட ஆயத்தமாக ஒரு அரசியல் கட்சி கூட **அங்கில்லை.** மற்றும் வெகுவாகப் புகழப்படும் பொருளாதார **வளர்ச்சி,**மேட்டுக் குடியின் சிறிய கும்பலால் இயற்கை வளங்கள **கொள்ளை**யடிக்கப்பட்டதன் மூலம் சாதிக்கப்பட்டது என ஒரு போதும் குறிப்பிடப்பட்டதில்லை, விளக்கப்பட்டதில்லை.

# 9. அமெரிக்க அதிகாரத்தின் வீழ்ச்சி

**ஆண்ட்ரே வில்செக்**

உலகமெல்லாம் தன் அதிகாரத்தை நிலைநாட்டிக் கொண்டிருக்கும் பேரரசாக அமெரிக்காவையும் ஐரோப்பாவையும் பார்க்கிறேன். லத்தீன் அமெரிக்கா, சீனா, ஈரான் போல எதிர்ப்புப் பகுதிகள் இன்னும் உள்ளன. ஆனால் எஞ்சியிருக்கும் உலகிற்காக தந்திரவித்தைகள் செய்வதற்கான வெளி குறைந்து, வருகிறது; குறைந்தபட்சம் எனது கள அனுபவத்திலிருந்து, நீங்கள் நன்னம்பிக்கை மிக்கவர் என்பதை அறிவேன்..

**நோம் சாம்ஸ்கி**

அமெரிக்க அதிகாரத்தின் உச்சம் 1940 களில் இருந்தது. அதனின்றும் சரிந்து வருகின்றது. 1945 இல் அமெரிக்கா உலகின் பாதிசொத்தைப் பெற்றிருந்தது-அபரிமிதமான பாதுகாப்பு, அட்லான்டிக் - பசிஃபிக் பெருங்கடல்கள் இரண்டினதுமாகிய பெரும்பாலான பிறகடற் புறங்கள் சேர்ந்த, புவியின் அரைக் கோளத்தின் மீது கட்டுப்பாடு இருந்தது. மற்ற தொழில் சமூகங்கள் நாசமாக்கப்பட்டன, அழிக்கப்பட்டன. அமெரிக்கா ஜப்பானை ஆக்கிரமித்திருந்தது, மேற்கு ஐரோப்பாவில் அடிப்படைக் கட்டுப் பாட்டைக் கொண்டிருந்தது. அமெரிக்காவும் பிரிட்டனும் ஐரோப்பாவில் நுழைந்ததும் செய்த முதல் வேலை, ஃபாசிசத்திற்கு எதிரான முகாம்களை அழித்ததும் சக்தி வாய்ந்த தொழிலாளர் இயக்கங்களை பலவீனப்படுத்தியதும், ஃபாசிச உடந்தையாளர்களை உடைய மரவழி அரசுகளை மீட்டதும் ஆகும்.

அவர்கள் இத்தாலிக்குச் சென்ற போது 1943 இல் அது தொடங்கியது அது, பிற இடங்களில் தொடர்ந்தது; ஆற்றல் வளமிக்க மத்திய கிழக்கின் விளிம்போரமாயிருப்பது என்று கருதப்பட்ட கிரேக்கத்தில் அது மிருகத் தனத்துடன் மேற்கொள்ளப்பட்டது. ஐரோப்பாவில் தொழில் துறையின் மையமாக ஜெர்மனி இருக்கும் என்பதை அறிந்த அவர்களுக்கு கவலையளிப்பது இருந்தது அதுவே, எனவே ஜெர்மனியை எப்படிக் கையாள்வது என்பது உண்மையான பிரச்சினையாக இருந்தது. பிரித்தானியர்களுக்கும், அமெரிக்கர்களுக்கும் கிழக்கு ஜெர்மனியிலிருந்து வந்து கொண்டிருந்த கருத்துக்கள் கவலையளித்தன. தொழிலாளர் இயக்கத்தை திரட்டுவது போன்ற தீவிர எண்ணப் பரவலைத் தடுத்திட,

கிழக்குமண்டலத்திருந்து மேற்கு ஜெர்மனியைப் பிரிக்க "சுவர் எழுப்ப வேண்டும்" என்று வாதிட்டார், ஜார்ஜ் கென்னான் என்ற திட்டமிடுபவர், மரபார்ந்த வழியில் ஜெர்மனி மறுகட்டுமானம் செய்யப்பட்டது. தொழிலாளர் சங்கங்கள் பலவீனப்படுத்தப்பட்டன.

பிரான்சில் தொழிற்சங்கங்களை நொறுக்கிட, வேலை நிறுத்தங் களை முறியடிப்போர் தேவைப்பட்டனர். சங்கமாகிவிடும் தொழிலாளர் களை வீழ்த்த இதுதான் இயல்பான வழிமுறையாயிருந்தது. ஆனால் மார்செய்ல்ஸின் துறைமுகத் தொழிலாளர்கள், இந்தோசீனாவை மறுவெற்றி கண்டிட முயலும் பிரெஞ்சு முயற்சிக்கு உதவிட, இந்தோசீனாவுக்கு எடுத்துச் செல்வதில் தலையிட்டனர். வேலை நிறுத்தங்களை முறியடித்து, தொழிலாளர் இயக்கத்தை நொறுக்க வேண்டுமானால், அதற்கான நபர்கள் தேவை. இதில் தேர்ந்தவர்கள் நிழல் உலகத்தினர் (மாஃபியா). ஆனால் நாஜிகள் நிழல் உலகத்தினரை அழித்தனர், அவர்கள் போட்டியை விரும்பவில்லை. ஆதலின் சிசியிலும் தெற்கு பிரான்சிலும் (கார்சிக நிழல் உலகம்) அமெரிக்கா அதனை மாற்றியமைத்தது. தொழிற்சங்கங்களை நிழல் உலகத்தினர் நொறுக்குவதற்குப் பணம் தர வேண்டும். ஹெராய்ன் தொழில் மீதான கட்டுப்பாட்டை நிழல் உலகத்திற்கு தந்துவிட்டனர். அதுதான் புகழ்வாய்ந்த பிரெஞ்சுத் தொடர்பு, தெற்கு பிரான்சில் வளர்ந்த அது, உலகெங்கிலும் பரவிற்று.

கவிழ்த்தல், குறுக்கிடுதல் போன்றவை உள்ள இடங்களிலெல்லாம் போதை மருந்து தொடர்ந்துவிடும். CIA அரசாங்கத்தைத் தூக்கி யெறிந்து, தொழிற்சங்கங்களைக் கவிழ்ப்பது போன்று ஈடுபடுவதற்கு ஆட்கள் தேவை, அப்புறம் கருப்புப் பணம் தேவை-அடையாளம் காணமுடியாத பணம் தேவை. இவை ஒருங்கிணைந்தால் சரியாகச் செயல்படும், உலகெங்கிலும் இது பொதுவானது. இது குறித்த சாராம்சமான நூலை (The Politics of Heroin) வரலாற்றாளர் ஆல்ஃபிரெட் மக்காய் எழுதியுள்ளார்.

ஜப்பானில் இதுவே நிகழ்ந்தது. ஜப்பானின் அதிகாரபூர்வ தலைவர் (1945-8) டக்ளஸ் மக்ஆர்தர், போர் முடிந்த ஆண்டுகளின் ஆரம்பத்தில் ஜப்பானில் ஜனநாயக வளர்ச்சியை அனுமதித்தார். தொழிற்சங்கம் அமைத்தல், ஜனநாயக முன் முயற்சிகள் முதலியற்றை அனுமதித்தார். வாஷிங்டனில் இருந்த தாராளவாதிகள் இதனை அறிந்ததும், திகிலடைந்து, 1947 இல் நுழைந்தனர். இது "பின்னோக்கிய போக்கு" எனப்பட்டது-அவர்கள் இவற்றையெல்லாம் நொறுக்கிவிட்டு பெரு நிறுவனங்களின் அதிகாரத்தை மீட்டனர். ஃபாசிச அமைப்பு போன்ற ஒன்றினை மீட்டமைத்தனர்.

## ஆண்ட்ரே வில்செக்

CIA முகவரும் ஜப்பானின் மிகப்பெரும் ஊடகக்குழு யொமியூரி குழுமத்தின் தலைவருமான ஷோரிகி மட்சுடாரோ போன்றவர்களைப் பயன்படுத்திக் கொண்டனர்.

## நோம் சாம்ஸ்கி

பழைய ஜப்பானிய போர்க் குற்றவாளிகளை பொறுப்புகளில் அமர்த்தினர். உலகெங்கும் இது நடந்தது. எப்படியாயினும் அது அமெரிக்க அதிகாரத்தின் உச்சமாயிருந்தது, அப்புறம் அது சரியத் தொடங்கியது. 1949 இல் சீனா விடுதலை பெற்றது பெரும் அடியாக இருந்தது-அமெரிக்கா மறுகட்டமைப்பு செய்ய முற்பட்டிருந்த, உலக அமைப்பின் முக்கிய அங்கமாக சீனா கருதப்பட்டதால். சீனாவை இழந்ததற்கு யார் பொறுப்பு என்பது தொடர்பாக அமெரிக்காவில் நிறையவே பேசப்பட்டிருக்கிறது- நாம் வைத்திருந்த சீனாவை இழந்து விட்டோம், இழப்புக்கு யாரோ காரணமாய் உள்ளனர் என்ற ரீதியில் இருந்தது இப்பேச்சு. சரிவிலிருந்த முதல் நேர்வு அது, தென்கிழக்கு ஆசியாவை இழக்கப்போவது குறித்த கவலையை அது முடுக்கி விட்டது; அப்போது அமெரிக்கக் கொள்கை தென்கிழக்கு ஆசியா பக்கம் திரும்பியிருந்தது.

போர்முடிந்த ஆரம்ப கட்டத்தில், கொள்கை சார்ந்த முன் முயற்சிகளில் முரண் நிலவியது. அப்பிராந்தியத்தின் பழைய ஏகாதிபத்திய அமைப்புகளை அமெரிக்கா எதிர்த்தது ஏனெனில் அவை அமெரிக்காவின் பொருளாதார மற்றும் பிற தலையீடுகளைத் தடுத்தன; அவை தேசியவாத இயக்கங்களின் வளர்ச்சியையும் எதிர்த்தன. எனவே பல்வேறிடங்களில் முரண்படும் கொள்கைகள் வடிவம் எடுத்துக் கொண்டிருந்தன. எடுத்துக்காட்டாக, இந்தோனேசியாவில், 1948 மடியுன் படுகொலைக்குப் பிறகு, சுகார்னோவை (இந்தோனேஷியாவின் முதல் அதிபர், 1945-67) ஆதரிக்க அமெரிக்கா தீர்மானித்தது. ஆனால் இந்தோசீனாவில் 1940 களின் பிற்பகுதியில் ஊசலாட்டம் கொண்டிருந்த அமெரிக்கா, பிரெஞ்சு மறுவெற்றியை ஆதரிப்பதை நோக்கித் திரும்பிற்று. ஆனால் அவர்களது உண்மையான கவலை இந்தோசீனா இல்லை, மாறாக இந்தோனேசியாவே. இந்தோனேசியா இயற்கை வளங்களையுடைய முக்கியமான பெரிய நாடாக இருக்க, இந்தோசீனா அவ்வளவு பொருட்படுத்தத் தகுந்ததாக இல்லை. ஆனால் “சிக்கல்” வியட்னாமி லிருந்து தாய்லாந்திற்கும் இந்தேனேசியாவிற்கும் கூட, ஜப்பானுக்கும் கூட பரவிவிடும் எனப் பயந்தனர். சுதந்திர தென்கிழக்கு ஆசியாவுக்கு இடமளித்து, அதன் வர்ததக-தொழில் மையமாகிவிடும்

வாய்ப்பு ஜப்பானுக்கு இருந்ததாக கவலை கொண்டனர். இரண்டாம் உலகப் போரின் பசிஃபிக் கட்டத்தை அமெரிக்கா இழந்து விட்டது என்பது அதன் பொருள்; ஆசியாவின் புதிய அமைப்பு என அவர்களால் அழைக்கப்பட்டதாக வளர்ச்சியடைவதிலிருந்து ஜப்பானைத் தடுக்கவே அது நடந்தது. ஏறக்குறைய அது போன்றது. 1950 இல் அமெரிக்கா, இரண்டாம் உலகப் போரில் பெற்றதை இழக்கத் தயாராயில்லை; அப்போதுதான் இந்தோசீனாவில் பிரெஞ்சுக்காரரை பெருமளவில் ஆதரிக்கத் தொடங்கியது.

அப்புறம் 1958 இல் அய்ஸனோவர், போருக்குப் பிந்தைய காலத்தின் மிகப்பெரும் தலையீட்டினை மேற்கொணடார்: மிகுதியான இயற்கை வளங்களுள்ள இந்தோனேசியாவின் வெளிப்புறத் தீவுகளை, அமெரிக்கக் கட்டுப்பாட்டில் கொண்டு வரும் பொருட்டு, பிரித்திட முயன்றார். இந்தோனேசியாவில் அதிகபட்ச ஜனநாயகம் நிலவுவது குறித்தும் அமெரிக்கா கவலைப்பட்டது. அடிப்படையில் ஏழைகளின் கட்சியான PKI (இந்தோனேசிய கம்யூனிஸ்ட்கட்சி) யின் அரசியல் பங்கேற்புக்கு சுகார்னோ அரசங்கம் அனுமதி அளித்துள்ளது பற்றி அதற்கு கவலையிருந்தது. இது நீடித்து, ஜனநாயக நிகழ்வுப் போக்கு நிலவினால், PKI கட்டுப்பாட்டைப் பெற்றுவிடும் என்பது அவர்தம் கவலை. ஆனால் அமெரிக்கத் தலையீடு தோற்றது. 1965 இல் என்ன நடந்தது என்பதை நாம் அறிவோம்.

**ஆண்ட்ரே வில்செக்**

அமெரிக்கா ஆதரவுடன் நடத்தப்பட்ட திடீர்புரட்சி, கம்யூனிஸ்டுகள், அறிஞர்கள், சீன சிறுபான்மையினர் படுகொலைகள். 30 இலட்சம் மக்கள் இறந்தனர்.

**நோம் சாம்ஸ்கி**

அந்த அளவுள்ள புள்ளிவிபரங்களை நான் கேள்விப்பட்டிருக்க வில்லை, அது எதுவாயினும், பயங்கரமானது.

**ஆண்ட்ரே வில்செக்**

தற்போதைய அதிபர் சுசீலோ பாம்பங் யுதோயோனோ சர்வோ எடி விபோவோவின் மகனை மணமுடித்தவர்; விபோவோ 1965 க்குப்பின் முப்பது லட்சம் பேரை கொன்று குவித்தது குறித்து பெருமிதங்கொள்ளக் கூடிய, சிறப்புப் படையினரான "ரெட் பெரெட்" டின் தளபதி ஆவார். 30 லட்சம் என உறுதிப்படுத்தியவர்களில் ஒருவர் அவர்.

20. இந்தோனேசியாவில் கம்யூனிச எதிர்ப்புப் பிரச்சாரம்
(காப்புரிமை: ஆண்ட்ரே வில்செக்)

மேற்கிற்கு அது முக்கிய நிகழ்வாயிருந்தது என்பது எனது கருத்து. உலகின் பல்வேறு பகுதிகளில் பல ஆண்டுகளுக்குப் பின்னர், மேற்கொள்ள முடிவதற்கான சோதனைக் களனாக மேற்கத்தைய அரசாங்கங்களும் கம்பெனிகளும் அதைப் பயன்படுத்தின. ஒரு விதத்தில் அது திடீர்ப்புரட்சி மட்டுமில்லை, பொருளாதார சோதனையும்தான். இந்தோனேசிய பல்கலைகழகம் என்னும் வாடிக்கையாளர் நிறுவனத்தில், இந்தோனேசிய உடந்தையாளர்கள் வாயிலாக பெர்க்லியில் கலிஃபோர்னிய பல்கலையால் நிர்ப்பந்திக்கப்பட்ட அதீத சந்தைப் பொருளாதார அமைப்பை நடைமுறைப்படுத்திடும் வாய்ப்பாக அது இருந்தது. திடீர்ப்புரட்சிக்கு முன், இந்தோனேசிய பல்கலைக் கழகத்தில் பொருளியலாளர்களின் மாற்று அணியை பெர்க்லி நிறுவியிருந்தது. சிறிது காலத்திற்குப்பின், சிகாகோ பொருளாதாரப் பள்ளி, சிலி பல்கலைக்கழகத்துடன் இதே புனிதமற்ற உறவை வார்த்தெடுக்க முயன்று கொண்டிருந்தது. ஆனால் சிலி பல்கலைக் கழகம் மறுதலிக்கவே, சாந்தியாகோவிலுள்ள கடோலிகா பல்கலைக் கழகம் இதனை ஏற்றுக் கொண்டது. 1965 திடீர் புரட்சிக்கு முன் இந்தோனேசியாவில் இருந்தது போல, 1973 திடீர் புரட்சிக்கு முன்

சிலியில், அடிப்படைவாத, சந்தை ஆதரவு மாற்றுப் பொருளாதார அமைப்பு நிலவியது.

## நோம் சாம்ஸ்கி

தென்னமெரிக்காவிலும் தென் கிழக்கு ஆசியாவிலும் வளர்ச்சி நிலைகள் இணையாக நிகழ்ந்து கொண்டிருந்ததற்கு நீங்கள் அழுத்தமளித்தது சரியே. அது வழக்கமாக கவனிக்கப்படுவதில்லை. கொள்கைத் திட்டமிடலின் பகுப்பாய்வில் அது முன்னுரிமை பெற்றிருக்க வேண்டும். வாஷிங்டனின் திட்டக் குழுவினரின் கவலைகள் உலகளாவியவை உலக விவகாரங்களில் அமெரிக்கா உண்மையில் ஒரு பாத்திரமில்லை என்ற பயனுள்ள அனுமானத்தின் பேரில், இம்முக்கிய பார்வை நிலைகள் புறக்கணிக்கப்படுகின்றன; தனது வெகுளித் தனமானதும் முட்டாள்தனமானதுமான வழியில் "நன்மை செய்திட" அர்ப்பணிப்புள்ள வாஷிங்டன் மற்றவர்களுக்கு எதிர்வினை மட்டுமே ஆற்றுகிறது என அனுமானிக்கப்படுகிறது.

சுகார்த்தோவின் திடீர் புரட்சிக்கு ஓராண்டு முன்னர் வந்தது பிரேசிலின் திடீர்புரட்சி, தென்னமெரிக்காவில் மிக முக்கிய நாடாக விளங்கியது பிரேசில். பிரேசிலின் திடீர்புரட்சி கென்னடி நிர்வாகத்தால் திட்டமிடப்பட்டு, படுகொலை நடந்த சில மாதங்களுக்குப் பிறகு ஏற்பட்டது. அது அமெரிக்க அதிகார வீழ்ச்சிக்கான சுவையான உதாரணம் என்றெண்ணுகிறேன். ஜோவாவோ பெல்சியோர் மார்க்யுஸ் கூல வார்ட்டின் அரசாங்கத்தைத் தூக்யெறிந்திட அமெரிக்கா துணைநின்றது. அரசாங்கக் கொள்கைகள், லூலாவின் கொள்கைகளிலிருந்து வேறுப் பட்டவை இல்லை; ஆனால் இப்போது லூலா (லூயிஸ் இனாஸூயோ லூவா டா சில்வா, பிரேசில் அதிபர் 2003-11) மேற்கின் அபிமானி. அப்போது அவர்கள் சகித்துக் கொள்ளப்பட முடியாதவர்களாக இருந்ததால், அரசாங்கம் தூக்கி யெறியப்பட வேண்டியதாக, நச்சுத் தன்மையிலான சர்வாதிகாரம் நிறுவப்பட வேண்டியதாக சரிவை முடுக்கிவிடவே செய்தது-பிரேசில் முக்கியமானதாயிருந்தது-அரசாங்கம் மாற்றி அரசாங்கம் கவிழ்ந்தன. அப்புறம் சிகாகோவில் பயிற்சி பெற்ற பொருளியலாளர்கள் வந்தனர்.

## ஆண்ட்ரே வில்செக்

இந்தோனேசிய திடீர் புரட்சியின் பின் விளைவுகள் தென்னாப் பிரிக்கா மற்றும் எல்ட்ஸின் தலைமையிலான ரஷ்யா போன்ற சில தொலைதூர இடங்களிலும் பிற்பாடு உணரப்பட்டன என்றெண்ணு கிறேன். இப்பரிசோதனை வெற்றி பெறவும், மாஸ்கோவிலிருந்து பிரிடோரியா, ருவாண்டாவின் கிகாலிவரை, மேற்கு அதனை நகல் செய்தது.

## நோம் சாம்ஸ்கி

சிலியிலும் வெளிப்படையாயிருந்தது-வலதுசாரியினர் தம் ஜகார்த்தா தீர்வினை பிரகடனம் செய்து கொண்டிருந்தனர்.

## ஆண்ட்ரே வில்செக்

அலந்தேயின் அரசாங்கத்தைச் சேர்ந்த பலருடன் பேசியிருக்கிறேன்; இப்போது வயதாகி விட்ட அவர்கள், திடீர் புரட்சிக்கு முன் கூச்சலிட்டுக் கொண்டிருந்ததைக் குறிப்பிட்டனர்: "தோழர்களே, கவனம், ஜகார்த்தா வந்து கொண்டிருக்கிறது!" மற்றும்: "'ஜகார்த்தா' என்றால் எதை அர்த்தப்படுத்துகிறார்கள், என்று எங்களுக்கு தெரியவில்லை. அது இந்தோனேசியத் தலைநகரம் என்பது தெரியும் ஆனால் அவர்கள் வாக்குறுதி தந்து கொண்டிருந்த ரத்தக் களரியை நாங்கள் உணர்ந்து கொள்ளவில்லை..."

1995 இந்தோனேசிய திடீர் புரட்சி மற்றும் அதன் விளைவுகள் குறித்து, சில ஆண்டுகளுக்கு முன்னர் Terlena Breaking of the Nation என்னும் ஆவணப்படத்தைத் தயாரித்தேன். இப்படத்தை நான் உருகுவேயின் மாண்ட்விடியோ, சிலியில் திரையிடும் போது 1973 திடீர் புரட்சியில் தப்பிப்பிழைத்தவர்கள் மேடைக்கு வந்து, அழுதபடி என்னைக் கட்டிக் கொண்டு கூறுவார்கள்: "இந்தோனேசியாவில் இருந்தது போலவே இங்கே சிலியிலும் அதே நிலைதான்.... அதே நிலைதான்.... எங்களுக்குத் தெரிந்திருக்கவில்லை!"

## நோம் சாம்ஸ்கி

அமெரிக்க, பிரித்தானிய, ஆஸ்திரேலிய எதிர்வினைகளைப் பார்க்க சுவையாயிருந்தது. இந்தோனேசியப் படுகொலை துல்லியமாக விவரிக்கப்பட்டது - நியூயார்க் டைம்ஸ் "அதிர்ச்சியூட்டும் பெருந்திரள் படுகொலை" என்றது. செல்வாக்குள்ள தாராளச் செய்தியாளர் ஜேம்ஸ் ரெஸ்டன் அந்நிகழ்வுகளைப் புகழ்ந்து, "ஆசியாவில் பளிச்சிடும் ஒளிக்கீற்று" என்று ஒரு பத்தியில் குறிப்பிட்டார். அவரும் பத்திரிகை யாசிரியர்களும், அமெரிக்காவின் பங்குபணியை மறைத்து வைத்துள்ள மைக்காக, அமெரிக்க அரசாங்கத்தைப் புகழ்ந்தனர்-அப்போது தான் "மிதவாதிகளான" இந்தோனேசிய தளபதிகள், தாமே இதனை நிறைவேற்றியதாக சிறப்பினைப் பெற முடியும்; "நாங்கள் உங்களுக்கு உதவியதைப் பாருங்கள்" என்று கூறி, அவர்களுக்கு சிறப்பு சென்று சேராதிருக்க முற்படவில்லை. ஆஸ்திரேலியாவிலும் பிரிட்டனிலும் இதே நிலைதான்; அங்கே கட்டற்ற பரவசம்.

ஆப்பிரிக்க விடுதலையில் கியூபாவின் தீர்மானகரமான பாத்திரம் தொடர்பான ஒப்பீடு எழுவதைத் தவிர்க்க முடியாது-வேறுபட்ட

உணர்த்தல்கள் சேர்ந்திருப்பினும். ஆப்பிரிக்கத் தலைவர்கள் அச்சிறப்பினையும் பெருமிதத்தையும் பெற்றுக் கொள்ளட்டும் என்று விரும்பிய கியூபா நாட்டினர் அதுபற்றி அமைதியா இருந்துவிட்டனர். இவையெல்லாம், ஜான்ஸ் ஹாப்கின்ஸ் பல்கலைக்ழகத்தின் ராஜதந்திர வரலாற்றாளர் பியரோ கிளெய்ஜெஸஸினால் வெளிச்சத்திற்கு கொண்டு வரப்பட்டுள்ளன. எங்கோ ஓரிடத்தில் ஒப்பீடு நடப்பதைக் காண்பது நல்லதே.

கென்னடி மற்றும் ஜான்சனுக்கு தேசிய பாதுகாப்பு ஆலோசகராக விளங்கிய மத்ஜார்ஜ் புண்டி, பல ஆண்டுகளுக்கு பிறகு, 1965 இல் வியட்நாம் போரினை முடிவுக்கு கொண்டு வந்திருந்தால் நல்லது என்று யோசனை செய்து பார்த்தார். இந்தோனேசிய திடீர் புரட்சி மூலம், அமெரிக்கா தனது தென்கிழக்கு ஆசிய போரை வென்றிருந்தது. 1965இல் வியட்நாம் சிதைந்து போயிருந்தது, அது ஒரு முன் மாதிரியாக இருக்கப் போவதில்லை, தமது பிரதான அக்கறையாயிருந்த, இந்தோனேசியா மீதான கட்டுப்பாட்டை பெறுவதில் சர்வாதிகாரங்கள் நிறுவப்பட்டன-மற்றவர்களுக்கு முன் மாதிரியாக இருக்கக் கூடிய, வெற்றிகரமான சுதந்திர வளர்ச்சி என்னும் “நச்சு” பரவுவதைத் தடுத்து விட முடியும். இத்தேசியவாத இயக்கங்கள் தீய கிருமிகள் என்பது ஹென்றி கிஸ்ஸிங்கரின் படிமம்-அது தொற்றினைப் பரப்பிவிடும்-இதனை அலந்தேக்கும் பொருத்திப் பார்த்தார். தெற்கு ஐரோப்பா வரையிலும் தொற்றினைப் பரப்பிடக்கூடிய தீக்கிருமி அவரது அரசாங்கம் என்ற பொருளில். சமூகச் சீர்திருத்தத்திற்கு நாடாளுமன்றப் பாதையிருக்கிறது என மக்களால் காண முடிந்தால் ஒரு வடிவமும் “கம்யூனிசம்” என்னும் பெயரிலான சோவியத் கொடுங்கோன்மைக்குப் போட்டியாளருமான யூரோ கம்யூனிசத்திற்கு அஞ்சிய பிரஷ்னேவ் அவருடன் ஒத்துப்போனார்.

தொற்றினைப் பரப்பிடும் நச்சுக்கிருமி இருப்பின், அதனை அழித்திட வேண்டும், தொற்று பரவிடக்கூடியவர்களுக்கு தடுப்பூசி போட வேண்டும், தென்கிழக்கு ஆசியாவிலும் லத்தீன் அமெரிக்காவிலும் ஒரே வேளையில் அது செய்யப்பட்டது. 1960 களில் தான் ஒடுக்குமுறையின் பிரதான அலை, லத்தீன் அமெரிக்கா எங்கிலும் எழத்தொடங்கிற்று; 1980கள் வரை நீடித்த பிரேசிலிய சர்வாதிகாரம் நிறுவப்பட்டது; அப்புறம் பல சீட்டுகள் சரிந்து, இறுதியில் மத்திய அமெரிக்காவில் ரீகனின் கொலை பாதக போர்களுக்கு இட்டுச் சென்றது. தென்கிழக்கு ஆசியாவின் பிலிப்பைன்ஸில் ஃபெர்டினான்ட் மார்கோஸ் இருந்தார். தாய்லாந்தில் ஒரு சர்வாதிகாரம் இருந்தது; இந்தோனேசியாவில் சுகார்த்தோ இருந்தார்; பர்மிய ஜனநாயகம்

நொறுக்கப்பட்டிருந்தது- அதன் தாக்கங்கள் இன்றுவரை உள்ளன. நச்சுக் கிருமியை ஒழித்து, தொற்றினை தடுத்து நிறுத்தி விட்டால், சட்டென்று எல்லாம் நன்றாகிவிடும்.

இருப்பினும் அமெரிக்க அதிகாரம் சரிந்து கொண்டிருந்தது. 1970 இல் உலகச் சொத்தில் அமெரிக்கப் பங்கு சுமார் 25% மாகக் குறைந்தது, அது அதிகமாயினும் 1945 இல் இருந்ததுபோல 50% ஆக இல்லை. பொருளாதார ரீதியில் உலகம் முத்துருவ நிலையினதாக கருதப்பட்டது. பிரதான பொருளாதார மையங்கள் ஐரோப்பாவிலும் (மேற்கு ஜெர்மனியில் மையங் கொண்டவை), வட அமெரிக்காவிலும் (பிரதானமாக அமெரிக்கா), கிழக்கு ஆசியாவிலும் (ஜப்பானைச் சுற்றி மையமிட்டது) இருந்தன- இறுதியிலிருப்பது உலகின் மிக இயங்காற்றலுடைய பொருளாதார மண்டலமாகும். அதிலிருந்து அமெரிக்கா மேலும் சரிந்து வருகின்றது. கடந்த பத்தாண்டுகளில், தென்னமெரிக்காவை இழந்தது முக்கியமாகும், ஏனெனில் அது முற்றிலும் பாதுகாப்பாக இருந்ததாகக் கருதப்பட்டது. அவ்வளவு பாதுகாப்பாக இருந்ததால், அது பற்றி அவர்கள் பேசாதிருந்தனர். இப்போது, கொலம்பியா தவிர்த்து தென்னமெரிக்காவில் வேறெங்கும் அமெரிக்கச் செல்வாக்கு இல்லை. பெருவைச் சுற்றி சிறிது உள்ளது. இதனை மீட்டிட அமெரிக்கா முற்படுகின்றது, ஆனால் அது முன்பிருந்தது போலில்லை. கார்டஜெனா மாநாடு பற்றிப் பேசினோம்- அது அமெரிக்க நாடுகளின் உச்சி மாநாடு-இப்புவியின் அரைக்கோளத்தில் அமெரிக்கா அதிகார இழப்புக்கு கவனத்தை ஈர்க்கும் எடுத்துக்காட்டு அதுவாக இருந்தது. ஒவ்வொரு பெரும் பிரச்சனையிலும் அமெரிக்கா தனிமைப்படுத்தப்பட்டது, அடுத்த முறை அரைக்கோள மாநாடுகளின் அங்கமாகக் கூட இருக்காது.

அரபு வசந்தம் இன்னொரு கவலை. இப்பிராந்தியத்தில் ஜனநாயகங்களை செயல்பட வைப்பதை நோக்கி, அரபு வசந்தம் நகருமாயின், அமெரிக்காவும் அதன் சகாக்களும் பிரச்சனையில் மாட்டிக் கொள்ளும். அரபு உலகில் பொது மக்கள் கருத்து அமெரிக்கா -அதன் சகாக்களுக்கு எதிராகவே உள்ளது-எனவே இப்பிராந்தியத்தில் ஜனநாயகத்தை கட்டுப்பாட்டில் வைத்திருக்க பெரும் முயற்சிகள் மேற்கொள்ளப்பட்டு வருகின்றன.

அமெரிக்க அதிகாரம் இன்னும் அளப்பரியதுதான், சவாலுக்குள்ளாகாதது தான், ஆனால் சரிந்து கொண்டிருக்கிறது. முன்பு போல இப்போது அவர்களால் செய்ய இயலாது. லத்தீன் அமெரிக்காவில் அரசாங்கங்களைத் தூக்கி எறிய இயலாது. மத்திய கிழக்கு போன்ற இடங்களில் தலையிடும் இராணுவ வலிமை கிடையாது.

## ஆண்ட்ரே வில்செக்

சமீபத்தில் ஒபாமா நிர்வாகம் இரு இடதுசாரி சார்பு அரசாங்கங்களை லத்தீன் அமெரிக்காவில் தூக்கி எறிந்தது: ஹோண்டு ராஸிலும் பராகுவேயிலும். ஆனால், இரண்டாம் உலகப் போருக்குப் பின் இருந்ததை விடவும், இப்போது உலகப் பொருளாதாரத்தில் சிறிய பகுதியையே அமெரிக்கா கட்டுப்படுத்துகிறது என்பதை ஏற்கிறேன்; இப்போது பேரரசு, அமெரிக்காவையும் ஐரோப்பாவையும், ஏன், ஜப்பானையும் இணைத்திருக்கிறது. இம்மூன்று அரசுகளும் ஒன்றிணைந்தால், இரண்டாம் உலகப்போரின் இறுதிக் கட்டத்திலிருந்து இப்போதைய நிலவரம் அவ்வளவு வேறுபட்டிருக்கவில்லை.

## நோம் சாம்ஸ்கி

உங்கள் கருத்தைக் கவனிக்கிறேன், ஆனால் அது ஐரோப்பிய ஜப்பானிய சுதந்திரத்தை குறைத்து மதிப்பீடு செய்கிறது என்றெண்ணு கிறேன். இன்னும் உள்ளது. 1950 களின் ஆரம்பத்தில், ஐரோப்பா மூன்றாம் சக்தியாகிவிடக் கூடும் என்ற கவலை அமெரிக்கத் திட்டக் குழுவினருக்கு இருந்தது. இருபெரும் வல்லரசுகளிடமிருந்து ஒருவித சுதந்திரத்தை நோக்கி அது செல்லக் கூடும். பெரும் கவலைகளில் ஒன்றாக அது இருந்தது; அதை தடுத்திடும் வழிமுறைகளில் ஒன்றாக நேட்டோ இருந்தது.

ரஷ்யரிடமிருந்து ஐரோப்பாவை தற்காத்துக் கொள்வதற்கான ராணுவ சக்தியே நேட்டோவாக முன்வைக்கப்பட்டது. இதனை அப்படியே ஏற்பது அவ்வளவு எளிதில்லை ஆனால் பெர்லின் சுவர் வீழ்ந்ததும் 1989 இல் என்ன நடந்தது என்று பார்க்க நாடக பூர்வமாயிருந்தது. ரஷ்யரின் கூட்டம் இல்லை என்றால் நேட்டோ எதற்கு? நேட்டோ கலைக்கப்படுவதை நோக்கி கருத்தியல்கள் இட்டுச் சென்றிருக்க வேண்டும், ஆனால் நடந்தது என்னவெனில், நேட்டோ விரிவடைந்தது.

மேற்கத்திய இராணுவ அணியில் இணைந்துகொள்ள ஒன்றுபட்ட ஜெர்மனியை அனுமதிப்போம் என ஜார்ஜ் புஷூம் ஜேம்ஸ் பேக்கரும் மிகைல் கோர்பசேவுடன் ஒப்பந்தம் செய்தனர்-ரஷ்யாவின் பார்வையில் அதுவொன்றும் வேடிக்கையில்லை. ஆனால் பதிலுக்கு, நேட்டோ, கிழக்கில் ஓரங்குலம் கூட நகராது என்றனர். உடனே கிழக்கில் அவர்கள் நகர, கோர்பசேவ் கோபமானார். அது வெறுமனே வாய்மொழி ஒப்பந்தமே என்று அவரிடம் கூறப்பட்டது. எங்கள் வார்த்தையை அப்படியே நம்புமளவு வெகுளியாக நீங்கள் இருந்தால், அது உங்கள் பிரச்சினையே. காகிதப் பதிவு ஏதுமில்லை. எனவே

கிழக்கில் சென்றனர், தொடர்ந்தனர். இப்போது NATO அமெரிக்காவால் இயக்கப்படும் உலக அளவிலான தலையீட்டு சக்தி, சர்வதேச ஆற்றல் அமைப்பு, கடல்வழிகள், குழாய்கள் போன்றவற்றை கட்டுப்படுத்தும் அதிகாரம் பெற்றிருக்கிறது.

21. ஜப்பான், ஒக்கினாவாவிலுள்ள ஃபுதேன்மா அமெரிக்க மரைன் படைத்தளம் (காப்புரிமை: ஆண்ட்ரே வில்செக்)

1989 இன் ராணுவ பட்ஜெட் சுவையானது. புஷ நிர்வாகத்திடம் புதிய தற்காப்பு போர்த்தந்திரமும் இருந்தது: 'தேசிய பாதுகாப்பு போர்த்தந்திரம்' என்று அதற்குப்பெயர். பெரும் இராணுவத்தை அமெரிக்கா பராமரிக்க வேண்டியுள்ளது, அது ரஷ்யா காரணமாக இல்லை, மாறாக மூன்றாம் உலக அரசுகளின் "தொழில்நுட்ப மேம்பாடு" எனப்படுவதன் காரணமாகவே. இரண்டாவதாக, "தற்காப்பு தொழில் தளத்தை" அமெரிக்கா பராமரிக்க வேண்டியுள்ளது. அரசாங்க முன் முயற்சி-செலவினங்களைக் கொண்டு, பென்டகன் மூலமாக வளர்த்தெடுத்த, அதிஉயர் தொழில் துறையினையே அதுகுறிக்கும்.

ஆனால் மிகவும் சுவையான பகுதி மத்திய கிழக்கு தொடர்பானது. மத்திய கிழக்கை குறிவைத்து, அமெரிக்கா குறுக்கீடு செய்யும் படைப் பிரிவை பராமரிக்க வேண்டியுள்ளது என்றனர். - அங்கு எதிர் கொள்ளப்படும் பிரச்சனைகளை "கிரெம்ளினின் வாசலில் போட்டுவிட முடியாது". அதாவது, 50 ஆண்டுகால பொய்கூறலுக்கு மாறாக ரஷ்யர்களின் மீதானஅமெரிக்க பயத்தினால் அல்லாமல், "தீவிர தேசிய வாதத்தின்" அச்சுறுத்தலினாலேயே - சுதந்திர தேசிய வாதத்தினாலேயே. என்பதை இப்போது இவர்கள் தெளிவாக்கி விட்டனர், மேகங்கள் விலகிவிட்டன. ஆனால் அது ஒன்றும் வேறுபாட்டை ஏற்படுத்திட வில்லை, ஏனெனில் யாரும் அதனை பற்றி எழுதவில்லை, அறிஞர்கள் ஆய்வு செய்யவில்லை; அதனை அறிவித்த ஒரு சிலரில் ஒருவனாக

நானிருக்கக் கூடும். உலகப் பொருளாதார வீழ்ச்சியுடன் சேர்ந்த அம்முக்கிய தருணத்தைத்தான் கவனிக்க வேண்டும்- பனிப்போரைப் புரிந்து கொள்ள வேண்டுமாயின். அது முடிவுற்றதும் என்ன நிகழ்ந்தது என பரிசீலிக்கலாம்.

ஆக ஐரோப்பா அமெரிக்கத் தலைமையைப் பின்பற்றுகிறது, சுதந்திரமான முன்முயற்சிகளை மேற்கொள்வது அரிது. பிரிட்டனைக் குறித்து குறிப்பாக இது உண்மையானது. 1940 களிலிருந்து பிரித்தானிய வெளிவிவகார அலுவலக ஆவணங்களைப் பரிசீலித்தால், உலகில் தமது நாள் முடிந்து போனதையும், அமெரிக்காவின் "இளைய பங்குதாரராக" பிரிட்டன் ஆக வேண்டிவரும் என்பதையும் சமயங்களில் அவமான கரமாக நடத்தப்படும் என்பதையும் தெளிவுபடுத்திக் கொள்ளலாம். இதற்கு கச்சிதமான எடுத்துக்காட்டு, 1962 இன் கியூப ஏவுகணை நெருக்கடி. கென்னடியின் ஆலோசகர்கள் அபாயகரமான தேர்வுகளை மேற்கொண்டனர். அணுஆயுதப் போருக்கு இட்டுச் செல்லும் வாய்ப்புள்ள கொள்கைகளைப் பின்பற்றினர், பிரிட்டன் துடைத் தழிக்கப்படும் என்பதை அறிந்திருந்தனர். அமெரிக்கா துடைத் தழிக்கப்படாது, ஏனெனில் ரஷ்ய ஏவுகணைகளால் அங்கு செல்ல இயலாது, ஆனால் பிரிட்டன் துடைத்தழிக்கப்படும்.

தாம் என்ன செய்து கொண்டிருந்தோம் என்பதை ஆலோசகர்கள் பிரிட்டனுக்குத் தெரிவிக்கவில்லை; பிரித்தானியப் பிரதமர் ஹெரால்ட் மேக்மில்லன், வாஷிங்டனில் என்ன நடந்து கொண்டிருந்தது என்றறிய முனைப்பு காட்டினார், அறிந்து கொண்டார். அப்போது மூத்த அமெரிக்க ஆலோசகர் ஒருவர், அங்கு நடந்த விவாதத்தில், அமெரிக்காவால் பிரிட்டனை நம்ப இயலாது என்பது பிரித்தானியரிடம் சொல்லப்பட முடியாதது என்றார். புகழ்பெற்ற "சிறப்பு உறவு முறை"யின் உண்மையான தன்மை, பிரித்தானியர் எமது துணை தளபதியாக உள்ளனர் என்று விவரித்தார். இதன் வசீகரமான தொடர், பங்குதாரர். அப்படித்தான் பிரித்தானியர் உள்ளனர். ஐரோப்பிய கண்டத்தினர் இன்னும் மோசம்-அவர்கள் பின்பற்றிப் போகின்றனர் ஆனால் சற்று கவலையளிப்பவர்கள், ஏனெனில் அவர்களை முற்றிலும் நம்ப முடியாது. சுயமான பாதையை பின்பற்றும் திராணி உள்ளவர்கள், சில வேளைகளில் அப்படி இருந்துள்ளனர்.

## ஆண்ட்ரே வில்செக்

இருப்பினும், இப்போது அமெரிக்காவின் வெளியுறவுக் கொள்கை, ஐரோப்பாவின் காலனிய கலாச்சாரத்தை அடிப்படையாகக் கொண்டதாக இருக்கிறது.

### நோம் சாம்ஸ்கி

ஆனால் அது அமெரிக்கப் பண்பாடும் தான், ஏகாதிபத்தியத்தின் பிரதான வரலாற்றாளர்களுள் ஒருவரான பெர்னார்ட் போர்ட்டர், இரண்டு ஆண்டுகளுக்கு முன்னர் "உப்புநீர் தவறு" எனப்படுவது குறித்து கவனமாயிருக்க வேண்டும் என்று சுட்டிக்காட்டினார்; கடல்நீரைக் கடந்து போனால் தான் ஏகாதிபத்தியம் என்று இல்லை. அயர்லாந்துக் கடலை தாண்டினால் அல்லது மிஸ்ஸிசிப்பியை கடந்தால் வித்தியாசம் ஒன்றுமில்லை, எதுவாயினும் அது ஏகாதிபத்தியமே. ஆக அமெரிக்காவில் தேசியப் பிரதேசத்தை வெல்வது ஏகாதிபத்தியமில்லை. ஆனால் அதுவொரு மொழியியல் தீர்மானம் நிச்சயமாக அது இன்னொருவரது பிரதேசத்தை/ நிலத்தை வெல்வதே, முதலில் பூர்வகுடி மக்களையும் அப்புறம் மெக்சிகோவில் பாதியையும் (தென் மேற்கு முழுவதும் மேற்கும் மெக்சிகோ பிரதேசமாயிருந்தது, எனவே தான் சான் பிரான்சிஸ்கோ, சாந்தியாகோ போன்ற நகரப்பெயர்கள்) ஆக்கிரமித்தனர்; அமெரிக்க ஏகாதிபத்தியத்தின் இந்தக் கட்டம் முடிந்த பிறகு கடல் கடந்த ஏகாதிபத்தியத்தைத் தொடங்கினார்கள். 1898 இல் கியூபா, புயிரிடோ ரீகா, ஹவாய், பிலிப்பைன்ஸ் என.

பிரித்தானிய காலனிகளாக ஆரம்பித்த ஆங்கிலம் பேசும் நாடுகளில் வளர்ந்த, ஏகாதிபத்தியத்தின் சிறப்பு வடிவம் அது. மரபுவழி ஏகாதிபத்தியத்திலிருந்து மாறுபட்டது. ஏனெனில், தாம் வெற்றி கொண்ட/நிர்வகித்த நாடுகளை வெறுமனே ஆள்வது மட்டுமல்ல, பூர்வகுடி மக்களை அகற்றிவிட்டு அல்லது கொன்றொழித்து விட்டு, அங்கே குடியமர்வது. ஆஸ்திரேலியாவிலும் கனடாவிலும் இதே போக்குதான்; நியூசிலாந்திலும் அநேகமாக இதே போக்குதான்- ஆனால் அங்கு மாவோரிகளின் எதிர்ப்பு காரணமாக அவர்கள் இன்னும் சமூகத்தில் ஒருங்கிணைந்துள்ளனர், ஆனால் அதே வடிவமே. டாஸ்மேனியாவில் பூர்வகுடிமக்கள், அமெரிக்காவில் நிகழ்ந்ததை விடவும் அதிகமாக அழித்தொழிக்கப்பட்டனர்; முற்றாக அழிக்கப் பட்டதாகச் சிலர் குறிப்பிடுகின்றனர்; ஆனால் அவர்தம் வம்சாவளியினர் அதனை மறுதலிக்கின்றனர்... இதனை கருத்தியல் ரீதியான அமைப்புக்குள் அங்கீகரிக்க இயலாது.

ஐக்கிய நாடுகள் சபையின் பூர்விக உரிமைகளுக்கான அறிக்கைப் பொறுப்பாளர், அமெரிக்காவில் பூர்விக உரிமைகள் குறித்து ஆராய்ந்த போது, வகை மாதிரியான திகிலூட்டும் கதைகளைக் கண்டனர். அவர்கள் ஓர் அறிக்கை வெளியிட்டனர். அதுகுறித்து எந்த விவாதமும்

நடக்கவில்லை. வலதுசாரி ஃபாக்ஸ் நியூஸ் அறிக்கை வெளிவந்த மாத்திரத்தில் ஆத்திரம் கொண்டது. ஐக்கிய நாடுகள் சபையிலுள்ள பரிதாபமான நபர்கள் மீதான இழிவுபடுத்தும் விமர்சனமாக இருந்தது, அந்த ஊடகத்தின் விமர்சனம்: "எமது விவகாரங்களில் தலையிட அவர்களுக்கு என்ன உரிமை இருக்கிறது? ஐக்கிய நாடுகள் சபையிலிருந்து வெளியேறுவோம்". அமெரிக்காவில் யாரேனும் பூர்வகுடி மக்களின் உரிமைகளைப் பற்றி பேச முடியும் என்பதே அவர்களால் ஏற்க முடியாதது. ஏகாதிபத்திய மனநிலை இன்றும் இருக்கிறது ஆனால் நடைமுறைப்படுத்திடும் திறன் வெகுவாகக் குறைந்திருக்கிறது. இதனை உலகெங்கிலும் காணலாம்.

**ஆண்ட்ரே வில்செக்**

உலகின் எஞ்சிய பகுதி மீது தம் நாட்டினர் கொண்டுள்ள எதிர்மறைத் தாக்கத்தை அமெரிக்க மக்கள் புரிந்து கொண்டிருக்கிறார்கள் என்றெண்ணுகிறீர்களா? தாம் செய்துள்ள நாசத்தை உணர்ந்து கொள்ளத் தொடங்குவார்களா?

**நோம் சாம்ஸ்கி**

1960 கள் அமெரிக்கச் சமூகத்தின் மீது அக்கறையினை ஏற்படுத்தியது. 1950 களிலோ 1960 களிலோ செய்ய முடிந்திராததை இப்போது பிரதான நீரோட்டத்திலேயே செய்ய முடிவதாக இருக்கிறது; அக்காலம் பெரிதும் ஒத்துப்போகும் காலமாயிருந்தது. சமீபத்தில் இஸ்ரேல்-பாலஸ்தீனம் குறித்து வட கரோலினாவின் கிரீன்ஸ்போரோவில் உரையாற்றினேன். அய்ந்து அல்லது ஆறாண்டுகளுக்கு முன் இவ்விஷயம் குறித்துப் பேசவே முடியாது. MIT இல் கூட எனக்குப் போலீஸ் பாதுகாப்பு வேண்டியிருந்திருக்கும். இப்போது பெரும் கூட்டங்கள் கூடுகின்றன, நிறைய ஆர்வமுள்ளது, அமெரிக்கக் கொள்கை குறித்து பரந்துபட்ட கவலைகள் நிலவுகின்றன.

அமெரிக்கச் செயல்பாடுகளின் விளைவுகளில் கவனம் செலுத்திட விருப்பம் அதிகரித்து வருகிறது. அது சமூகத்தில் நிறைந்துள்ளது என்று நான் கூறவில்லை, ஆனால் அது அதிகரித்து வருகிறது, கணிசமாயிருக்கிறது. அமெரிக்க வரலாற்றில் இரு முக்கிய குற்றங்கள், பூர்வ குடிமக்களை அநேகமாக கொன்றொழித்ததும் அடிமை முறையும் ஆகும். 1960கள் வரை தொழில்முறை மானுடவியலாளர்கள் கூட, "சில அமெரிந்தியரே இருந்தனர், அவர்கள் வேட்டையாடி உணவு சேகரிப்பாளராக அலைந்து திரிந்தனர்" என்றனர். ஃபிரான்சிஸ் ஜென்னிங்ஸின் The Invasion of America என்னும் தொன்மத்தை பலவீனப்படுத்தும் முதல் நூல் வெளிவந்த 1975 வரை மாற்றம் இல்லை.

மற்ற நூல்களை ஒடுக்கப்பட்டிருந்தன - 1880 களில், பூர்வகுடி அமெரிக்கருக்கு என்ன நிகழ்த்தப்பட்டிருந்தது அது அப்போதும் நடந்து கொண்டிருந்தது என்பது குறித்த வெளிப்படையான நூலை ஹெலன் ஹண்ட் ஜாக்ஸன் எழுதினார்; 200 பிரதிகள் அச்சாகி, சீக்கிரமே மாயமாகி விட்டது. 1970கள்/80 களில் அது புத்துயிர்ப்பு பெற்றது, இருந்தும் சிலரே வாசித்துள்ளனர். ஃபிரான்ஸிஸ் ஜென்னிங்ஸ் தொழில் முறை கல்விவளாக மானுடவியலாளர் இல்லை. பூர்வகுடி அமெரிக்க அருங்காட்சியக இயக்குனர். நிறைய ஆய்வு செய்து எழுதிய அவரது எழுத்து, 1960 களில் இயக்கங்களிடத்தே பெரும் தாக்கத்தைப் பெற்றிருந்தது; இது குறித்து சிந்தித்திட தயார் நிலை நிலவிற்று.

1930கள் 40 களில் நான் வளர்ந்து வந்த காலத்தை விடவும் நிலைமை வேறாக இருந்தது. என் குடும்பம் இடது-தாராளவாத குடும்பம். தீவிரபின்புலம் மிக்க சிலரைக் கொண்டிருந்தது; ஆனால், என் நண்பர்களும் நானும் காடுகளில் கௌபாய்கள்-இந்தியர்கள் ஆட்டங்களை ஆடுவோம். நாங்கள் கௌபாய்களாக இந்தியரைக் கொல்வதான ஆட்டம் அது. 1960 கள் 70 களில் அது குறைந்திருந்தது. 1969 இல் எனது பத்துவயது மகனின் பாட நூல்களைப் புரட்டிக் கொண்டிருந்தேன். அவற்றில் ஒன்று, Exploring New England, ஆரம்பகட்ட நியூ இங்கிலாந்து வாலாற்றினூடே சிறாரை இட்டுச் சென்றது. வழிகாட்டியாக ஒருவரும் பிரதான பாத்திரமான சிறுவனும் இருந்தனர். நியூ இங்கிலாந்து நிறுவப்பட்ட போது நிகழ்ந்த அதிசயமான விஷயங்களையெல்லாம் அவ்வழிகாட்டி எடுத்துக் காட்டிக் கொண்டிருந்தார். 'பெகுவோட் படுகொலை பற்றி எப்படிச் சித்தரிக்கப் போகிறீர்கள்?' என்பது எனது வியப்பாக இருந்தது-காலனிய காட்டுமிராண்டிகள் பெண்களையும் சிறுவர்களையும் கொடூரமாக படுகொலை செய்த நிகழ்வு அது. அது துல்லியமாகவே பதிவு பெற்றிருந்தது, அதைப் பார்த்ததும் அச்சிறுவனின் எதிர்வினை: "நான் அங்கு இருந்திருக்க வேண்டும் என்று ஆசைப்படுகிறேன், பெண்களையும் குழந்தைகளையும் கொன்று, அவர்களை துரத்திவிட்டு நிலங்களைக் கைப்பற்றுவேன், என்று சொல்லிக் கொண்டிருந்தான். பதறிப்போன என் மனைவி, ஆசிரியரிடம் சென்றாள், அப்பத்தியை எடுத்துக் காட்டினாள். ஆசிரியை அதில் எழுத்துப்பிழை இருந்ததா என்று சரிபார்த்தார் அதில் என்ன பிரச்சனை என்பது அவருக்குப் புரிபடவில்லை. "இது போன்றவற்றை மாணவர்களுக்கு கற்பிப்பது சரியென்று நினைக்கிறீர்களா? குறிப்பாக செய்தித்தாள் முன்பக்கங்களில் மைலாய் படுகொலை செய்தி இடம் பெறும் இப்போது" என்று என் மனைவி வினவியதற்கு ஆசிரியையின் பதில்: "உங்களைப் போல

எல்லோரும் தாராளவாதி இல்லை". எனவே நம்மில் பெரும்பாலோர் மக்களைக் கொன்று நிலங்களைக் கைப்பற்றி விடுவது சரியானதே என்றெண்ணுகிறோம். அது நடந்தது 1969 இல், அது கிராமப்புற தெற்கின் பின்தங்கிய பகுதியில் அல்ல மாறாக தாராளவாத நியூ இங்கிலாந்தில், அது இப்போது மாறியிருக்கிறது- இப்போது அதுபோன்ற பாடநூல்களை வைத்திருக்க இயலாது - பூர்வகுடி அமெரிக்கர் பற்றிய சித்திரம் மாறியுள்ளது.

அடிமைமுறை வரலாறு குறித்தும் இதே நிலவரமே- அதுவும் ஒடுக்கப்பட்டிருந்தது. இப்போது உண்மையான பதிவுகள் வெளியாகத் தொடங்கியுள்ளன. உள்நாட்டுப்போர் முடிந்ததும் நிலைமைகள் மேம்பட்டன, அடிமைகள் விடுவிக்கப்பட்டனர் இன்னபிற, என்று அனுமானிக்கப்பட்டிருந்தது. இதில் முதலாவது நூல், ஆய்வுப் புலத்திற்கு அப்பாலிருந்து, இப்போது தான் வரத் தொடங்கியிருக்கிறது. அடிமைமுறை முறையாக ஒழிக்கப்பட்ட பிறகு, அது சாராம்சத்தில் மறுபடியும் கொண்டு வரப்பட்டது என்று அது காட்டுகிறது. உள்நாட்டுப் போருக்கு 10 ஆண்டுகளுக்குப் பின்னர், சட்ட திருத்தங்கள் போன்றவற்றுக்குப் பின்னர், வடக்கு-தெற்கினிடைய ஓர் ஒப்பந்தம் உண்டானது-கருப்பர் வாழ்வை குற்றவியல் தன்மை மிகுந்ததாக்கி, அடிமை முறையின் ஒரு வடிவை மீண்டும் நிறுவிட, அது தெற்கிற்கு வழிவகை செய்தது. எனவே ஒரு கருப்பின ஆண், தெருமூலையில் நிற்பது அல்லது வெள்ளையினப் பெண்ணை நோக்குவது போல, எது செய்தாலும், அதனை குற்றமாகக் கருத முடியும். சீக்கிரமே சிறைகளில் கருப்பின ஆண்கள் குவிந்து, நல்ல உழைக்கும் சக்தியாயினர். அடிமைகளை வைத்திருப்பதை விட இது பல வழிகளில் வசதியானது உங்களிடம் ஓர் அடிமை இருப்பின், நன்கு கவனித்துக் கொள்ள வேண்டும்; அவர்கள் உங்கள் சொத்து. சிறையிலிருந்து தொழிலாளரை எடுத்து வந்தால் அவர்களைக் கவனிக்க வேண்டியதில்லை, அவர்கள் வேலை நிறுத்தம் செய்யப் போவதில்லை, ஊதிய உயர்வு கேட்கப் போவதில்லை. அமெரிக்க தொழிற் புரட்சியின் கணிசமான பகுதி அதன் அடிப்படையிலானது. அநேகமாக அது இரண்டாம் உலகப் போர் வரை எட்டும் - இது அங்கீகரிக்கப்பட ஆரம்பித்துள்ளது-ரீகன் காலத்திலிருந்து தன் சமீபத்திய வடிவைப் பெற்றுள்ள, இனவாத "போதைப் பொருள் போரின்" கீழ், கருப்பின தொழிலாளர் சக்தியின் பெரும்பான்மையும் குற்றத்தன்மை மிக்கதாக ஆக்கப்படுகின்றதுடன் இது சிறிது ஒப்புமையுடையது.

ஆனால் வியட்னாம் போரை எடுத்துக் கொள்வோம். முன்னதாக நாம் விவாதித்தபடி, அப்போரை ஏவி விட்டதன் 50 ஆம் ஆண்டு

தினத்தை சமீபத்தில் நினைவு கூர்ந்தோம். போர் ஆரம்பித்ததும், இரண்டு மூன்று அண்டை வீட்டார் வந்துள்ள வீட்டு அறையில் அல்லது நான்குபேர் தலை காட்டிடும் தேவாலயத்தில் பேசத் தொடங்கினேன். 1960 களில் ஆரம்பத்தில் MIT இல் வியட்னாம் போர் குறித்து கூட்டங்கள் நடந்த முற்பட்டதும், அரை டஜன் விஷயங்களைச் சேர்ந்துக் கொள்ள வேண்டியிருந்தது.... வெனிசுலா, வியட்னாம், இஸ்ரேல்... அப்புறம் பத்துபேர் தலைகாட்டுவார்கள்.

நாட்டில் மிக தாராளவாத நகரமான போஸ்டனில், பொதுக் கூட்டம் நடத்திட வழக்கமான இடமாகிய போஸ்டன் காமனில் அக்டோபர் 1965 இல் தான் ஆர்ப்பாட்டம் சாத்தியமானது-அதுவும் அன்று சர்வதேச எதிர்ப்பு தினம். பெரிதும் மாணவர்களால் அக்கூட்டம் சீர்குலைக்கப்பட்டது. பேச்சாளர்களுள் ஒருவனாக நானிருந்தேன், பேச்சுக்கள் கேட்கப்பட முடியாதிருந்தன. ஏகப்பட்ட போலீசார் குவிந்திருந்ததால் நாங்கள் தாக்கப்படவில்லை-ஆர்ப்பாட்டத்தை அவர்கள் விரும்பியதால் அல்ல மாறாக போஸ்டன் காமனில் கொலை விழுவதை அவர்கள் விரும்பாததன் காரணமாக. பெரிய தாராளவாத தினசரியும் நாட்டின் மிகப்பெரிய தாராளவாத செய்தித்தாளுமான The Boston Globe, போரில் காயமுற்ற மூத்த படை வீரரின் படத்துக்கு அருகில், ஆர்ப்பாட்டக்காரர்களை கடுமையாக கண்டனம் செய்யும் செய்தி வெளியிட்டது. வியட்னாமைப் பாதுகாக்கும் நமது பையன்களின் தீரத்தையும் உன்னத்தையும் கேள்விக்குள்ளாக்குவோரின் குற்றவியல் நடவடிக்கைகளை பயங்கரமாக நிந்தனை செய்வது வானொலியில் நிறைந்திருந்தது.

முன்னதாக, நீண்ட கால சமாதான மரபுடைய அமைதியான புற நகர்ப்பகுதியான கன்கார்டில் நடந்த பெண்கள் ஆர்ப்பாட்டத்திற்கு என் இரு மகள்களை என் மனைவி இட்டுச் சென்றிருந்தாள். வெறுமனே அட்டைகளுடன் நின்றிருந்தனர். தக்காளிகளையும் டின் கேன்களையும் அவர்கள் மீது வீசி, ஒரு கூட்டம் பெண்களையும் சிறுமியரையும் தாக்கிற்று.

அப்புறம் போர் முடிந்து ஐந்தாண்டுகளுக்குப் பின், மார்ச் 1966 இல், இன்னொரு சர்வதேச எதிர்ப்பு தினம் நடந்தது. பொதுக் கூட்டம் நடத்த முடியாது என்று உணர்ந்திருந்ததால், ஒரு தேவாலயத்தில் நடத்தினோம். தேவாலயம் தாக்கப்பட்டது - மீண்டும் தகர கேன்களும் தக்காளிகளும் வீசப்பட்டன, மீண்டும் பொதுமக்களின் கைதட்டல்களுடன். பிற்பாடு நிலைமை மாறிற்று, ஆனால் மெதுவாக.

அமெரிக்க அதிகாரத்தின் வீழ்ச்சி 169

**ஆண்ட்ரே வில்செக்**

*பராக் ஒபாமாவின் பின்புலன், அமெரிக்க உளவுப்பிரிவுகள், குறிப்பாக, கென்யாவிலும் இந்தோனேசியாவிலும் இயங்கிய அமைப்புகளுடன் மிகவும் தொடர்புடையது-அங்கேதான் அவரது குழந்தைப் பருவம் கழிந்தது. அமெரிக்க அரசாங்கத்துடன் நெருக்கமாயிருந்த, லுவோ பழங்குடியைச் சேர்ந்த வலதுசாரி கென்ய அரசியல்வாதி டாம் எம்போயாவால் தெரிவு செய்யப்பட்டவர் ஒபாமாவின் தந்தை. ஹவாய் சென்று பயிற்சி/கல்வி பெற்று, பின்னர் ஆப்பிரிக்காவுக்கு அனுப்பப்பட்டனர். அங்கே எம்போயாவும் ஒபாமாவின் தந்தையும், - இடதுசாரிச் செல்வாக்குகளிலிருந்து விடுபடவும் முற்போக்கான தலைவர் ஒகிங்கா ஒடிங்காவை ஓரங்கட்டுவதிலும் கென்யாவின் முதல் அதிபர் கென்யாட்டாவுக்கு உதவினர்.*

**நோம் சாம்ஸ்கி**

ஆமாம். தன்தந்தையுடன் அவர் எந்த அளவு தொடர்பு கொண்டிருந்தார் என்பது உறுதிப்படவில்லை.

**ஆண்ட்ரே வில்செக்**

*அவ்வளவாக இல்லை, அவரது இளமையிலேயே தந்தை இறந்து விட்டார், ஆனால் சிறிது தொடர்பு இருந்தது. குடிகாரரான தந்தை கென்யாவில் நிறைய கார் விபத்துகளில் சிக்கினார், பிற்கால வாழ்வின் மிகுதியும் முடங்கிப் போயிருந்தார். இடது எதிர்ப்பு சிலுவைப் போரில் இருந்தது ஒபாமாவின் கென்யத் தந்தை மட்டுமல்ல.*

*அதிபர் ஒபாமா தன் இளமைப்பருவத்தை இந்தோனேசியாவில் கழித்தார். ஹவாயில் பயிற்சி மேற்கொண்டிருந்த இந்தோனேசிய இராணுவ அலுவலரை அவரது தாய் மறுமணம் செய்து கொண்டார். 1965 திடீர் புரட்சியின் பின் விளைவுகளில் உறுதுணையாயிருக்க அவர் தாயகத்திற்கு அழைக்கப்பட்டார். திடீர்புரட்சி முடிவுற்றதுமே ஒபாமாவின் தாயும் இளமையான ஒபாமாவும் இந்தோனேசியா சென்று விட்டனர்; ஜகார்த்தாவின் மேட்டுக்குடி பகுதியில் இருந்த மெண்டங்கில் அவர் வளர்ந்தார்; எனவே அங்கே இன்னும் மென்டெங்கின் பேரி என அழைக்கப்படுகிறார். அதுவொரு திடமான உயர் நடுத்தர பகுதி-அவர் குடும்பம் இராணுவ வளாகத்தினுள் வசித்தது. இப்போது கூட தன் குழந்தைப் பருவம் குறித்து அவர் பிரியத்துடன் பேசுகிறார்; உண்மையில் அது இந்தோனேசியா*

முழுவதிலும் சித்திரவதை, பெருந்திரள் கொலை, வல்லுறவு, மாயமாதல் என்னும் நிகழ்வுகளுடன் பொருந்திப் போவது. இளம் ஒபாமா தன் குழந்தைப் பருவத்தை அனுபவித்துக் கொண்டிருக்க, மாபெரும் இந்தோனேசிய எழுத்தாளர் பிரமோத்யா அனன்டா டோயர், பிரேதங்கள் நிரம்பிக் கிடந்தன நதிகள் என்றெழுதினார். இராணுவ அரசாங்கமும் அனுதாபங் கொண்ட வலதுசாரி மதவாத அணியினரும் ஜாவாவின் ஆசிரியர்களில் 40% பேரை கொலை செய்தனர்; வகுப்பறைகளில் இராணுவ வீரர்கள் அமர்ந்திருந்தனர். 1965 க்குப் பிந்தைய இந்தோனேசியா கொடுமையை கற்பிதம் செய்வது கடினமானது. ஆம், அந்த ஆண்டுகள் சார்ந்த கதகதப்பான நினைவு களைக் கொண்டிருக்கிறார், அதிபர் ஒபாமா.

**நோம் சாம்ஸ்கி**

*என்ன வயதில் இருந்தார்? அறிந்து கொள்ளப் போதுமான வயதா?*

**ஆண்டரே வில்செக்**

பள்ளிசெல்லும் பிள்ளை, ஆனாலும் அறிந்து கொள்வார், எங்கு பார்த்தாலும் மக்கள் மாயமானார்கள். தப்பிக்க வழி இல்லை. அந்நாட்களில் இந்தோனேசிய மக்கள் தொகை 10 கோடிதான்; 2-3 % பேர் கொலையுண்டனர். இலட்சக்கணக்கானோர் களையெடுக்கப் பட்டனர், வல்லுறவுக்குள்ளானார்கள், வதைக்கப்பட்டார்கள், சிறைப் பட்டனர். கவனியாதிருக்கவும் நினைவு கூராமல் இருக்கவும் அரிய திறன் வேண்டும்.

**நோம் சாம்ஸ்கி**

*அதுபற்றி ஏதேனும் குறிப்பிடுகிறாரா?*

**ஆண்ட்ரே வில்செக்**

சூக்குமமாக சிலவற்றைக் குறிப்பிட்டார், ஆனால் அவர் பெரிதும் பேசிக் கொண்டிருப்பது ஜகார்த்தாவின் ஆச்சரியகரமான குழந்தைப் பருவம் பற்றித்தான்; குடியரசுக் கட்சிக்காரர்கள் அவரைப் பற்றி அதிகம் கவலைப்பட வேண்டுமா என்று ஒருவரை அது எண்ண வைக்கும். ஆளும் அமைப்பின் திடமான அங்கமாக இருக்கிறார் என்றெண்ணுகிறேன். ஹோண்டுராஸிலிருந்து இந்தோனேசியா வரை, உலகின் குறிப்பிட்ட சில பகுதிகள் தொடர்பான அவரது கொள்கைகள் மிகவும் வலதுசாரித் தன்மையிலானவை-அதுவே குறைந்த மதிப்பீட்டிலானது.

## நோம் சாம்ஸ்கி

அவர்கள் மையநீரோட்ட தாராளவாதிகள் என்பேன், அது கணிசமான அளவு வலது சாரிதான்.

## ஆண்ட்ரே வில்செக்

அவரது உள்துறை செயலர் ஹிலாரி கிளின்டன் ஜகார்த்தா வந்தபோது கூறினார்: "இஸ்லாமும் ஜனநாயகமும் பெண்கள் உரிமையும் கைகோர்த்துக் செல்ல முடியுமா என்று யாரேனும் என்னிடம் வினவினால், இந்தோனேசியா சென்று பாருங்கள் என்பேன்."

## நோம் சாம்ஸ்கி

சுகார்த்தோ 1995 இல் அமெரிக்கா வந்தார். கிளின்டன் அரசு அவரை வரவேற்று, "நம்மைப் போன்ற நபர்" என்று விவரித்தது. இந்தோனேசியாவில் நிகழ்ந்திருந்ததை அறிந்தவர்கள் அவர்கள். கிழக்கு திமோரை அறிந்தவர்கள், திகில் கதைகளை அறிந்தவர்கள், இருந்தும் "நம்மைப் போன்ற நபர்" ஆகிறார். மேற்கத்திய முதலீட்டுக்கும் சுரண்டலுக்கும் சமூகத்தைத் திறந்து விட்டவர் அவர். பிறகென்ன பிரச்சனை?

## ஆண்ட்ரே வில்செக்

சரிதான்; பிறகென்ன பிரச்சனை....?

நமது உரையாடலின் இறுதியை எட்டுகின்ற வேளையில், ஒரு தலைப்பைக் குறிப்பிட விரும்புகிறேன்-அதனை நாம் தொடவில்லை, ஆனால் நாம் முன்னர் குறிப்பிட்டதற்கு அவசியமானது. அமெரிக்க வாக்காளர்/ ஐரோப்பிய வாக்காளர் எவ்வளவு மெத்தனமாக உள்ளார் என்பது சுவையானது.

ஜெர்மனி / இங்கிலாந்து / பிரான்ஸ் சென்று, ஒரு காபி விடுதியிலமர்ந்து, மக்கள் பேசுவதைக் கேட்கும் போதெல்லாம், அவர்கள் தம் அரசியல்-சமூக அமைப்பில் நம்பிக்கை இழந்திருப்பதாகத் தோன்றுவதைக் கவனிக்கின்றேன். அரசியல் கட்சிகள் எதுவும் அவர்களுக்குப் பிடிக்கவில்லை; அந்த அமைப்பில் பங்கேற்கவும் அவர்களுக்கு நாட்டமில்லை. இதனை எப்போதும் கேட்பீர்கள், ஆனால் தேர்தல்கள் வருகையில், மைய நீரோட்டத்திற்கு, அதாவது வலதுசாரி வேட்பாளருக்கு அல்லது அதீத வலதுசாரியினருக்கு வாக்களிக்கின்றனர்-பிரான்சில் அவ்வப்போது நடப்பது போல. அமைப்பினைத் "தண்டிப்ப"தாகச் சிலர் கூறுகின்றனர் ஆனால்

வாக்காளர்கள் தம்மை தண்டித்துக் கொள்கின்றனர்-குறிப்பாக எஞ்சியுள்ள உலகை- அது தனது இயற்கை வளங்களையும் இதர வசதி வாய்ப்புகளை கொள்ளையடிப்பதன் மூலம், மேற்கத்திய நாடுகளின் உயரிய வாழ்க்கைத்தரங்களை தக்கவைக்குமாறு நிர்ப்பந்திக்கப் படுகிறது.

Seeing என்னும் அற்புத நாவல் ஜோஸ் சரமாகோ எழுதினார். பெரும்பான்மை மக்கள் தம் வாக்குச்சீட்டுகளை பாழாக்கிடும் "ஜனநாயக" மேற்கத்திய நாடொன்றுக்கு என்ன நிகழும் என்பதைப் பற்றியது அந்நாவல். இராணுவ ஆட்சியை பிரகடனம் செய்யும் நாடு, தன் குடிமக்களையே கொல்லத் தொடங்குகிறது. ஆக, அவரது பார்வை நிலையில், மேற்கில் "ஜனநாயகம்," ஆளும் மேட்டுக் குடியினரின் நலன்களுக்கு சேவை புரியும் வரை, செயல்பட அனுமதிக்கப்படும் என்று தெரிகிறது. இந்நிகழ்வுப் போக்கை மக்கள் தீவிரமாகக் கருதிடும் வரை, அவர்கள் வாக்களிக்க அனுமதிக்கப் படுவார்கள்; அமைப்பினை ஆதரித்திடும் வேட்பாளர்களுக்கு வாக்களிக்கும் வரை அனுமதிக்கப்படுவார்கள். ஆனால், ஜனநாயகம் என்னவாக இருக்க வேண்டும் என்னும் அரசின் பார்வையை மக்கள் மறுதலிக்கும்/ நிராகரிக்கும் தருணத்தில், மிருகத்தனம்-ஒடுக்குமுறையின் பொறியமைவு செயல்பட ஆரம்பித்துவிடும்.

## நோம் சாம்ஸ்கி

"வாக்களித்தல் எதையேனும் மாற்றினால்,அதனை சட்ட விரோதமாக ஆக்குவார்கள்" என்னும் எம்மா கோல்ட்மனின் புகழ்வாய்ந்த வாசகம் உண்டு. 1990 களில் லூலா (லூயிஸ் இனாஸியோ லூலா டா ஸில்லா) அதிபராகத் தேர்ந்தெடுக்கப்படும் முன், இது குறித்து சுவையான உரையாடலை அவருடன் மேற்கொண்டிருந்தேன். பிரேசிலில் இருந்த நான் அவருடன் நிறைய நேரத்தைக் கழித்தேன். அப்போது தேர்தலில் அதிக செல்வாக்குப் பெற்றிருந்த அவரிடம், தேர்ந்தெடுக்கப்படுவீர்களா என்று கேட்டேன். "குடியானவர்களின் மனநிலையைப் புரிந்து கொள்கிறேன், அவர்கள் என்னை ஆதரித்தாலும், வாக்குச்சாவடிக்குள் நுழைகையில், 'என்னைப் போன்ற ஒருவரால் நாட்டை நடத்திட முடியுமா?' என்று தம்மைக் கேட்டு கொள்வார்கள். இல்லையில்லை, வசதிபடைத்த அத்துடிப்பான நபர்களாலேயே நடத்த இயலும்' என்று கூறி கொண்டு அவர்களில் ஒருவருக்கு வாக்களித்து விடுவார்கள்" என்பது அவரது பதிலாயிருந்தது. ஆனால் இது தவறானதாக ஆனது, மனநிலை மாறியிருந்தது.

## ஆண்ட்ரே வில்செக்

நோம், நம் உரையாடலை இங்கே முடித்துக் கொள்ள விரும்புகிறேன். இரண்டாம் உலகப் போருக்குப் பின், அமெரிக்கா, ஐரோப்பா மற்றும் அதன் சகாக்களால் மனித சமூகத்திற்கு இழைக்கப்பட்டுள்ள குற்றங்களை விவாதித்தோம். மிகவும் சீர்குலைந்த காலத்தினூடே வாழ்ந்து கொண்டிருக்கிறோம். காங்கோ, பப்புவாவில் பெருந்திரள் அழித்தொழிப்புகள் நடந்து கொண்டிருக்கின்றன. ஒட்டுமொத்த நாடுகளே-சோமாலியா, சூடான், உகாண்டா, லிபியா, ஆஃப்கானிஸ்தான்- அழிக்கப்படுகின்றன. சிரியா-ஈரான் போன்ற நாடுகள் தாக்குதல் பட்டியலில் அடுத்து இடம் பெற்றிருக்கக் கூடும். சமீபத்தில் பிலிப்பைன்ஸில் நான் கண்டது போல, மேற்கு பெரிதும் மோதல்களை உருவாக்குகிறது, நாடுகளை முரண் கொண்டு சண்டையிட வைக்கிறது; ஆட்சேபணைக்குரிய தீவுகள் மீது சீனாவுக்கு எதிராக, பிலிப்பைன் ஸையும் அப்பிராந்தியத்தின் இதர நாடுகளையும் மேற்கு எப்படி மோதலில் ஈடுபடுத்துகிறது என்று சில கல்வியாளர்கள் எனக்கு விளக்கிக் கொண்டிருந்தனர். மனிதனை எதிர்த்த மனித போரிலிருந்து போர் முறை விலகியுள்ளது. இப்போது அபாயகரமான ஏவுகணைகள், குண்டு வீச்சுப் போராட்டங்கள், ஆளில்லா விமானத் தாக்குதல்கள் படையெடுக்காமலேயே கொல்கின்றன. ஒருதரப்பிற்கு வீடியோ விளையாட்டாகவும், இன்னொரு தரப்பிற்கு, நாசமாக்கப்பட்ட கிராமங்கள், கொலையுண்ட தனிநபர்கள், சிதைக்கப்பட்ட உடல்களாகவும் உள்ளது; அது ஒரு தரப்பிலான யுத்தமே.

மேற்கு, உலகின் மீதான தன் கட்டுப்பாட்டை உறுதி செய்ய முயல்வதாகத் தோன்றுகிறது. உறுதியான சில நாடுகளும் உறுதியான சில தனிநபர்களும் தவிர்த்து அதன் வழியின் குறுக்கே யாருமில்லை. ஆனால், வரலாறு எடுத்துக்காட்டுவது போல அது பயங்கரத்தை நிறுத்தி, மனிதாயம் நிலவுவதை உறுதிப்படுத்தப் போதுமானதாக இருக்கும்.

## நோம் சாம்ஸ்கி

ஒரே வேளையில் இருபோக்குகள் நிலவுகின்றன, உலகை நோக்கும் வெளிப்புறப் பார்வையாளர், பிரதான வழித்தடம் தற்கொலையை நோக்கியதாக, மலை முகட்டில் இருந்து குதிப்பதாக இருக்கிறது என்பார்கள். இன்னொன்று, அதிகரித்து வரும் எதிர்ப்பினை நோக்கியது, இது சிறிது வெற்றி பெற்றுள்ளது. கடைசி 30-40 ஆண்டுகளில் கூட மாற்றங்கள் இருந்தன, முக்கியமானவை. இப் போக்குகளில் எது மேலோங்கியிருக்கும் என்பது கேள்வி.

எதார்த்தமாக இதனை அணுகினால், நம்பிக்கை மிகுந்ததாகத் தெரியவில்லை, ஆனால் நம்மிடம் இருப்பது இரு தெரிவுகளே: "நம்பிக்கையில்லை, விட்டுவிடுவோம்" என்று மிக மோசமானது நிகழ்வதற்கு துணை நிற்பது ஒன்று. மற்றொன்று, "நிலைமையை மேம்படுத்த விரும்புகிறோம், எனவே முயற்சி செய்வோம்" என்பது. அது பலித்தால் நல்லது, இல்லாது போனால், மோசமான தேர்வில் போய் முடிவோம். அவையே நமக்கான தெரிவுகள்.

## கால வரிசை

**தொகுப்பு: கேப்ரியேல் ஹூம்பர்ஸ்டோன்**

| | | |
|---|---|---|
| ஆகஸ்டு 1945 | : | முதல் அணுகுண்டுகளை அமெரிக்கா ஹிரோஷிமா நாகசாகி மீது வீசி, 2,46,000 மக்களைக் கொன்றது. ஆறு நாட்களுக்குப் பிறகு இரண்டாம் உலகப் போரை முடித்து, ஜப்பான் நேச நாடுகளிடம் சரணடைந்தது. |
| அக்டோபர் 1945 | : | ஐ.நா. சபை நிறுவப்படுகிறது; பாதுகாப்பு கவுன்சிலின் நிரந்தர உறுப்பினர்களாக அமெரிக்கா, பிரிட்டன், பிரான்ஸ், ரஷ்யா, சீனா முதன்மை பெறுகின்றன. |
| 1946-54 | : | முதல் இந்தோசீன யுத்தம்: வியட்னாம் மீது காலனிய கட்டுப்பாட்டை மீண்டும் பெற்றிடும் முயற்சியில் பிரான்ஸ், கம்யூனிஸ்ட் வியட்மின்னுடன் போரிடுகிறது - இரண்டாம் உலகப் போரின்போது வியட்னாம், ஜப்பானால் ஆக்கிரமிக்கப்பட்டிருந்தது. போர் முடிவில் பிரெஞ்சு நாடு தென்கிழக்கு ஆசியாவிலிருந்து வெளியேறவும், கம்யூனிச வடக்காகவும் அமெரிக்க ஆதரவு தெற்காகவும் பிரிக்கப் படுகிறது. |
| 1947-48 | : | காஷ்மீர் - ஜம்மு ஆகிய ஆட்சேபணைக்குரிய பிரதேசங்கள் தொடர்பாக, இந்தியாவுக்கும் பாகிஸ்தானுக்கும் இடையே முதல் காஷ்மீர் போர். நான்கு போர்களில் இது முதலாவது. |
| ஏப்ரல் 1949 | : | NATO (North Atlantic Treaty Organization) உருவாக்கப்படுகிறது - பரஸ்பர பாதுகாப்பு உடன்படிக்கையில் முக்கிய அரசியல் இராணுவ அரசுகளை இணைத்து, உலகம் முழுவதும் அமெரிக்கா மேலாதிக்கம் பெற்றதாகிறது. |
| ஜூலை 1953 | : | 14 ஜூலை புரட்சி எனப்படும் அரபு தேசியவாத திடீர் புரட்சி ஈராக்கில் நடக்கிறது |

பிரித்தானிய ஆதரவு ஹாஸிமைட் முடி ஆட்சியைத் தூக்கி எறிகிறது.

**ஆகஸ்டு 1953** : அமெரிக்கா, பிரிட்டனால் திட்டமிடப்பட்ட ஈரானின் திடீர் புரட்சி. ஜனநாயக முறையில் தேர்ந்தெடுக்கப்பட்ட பிரதமர், முகம்மது மொசடெக், பொறுப்பிலிருந்து நீக்கப்பட்டு, முகம்மது ரேஸா ஷா பஹ்லவி தலைமையில் இராணுவ அரசு அமைகிறது.

**ஜூன் 1954** : Operation PBFORTUNE எனப்படும், CIA ஆதரவு திடீர் புரட்சி குவாத்தமலாவில் அதிபர் ஜகோபோ ஆர்பென்ஸ் குஸ்மான் வெளியேற்றப் பட்டு, கர்னல் கார்லோஸ் கேஸ்டில்லோ தலைமையிலான இராணுவ கும்பல் அதிகாரத்தைப் பெறுகிறது.

**ஜனவரி 1959** : கியூபப் புரட்சி. புரட்சிகர அரசாங்கத்தின் பாலான அமெரிக்காவின் அதிகரித்து வந்த பகைமை காரணமாக, கியூபா ரஷ்யாவுடன் உறவுகளை வளர்த்துக் கொள்கிறது.

**பிப்ரவரி 1961** : காங்கோ குடியரசின் ஜனநாயக ரீதியில் தேர்ந்தெடுக்கப்பட்ட முதல் பிரதமர் பாட்ரிஸ் லுமும்பா, அமெரிக்கா, இங்கிலாந்தினால் படுகொலை செய்யப்படுகிறார்.

**ஆகஸ்டு 1961** : Agent Orange என்னும் பொருளைக் கொண்டு வியட்னாம் மீது வேதியியல் போரை அமெரிக்கா மேற்கொள்கிறது. நவம்பரில் அந்நிய உதவிச் சட்டத்திற்கு அதிபர் கென்னடி ஒப்புதல் அளிக்கிறார். கம்யூனிசத்தின் அச்சுறுத்தலுக்குள்ளான நாடுகளுக்கு உதவி யளிக்க வழிவகை செய்யும் இச்சட்டம். தென்கிழக்கு ஆசியாவில் அமெரிக்க இராணுவ தலையீடு அதிகரிக்கின்றது.

**அக்டோபர் 1962** : கியூபாவில் ஏவுகணை நெருக்கடி. அமெரிக்கா இனியும் செய்யவிருக்கும் படையெடுப்புகளை தடுத்திட கியூப மண்ணில் அணு ஏவுகணை களை நிறுவிட, ரஷ்யா முயன்றபோது,

அமெரிக்காவுக்கும் ரஷ்யாவிற்கும் இடையே பதட்டம் 13 நாட்களுக்கு நீடித்தது. கடைசியில், துருக்கி, இத்தாலியிலிருந்து சில ஏவுகணை களை அகற்றிட அமெரிக்கா சம்மதித்ததும், ரஷ்யா பின்வாங்கிற்று.

**மார்ச் 1964** : அதிபர் ஜோவாவோ குவ்லார்ட்டினைத் தூக்கி எறியும் பிரேசிலின் திடீர் புரட்சி. பொறுப்பினை ஏற்கும் இராணுவ அரசு அமெரிக்க அரசாங்கத்துடன் நெருங்கிய தொடர்பு கொண்டுள்ளது.

**1964-73** : தென்கிழக்கு ஆசியாவில் போர் தீவிரமடைய லாவோசின் Plain of Jars மீது அமெரிக்கா குண்டு வீசுகிறது. அது அமெரிக்க வரலாற்றில் மிகத் தீவிர குண்டுவீச்சாகும்; இரண்டாம் உலகப் போரினை விடவும் அதிக குண்டுகள் வீசப்பட்டன.

**1965** : அமெரிக்க ஆதரவுடன் இந்தோனேசியாவில் திடீர்ப் புரட்சி முயற்சி. தோற்றுப்போகும் அத்திடீர்ப் புரட்சிக்கு கம்யூனிஸ்டுகள் குறை கூறப்பட்டனர். இதனையடுத்து கம்யூனிஸ்ட் எதிர்ப்பு களையெடுப்பில் 5 இலட்சத்திலிருந்து 30 இலட்சம் வரையிலான மக்கள் கொன்று குவிக்கப்பட்டனர். அதிபர் சுகார்ணோ அகற்றப்பட்டு, சீக்கிரமே ஜெனரல் சுகார்த்தோ பொறுப்பேற்றார் அவரது ஒடுக்குமுறை அரசை அமெரிக்கா ஆதரித்தது.

**1966-88** : நமீபிய சுதந்திரப்போர். தென்மேற்கு ஆப்பிரிக்க மக்கள் அமைப்பை (SWAPO) கியூபா, இராணுவ ரீதியிலும் பொருளாதார ரீதியிலும் அரசியல் ரீதியிலும் ஆதரித்தது. 22 ஆண்டுகால மோதலில் 2000 கியூப வீரர்கள் மடிந்தனர்.

**1967-74** : வலதுசாரி இராணுவ அலுவலர்களின் தலைமையிலான திடீர் புரட்சியை அடுத்து, கிரேக்கத்தில் இராணுவ சர்வாதிகாரம்.

| | | |
|---|---|---|
| ***ஆகஸ்டு 1968*** | : | அலெக்ஸாண்டர் தூபெக் ஆட்சியின் அரசியல் தாராளவாதத்தையடுத்து, செக்கோஸ் லோவாகியா மீது, பிராக் வசந்தம் எனப்படும் சோவியத் படையெடுப்பு. |
| ***1969-1970*** | : | வியட்னாமின் கம்யூனிஸ்டுகளுக்குக் குறி வைத்து, கிழக்கு கம்போடியாவிலும் லாவோசிலும் அமெரிக்காவால் Operation Menu கண்மூடித்தனமான குண்டு வீச்சு. |
| ***செப்டம்பர் 1973*** | : | சிலி அதிபர் அலந்தேவுக்கு எதிராக அமெரிக்க ஆதரவு திடீர்புரட்சி |
| ***1975-91*** | : | மேற்கு சகாரா யுத்தம், மொராக்கோவி லிருந்து ஸ்பெயின் விலகிக் கொண்டதும், மேற்கு சகாராவை இராணுவம் கைக் கொள்கிறது. சஹ்ராவி மக்களின் Polisario Front மொராக்கோவிலிருந்து விடுதலை பெற போராடுகிறது; இப்பிரச்சனை இன்னும் நீடிக்கிறது. |
| ***1975*** | : | தென்னாப்பிரிக்காவிலிருந்தும் ஜைரேவி லிருந்தும் அமெரிக்க ஆதரவு தலையீட்டுக்கு எதிராக, அங்கோலா விடுதலைக்கான மக்கள் இயக்கத்தை ஆதரிக்க கியூபா தலையிடுகிறது. |
| ***டிசம்பர் 1975*** | : | கிழக்கு திமோர் மீது இந்தோனேசியா படை யெடுத்தல். 1999 வரை நாட்டை ஆக்கிரமித்தல். மோதல் ஆக்கிரமிப்பில் சுமார் ஒரு இலட்சத்தி லிருந்து ஒரு இலட்சத்து எண்பதாயிரம் பேர் வரை கொல்லப்பட்டனர். |
| ***1978-1982*** | : | குவாத்தமாலாவில் ரியோ நெக்ரே படுகொலை. உலக வங்கி இன்டர் அமெரிக்கன் டெவெலப் மெண்ட் வங்கிகளின் நிதியுதவியுடன் குவாத் தமாலா அரசாங்கம், ஆயிரக்கணக்கிலான மாயா அச்சி மக்களை துரத்தியடித்து. சிக்ஷாய் நீர்மின்சார அணைக்கட்டுமானத்தில் ஈடு பட்டது - இவ்வெளியேற்றத்தில் 5000 பேர் வரை கொல்லப்பட்டனர். |
| ***1979-92*** | : | சல்வடாரில் உள்நாட்டுப்போர். அமெரிக்க ஆதரவு இராணுவ அரசாங்கத்திற்கும் இடது |

சாரி கொரில்லாக் குழுக்களின் கூட்டணிக்கு மிடையே மோதல். அமெரிக்கா நிதி வசதி யளித்து நிகழ்த்திய வன்முறைக்கு அமெரிக்கா இன்னும் இழப்பீடு தரவில்லை.

**ஏப்ரல் 1986** : அமெரிக்கா லிபியாமீது குண்டு வீசுதல் (Operation El Dorado Canyon)

**நவம்பர் 1988** : 1948 இல் உருக்கொண்ட ஐ.நா. இனப் படுகொலை மாநாட்டை அமெரிக்கா முழுதாக ஏற்றது. அது உருவாக்கப்பட்ட 1948 முதல் வழக்குத் தொடுப்பதினின்றும் விலக்கு பெற்றிருந்தது.

**ஜூன் 1989** : தியான் அன்மென் சதுக்கப் படுகொலை சீர்திருத்தவாதி ஜாவோ ஜியாங்கின் மறைவுக்குப் பிறகு சீனாவில் நிகழ்ந்த ஆர்ப்பாட்டங்களில் எதிர்ப்பாளர்கள் இராணுவத்தால் சுடப் பட்டனர். இறந்தோரின் எண்ணிக்கை துல்லியமாயில்லை. சீனாவை நிலைகுலையச் செய்திட, பல எதிர்ப்பாளர்களுக்கு மேற்கு நேரடி நிதியுதவி செய்தது நிரூபணமாகி யுள்ளது.

**செப்டம்பர் 1989** : பனாமா மீது அமெரிக்கப் படையெடுப்பு. Operation Just cause என்பது அதன் சங்கேதப் பெயர். சுமார், 3500 பேர் கொல்லப் படுகின்றனர்.

**நவம்பர் 1989** : பெர்லின் சுவர் வீழ்கின்றது: 1989 முழுவதிலும் கிழக்கு ஐரோப்பாவில் நிலவிய கம்யூனிச அரசுகளின் வீழ்ச்சியில் அதுவொரு குறியீட்டுத் தருணம்.

சான்சல்வடாரில் ஆஸ்கர் ரோமெரோ உள்ளிட்ட ஆறு ஏசுசபை பாதிரியார்கள், எல் சல்வடார் ராணுவத்தின் அட்லாகேடில் படைப்பிரிவால் கொலை செய்யப்படு கின்றனர். சல்வடாரின் உள்நாட்டுப் போரில் இரத்தக் களரியான தருணங்களில் இது ஒன்று.

| | | |
|---|---|---|
| ***1990*** | **:** | ஈராக் குவைத் போர், குவைத்தை ஈராக் ஆக்கிரமித்தல், முதல் வளைகுடா யுத்தம். தென்னாப்பிரிக்க அதிபர் எஃப்.டபிள்யூ. டெ கிளெர்க் நெல்சன் மண்டேலாவை விடுதலை செய்கிறார்; அங்கு இன ஒதுக்கல் அரசுக்கு முடிவுகாண பேச்சுவார்த்தைகளை தொடங்கு கிறார். |
| ***1991*** | **:** | மிகைல் கோர்பச்சேவின் கீழ் சோவியத் குடியரசுகள் பிரிந்து போகின்றன, பனிப் போர் முடிவுக்கு வருகிறது. |
| ***ஏப்ரல் 1994*** | **:** | கிகாலியில் 1994 இல் அதிபரின் விமானம் வீழ்த்தப்படல் அதில் ருவாண்டா புருண்டியின் ஹுட்டு அதிபர்கள் மடிந்தனர்; அதனையடுத்து ருவாண்டா இனப்படுகொலையும் காங்கோ குடியரசின் இனப்படுகொலையும் நடந்தன இதில் 40 இலட்சத்திலிருந்து ஒரு கோடிபேர் வரை இன்னும் மடிந்து கொண்டுள்ளனர். மேற்கத்திய கம்பெனிகள் சார்பாக, ருவாண்டா உகாண்டா அரசாங்கங்கள் நாட்டை கொள்ளையடிக்கின்றன. |
| ***பிப்ரவரி 1999*** | **:** | வெனிசுலா தேர்தல்களில் ஹுகோ சாவெஸ் வெற்றி, லத்தீன் அமெரிக்காவில் இளஞ்சிவப் பலை எனப்படுவதின் ஆரம்பம் மற்றும் 1990 களில் தென்னமெரிக்க அரசியலில் மேலோங்கி யிருந்த வாஷிங்டன் கருத்தொற்றுமை முடிவுக்கு வருவதைக் காட்டியது. |
| ***மார்ச் - ஜூன் 1999*** | **:** | கோசோவா மோதலை முடித்து வைக்க, NATO திரும்பவும் பெல்கிரேட் மீது குண்டு வீசியது. குண்டுவீச்சுக்கு எதிராக NATO மீது வழக்குத் தொடர யூகோஸ்லேவியா முயன்று, அது நிறைவேறவில்லை. |
| ***அக்டோபர் 2001*** | **:** | செப்டம்பர், 2001 பயங்கரவாதத் தாக்குதலைத் தொடர்ந்து, ஆஃப்கானிஸ்தான் மீது அமெரிக்கத் தலைமையிலான படையெடுப்பு. |

| | | |
|---|---|---|
| ***ஏப்ரல் 2002*** | : | *வெனிசுலா இராணுவத்தின் தோற்றுப் போன திடீர் புரட்சி. புதிய அரசாங்கத்தை அமெரிக்கா சீக்கிரமே அங்கீகரித்தது; ஆனால் 47 மணி நேரத்தில் சாவெஸ் பதவிக்குத் திரும்பிய மாத்திரத்தில், மாறிவிட்டது.* |
| ***ஆகஸ்டு 2002*** | : | *அமெரிக்கா உறுப்பினராயில்லாத சர்வதேச நீதிமன்றத்தில், வழக்குத் தொடுக்கப்படுவதிலிருந்து அதனைப் பாதுகாத்திடும் தி ஹேக் படையெடுப்பு சட்டம், அமெரிக்க இராணுவத்தினரின் பாதுகாப்பு ஒப்பந்தத்தில் அமெரிக்கா கையொப்பம் இடுகிறது.* |
| ***மார்ச் 2003*** | : | *இரண்டாம் ஈராக் போர் ஆரம்பம்.* |
| ***பிப்ரவரி 2004*** | : | *ஹைத்தியில் நிகழ்ந்த திடீர் புரட்சியில், அதிபர் ழீன் - பெர்னார்ட் அரிஸ்டைட் தென்னாப்பிரிக்காவுக்கு புலம் பெயருமாறு நிர்ப்பந்தத்திற்கு உள்ளாகிறார். இத்திடீர் புரட்சியை திட்டமிட்டதில் அமெரிக்க அரசாங்கத்திற்கு ஒரு பங்கு இருந்தது பரவலாக ஒப்புக் கொள்ளப்படுகிறது.* |
| ***ஜூன் 2004*** | : | *தாலிபான் - அல்கொய்தாவை குறிவைத்து, ஆளற்ற விமானங்களைப் பயன்படுத்தி, பாகிஸ்தான் மீது அமெரிக்காவின் முதல் தாக்குதல். சுமார் 366 தாக்குதல்கள் மேற்கொள்ளப்பட்டுள்ளன.* |
| ***2005*** | : | *காத்ரினா புயல் வீசியதை ஒட்டி அமெரிக்காவுக்கு மருத்துவ உதவி செய்ய, கியூபா முன் வருதல். ஆனால் அமெரிக்க உள்துறையால் அது நிராகரிக்கப்பட்டது.* |
| ***மார்ச் 2006*** | : | *மிச்சேல் பார்செலட் ஜெரியா சிலியில் முதல் பெண் அதிபராகப் பொறுப்பேற்றல். நீண்ட கால சோசலிஸ்டான அவர், அமெரிக்க ஆதரவு பினோசே அரசால் சித்திரவதைக்குள்ளானவர்.* |

| | | |
|---|---|---|
| *மே 2008* | : | தென்னமெரிக்க நாடுகளிடையே ஒத்துழைப்பை அதிகரித்திட, தென்னமெரிக்க நாடுகளின் ஒன்றியம் (UNASUR) அமைக்கப்படுகிறது. |
| *ஜுன் 2009* | : | ஹோண்டுராசின் ராணுவம் அதிபர் மானுயு வெல் ஸெலாயாவை நீக்குகிறது. சர்வதேச ரீதியில் திடீர்ப் புரட்சியாக அறியப்பட்ட இதனையொட்டி அமெரிக்கா தவிர்த்த இம்மண்டல நாடுகளெல்லாம் தம் தூதுவர் களை விலக்கிக் கொண்டன. |
| *மே 2010* | : | காசாவிலிருந்து துருக்கிக்கு மனிதாபிமான உதவி கட்டுமானப் பொருட்களை ஏற்றிவந்த கப்பல் வரிசை, இஸ்ரேலிய பாதுகாப்பு படையால் வழிமறித்து, தாக்கப்படுகிறது; 9 செயல்பாட்டாளர்கள் கொல்லப்படுகின்றனர். பதிலடியாக துருக்கி, இஸ்ரேலிலிருந்து தன் தூதரை திரும்பப் பெற்று, கூட்டு இராணுவப் பயிற்சிகளை ரத்து செய்தது. |
| *டிசம்பர் 2010* | : | ஓர் ஆளுனர் அலுவலகத்திற்கு வெளியே எதிர்ப்பாளர் ஒருவர் தீக்குளித்ததையடுத்து, துனீஷியாவில் எதிர்ப்புகள் எழுகின்றன. அந்நிகழ்வு துனீஷியப் புரட்சிக்கு தூண்டுத லாயுள்ளது. அப்புறம் அது அரபு வசந்தமாக அறியப்படும் புரட்சிகர அலையினை பற்ற வைக்கிறது. |
| *2011* | : | லிபியாவில் உள்நாட்டுப் போரின்போது சர்வதேச இராணுவம் தலையிடுகிறது. பிரிட்டன், பிரான்ஸ், அமெரிக்காவுக்கு வெளியே அதற்கு ஆதரவே இல்லை. |
| *டிசம்பர் 2011* | : | அமெரிக்கா - கனடாவை விலக்கிவிட்டு, லத்தீன் அமெரிக்க கரீபிய அரசுகளின் சமுதாயம் (CELAC) நிறுவப்படுகிறது; அமெரிக்கா ஆதிக்கம் செலுத்தும் அமெரிக்க அரசுகளின் அமைப்பு (OAS) க்கு மாற்றினை இது முன் வைக்கின்றது. |

**ஆகஸ்டு 2012** : ஆசாத் தலைமையிலான சிரிய அரசாங்கத்திற்கு எதிராக ஐ.நா. பொதுக்குழு தீர்மானம் நிறைவேற்றுகிறது. இது எதிர்த் தரப்புக்கான அப்பட்டமான ஆதரவு என ரஷ்யா, சீனா, பிரேசில், இந்தியா, தென்னாப்பிரிக்கா ஆகிய நாடுகள் எதிர்த்தன.

## விளக்கக் குறிப்புகளும் கலைச் சொற்களும்

1. ஜிகாதிகள் - இஸ்லாமிய தீவிரவாதிகள்
2. Unpeople - மக்களல்லாதவர்கள்
3. misinformation - தவறான தகவல்
4. genocide - இனப் படுகொலை
5. Negrin - யுவான் நெக்ரின் லோபெஸ் (1892 - 1956) ஸ்பானிய மருத்துவர், சோசலிஸ தொழிலாளர் கட்சித் தலைவர்.
6. Sandalistas - 1980 களில் சாண்டினிஸ்டுகளுக்கு ஆதரவாக நிகரகுவாவில் மேற்கிலிருந்து பயணித்தவர்கள்.
7. Plain of Jars Carpet - bombing - லாவோசிலுள்ள பெரும் பாறைகள் ஜாடிகள் வடிவத்தில் தோன்றும், 1975 இல் அமெரிக்கா அங்கு வீசிய குண்டு வீச்சைக் குறிக்கும்.
8. Ermera Massacre - 1976 இல் கிழக்கு திமோரில் நடந்தது, 500 பேர் கொலையுண்டனர்.
9. mono - polar - ஒற்றைத் துருவ நிலை
10. tri - polar - முத்துருவ நிலை
11. Mosaddegh - மோஸடெக் ஈரான் பிரதமர் (1951-53) நூலாசிரியர்.
12. Dubcek socialism - அலெக்ஸாண்டர் டுப்செக்கின் மனித முகமுள்ள சோசலிசம். இது சீர்திருத்த - ஜனநாயக சோசலிசம் (1968)
13. Monroe Doctrine - 1823 டிசம்பரில் அதிபர் ஜேம்ஸ் மன்றோவால் முன்வைக்கப்பட்டது. காலனியாதிக்கத்தை,

பொம்மை முடியாட்சிகளை சகித்துக் கொள்ளாது என எச்சரித்தது.

14. ரொமிரோ - ஆஸ்கர் ரொமிரோ (1917-80) சான் சல்வடார் கத்தோலிக்கத் தலைமைப் பொறுப்பாளர். இராணுவ அரசுக்கும் இடதுசாரி போராளி களுக்குமிடையிலான போராட்டத்தில் சமூக அநீதியை எதிர்த்து, படுகொலை செய்யப் பட்டவர்.

15. ஹூலா
 படுகொலை - லெபனானிலுள்ள கிராமம் ஹூலா. நவம்பர் 1948 இல் இஸ்ரேலால் கைப்பற்றப்பட்டு நிகழ்ந்த படுகொலையில் சுமார் 50 பேர் மடிந்தனர்.

16. Vichy - இரண்டாம் உலகப் போரின் போது மார்ஷல் பிலிப் பெடெய்ன் தலைமையிலான பிரெஞ்சு அரசு.

17. Rottweiler - ஜெர்மானிய காவல் நாய்.